വിജ്ഞാനവർഷം

പുസ്തകം 34

പ്രാചീനസംസ്കാരങ്ങൾ

pracheena samskarangal

•

t sanalkumar

•

first edition
january 2008

•

third edition
march 2017

•

fourth edition
december 2018

•

typesetting
lekshmi graphics, thiruvananthapuram

•

published
chintha publishers, thiruvananthapuram

•

•

cover
adshop designs

•

വിതരണം

ദേശാഭിമാനി ബുക്ക് ഹൗസ്

H O തിരുവനന്തപുരം–695 035
phone: 0471-2303026, 6063026
www.chinthapublishers.com
chinthapublishers@gmail.com

ബ്രാഞ്ചുകൾ

ഹെഡ്ഡാഫീസ് ബ്രാഞ്ച് കുന്നുകുഴി • സ്റ്റാച്യു തിരുവനന്തപുരം • കെ എസ് ആർ ടി സി ബസ് സ്റ്റേഷൻ ആലപ്പുഴ • കെ എസ് ആർ ടി സി ബസ് സ്റ്റേഷൻ എറണാകുളം • മച്ചിങ്ങൽ ലെയ്ൻ തൃശൂർ • ഐ ജി റോഡ് കോഴിക്കോട് • മാവൂർ റോഡ് കോഴിക്കോട് • എൻ ജി ഒ യൂണിയൻ ബിൽഡിങ് കണ്ണൂർ • സെൻട്രൽ ബസ് ടെർമിനൽ കോംപ്ലക്സ് താവക്കര കണ്ണൂർ

CR - VV.34 / 1931 / 4795
ISBN - 978-81-26206-03-2

പ്രാചീനസംസ്കാരങ്ങൾ

ടി സനൽകുമാർ

ചിന്ത പബ്ലിഷേഴ്സ്
തിരുവനന്തപുരം-695 001
വില:

ടി സനൽകുമാർ

1960 മെയ് 18ന് നെയ്യാറ്റിൻകര താലൂക്കിൽ ഇടവാ ലിൽ പോങ്ങുവിള വീട്ടിൽ ജനിച്ചു.

കാട്ടാക്കട ക്രിസ്ത്യൻ കോളേജ്, കേരള യൂണി വേഴ്സിറ്റി ഹിസ്റ്ററി ഡിപ്പാർട്ട്മെന്റ്, കാര്യവട്ടം എന്നിവിട ങ്ങളിൽ പഠനം. 1985 മുതൽ കേരളത്തിലെ വിവിധ ഗവൺ മെന്റ് കോളേജുകളിൽ ചരിത്രാധ്യാപകനായി ജോലി ചെയ്തിട്ടുണ്ട്. ഇപ്പോൾ നെടുമങ്ങാട് ഗവൺമെന്റ് കോളേ ജിൽ അധ്യാപകൻ. എസ് സി ഇ ആർ ടിയുടെ ഹയർ സെക്കന്ററി പാഠപുസ്തകരചനയിൽ പങ്കെടുത്തിട്ടുണ്ട്. ഇപ്പോൾ കേരള യൂണിവേഴ്സിറ്റി പി ജി ബോർഡ് ഓഫ് സ്റ്റഡീസ് അംഗമാണ്.

ഭാര്യ	:	മിനി
മക്കൾ	:	രോഹിത്, സ്വാതി
വിലാസം	:	പൗർണ്ണമി, ഇടവാൽ,
		ഒറ്റശേഖരമംഗലം പി ഒ,
		നെയ്യാറ്റിൻകര.

ഉള്ളടക്കം

ആമുഖം

ചരിത്രപഠനം തീർത്തും അവഗണിക്കപ്പെട്ടുകൊണ്ടിരിക്കുന്ന ഇന്ന് പ്രാചീന നാഗരികതകളെക്കുറിച്ചുള്ള ഒരു രചനയ്ക്ക് ഏറെ പ്രസക്തി യുണ്ട്. ചക്രവർത്തിമാരുടെയും നാട്ടുരാജാക്കന്മാരുടെയും വ്യക്തിപരമായ നേട്ടങ്ങൾ ചികഞ്ഞെടുത്ത് വിവരിച്ചുപോരുന്ന മാതൃകയിൽനിന്ന് എത്രയോ ദൂരം സഞ്ചരിച്ചുകഴിഞ്ഞു ഇന്നത്തെ ചരിത്രരചന. സാമൂഹിക, സാംസ്കാരിക ഘടകങ്ങൾക്ക് ഊന്നൽ നൽകിക്കൊണ്ട് പുനർനിർമിക്ക പ്പെട്ട രചനകൾ പക്ഷേ, ചരിത്രവിദ്യാർഥികളിൽ മാത്രമായി ഒതുങ്ങുന്ന കാഴ്ചയാണ് ഇന്ന് നാം കാണുന്നത്. അതുകൊണ്ടുതന്നെ കൊട്ടാരചരി ത്രത്തിൽനിന്നു വിഭിന്നമായി പ്രാചീന മനുഷ്യൻ കടന്നുവന്ന വഴികളും നാഗരികതയിലേക്ക് എത്തിച്ചേരാനുള്ള അവരുടെ പ്രയത്നങ്ങളും പ്രാചീ നലോകസംസ്കാരങ്ങളുടെ സവിശേഷതകളും വ്യതിരിക്തതകളു മൊക്കെ ഏറെ ലളിതമായി പ്രതിപാദിച്ചുപോകാനാണ് ഈ രചനയിൽ ശ്രമിക്കുന്നത്.

നാഗരികതയിലേക്ക്

മാറ്റങ്ങൾക്കും വികാസത്തിനും വേണ്ടിയുള്ള അദമ്യമായ മോഹം മനുഷ്യനെ എന്നും പിന്തുടർന്നിരുന്നുവെന്ന് ചരിത്രം നമ്മെ പഠിപ്പി ക്കുന്നു. ഇത് യാഥാർഥ്യമാകാൻ നീണ്ടതും കഠിനവുമായ പ്രയത്നങ്ങ ളിലൂടെ കടന്നുപോവേണ്ടിയിരുന്നു. മനുഷ്യൻ ജീവിച്ചിരുന്ന പാർപ്പിടങ്ങൾ, ആഹാരസമ്പാദനത്തിനായി സ്വീകരിച്ചിരുന്ന മാർഗ്ഗങ്ങൾ, ഉൽപാദനോ പാധികൾ ഇവയെല്ലാം തന്നെ തുടർച്ചയായ വികാസങ്ങൾക്കും മാറ്റ ങ്ങൾക്കും വിധേയമായിക്കൊണ്ടിരിക്കുന്നു. കൂടുതൽ മെച്ചപ്പെട്ട ജീവിത ത്തിലേക്കുള്ള പ്രയാണം തീർച്ചയായും പുരോഗതിയുടെയും സംസ്കാ രസമ്പന്നതയുടെയും പാതയിലേക്കാണ് മനുഷ്യനെ കൊണ്ടെത്തിച്ചത്. ഈ വികാസം, ഈ സംസ്കാരസമ്പന്നത ഇവയാണ് നാഗരികതയിലേക്ക് മനുഷ്യനെ എടുത്തുയർത്തിയത്.

ഈ സന്ദർഭത്തിൽ ഗോർഡൻ ചൈൽഡിന്റെ നവീനശിലായുഗവിപ്ലവം എന്ന പരാമർശം എടുത്തു പരിശോധിക്കേണ്ടത് ആവശ്യമായി വരും. ആഹാരസമ്പാദകൻ എന്ന അവസ്ഥയിൽനിന്നും, ആഹാരഉൽപാദകൻ എന്ന പദവിയിലേക്ക് മനുഷ്യൻ മാറിയത് നവീനശിലായുഗകാലത്താണ്.

കൃഷി തുടങ്ങിയത് മനുഷ്യസമൂഹത്തിന്റെ വളർച്ചയുടെ നാഴികക്കല്ലായി. നവീനശിലായുഗകാലം ഒട്ടനവധി മാറ്റങ്ങൾക്ക് വേദിയായി. കൃഷി ഉപ ജീവനമാർഗ്ഗമായതോടെ മനുഷ്യൻ നാടോടിജീവിതം അവസാനിപ്പിക്കു കയും സ്ഥിരമായ കുടിപ്പാർപ്പ് ആരംഭിക്കുകയും ചെയ്തു. വിപ്ലവകര മായ പല വ്യതിയാനങ്ങളും ഈ കാലയളവിൽ സംഭവിച്ചു. മൃഗങ്ങളെ ഇണക്കിവളർത്തൽ, മൺപാത്രനിർമ്മാണവും അവയുടെ ഉപയോഗവും, വസ്ത്രം ഉപയോഗിക്കൽ എന്നിവയെല്ലാം മനുഷ്യന് സുഖവും സൗക ര്യവും പ്രദാനം ചെയ്യുന്നവയായിരുന്നു. ഭക്ഷ്യോൽപ്പാദനത്തിൽ മിച്ചമു ണ്ടാകാൻ തുടങ്ങിയപ്പോൾ ഒഴിവുസമയം വർധിച്ചു. ആഹാരം എന്ന പ്രാഥ മിക ചിന്തയിൽ നിന്നു മോചനമായതോടെ കുറെക്കൂടി ഉയർന്ന തലങ്ങ ളിലേക്ക് ചിന്തകളെ വ്യാപരിപ്പിക്കാനും പ്രാവർത്തികമാക്കാനും മനുഷ്യന് സാധിച്ചു. ഏതാണ്ട് ഇതേ കാലയളവിൽത്തന്നെ ഉണ്ടായ ചക്രത്തിന്റെ കണ്ടുപിടുത്തം, പ്രാചീനകാലത്തെ ഏറ്റവും വലിയ സാങ്കേതികമുന്നേ റ്റമായിരുന്നു. കാലക്രമേണ സ്ഥിരമായ കുടിപ്പാർപ്പുകളും കാർഷികവ്യ ത്തിയുടെ വ്യാപനവും ഐശ്വര്യസമൃദ്ധമായ കാർഷികഗ്രാമങ്ങളുടെ ആവിർഭാവത്തിലേക്കും അവയുടെ വളർച്ചയിലേക്കും നയിച്ചു.

ഈ ഗ്രാമീണകാർഷിക വ്യവസ്ഥയിലേക്കാണ് ലോകത്തിന്റെ ഉപ കരണങ്ങൾ കടന്നുവരാൻ തുടങ്ങിയത്. മനുഷ്യൻ ആദ്യമുപയോഗിച്ച ലോഹം ചെമ്പാണെങ്കിലും പിന്നീട് വെങ്കലം വ്യാപകമായി. വെങ്കലാ യുധങ്ങൾ കുറെക്കൂടി ഉറപ്പുള്ളതായതുകൊണ്ട് അവ ഉപയോഗിച്ച് കൂടു തൽ സ്ഥലങ്ങൾ വെട്ടിത്തെളിക്കാനും കൃഷി കൂടുതൽ വ്യാപകമാക്കാനും സാധിച്ചു. ഈ കാലയളവിൽ സ്വയംപര്യാപ്തമായ കാർഷികഗ്രാമങ്ങളിൽ ഏതാനും ചിലത് നഗരങ്ങളായി മാറി. അങ്ങനെ ഏറെ വർഷങ്ങൾകൊണ്ട് നേടിയെടുത്ത അനുഭവസമ്പത്തും സാങ്കേതികഅറിവുകളും പുരോഗ തിയുടെ മറ്റൊരു മേഖലയിലേക്ക് – നാഗരികതയിലേക്ക് – മനുഷ്യനെ എത്തിച്ചു. ഗ്രാമീണ ജീവിതത്തിൽനിന്നും വ്യത്യസ്തമായി നഗരങ്ങളിലെ ജനതയ്ക്ക് ഭക്ഷ്യോൽപ്പാദനം പൂർണ്ണമായും സാധ്യമായില്ല. നഗരങ്ങ ളോട് ചേർന്നുകിടന്ന ഗ്രാമങ്ങളാണ് നഗരവാസികൾക്കു വേണ്ടി ഭക്ഷ്യോൽപ്പാദനം നടത്തിയത്. കച്ചവടം, കൈത്തൊഴിലുകൾ എന്നിവ യായി നഗരത്തിലെ മറ്റ് ഉപജീവനമാർഗ്ഗങ്ങൾ. ഇതോടെ ജനങ്ങളുടെ താൽപര്യങ്ങൾ വ്യത്യസ്തമായി. നഗരജീവിതം കുറെക്കൂടി സങ്കീർണ്ണ മായി. പൊതുജീവിതത്തിൽ നിയമവും സമാധാനവും നടപ്പാക്കേണ്ടത് ആവശ്യമായി. ഇത് ഭരണകൂടങ്ങളുടെ ആവിർഭാവത്തിന് വഴിതെളിച്ചു.

ഓരോ നാഗരികതയും മറ്റൊന്നിൽനിന്ന് വേറിട്ട് നിൽക്കുന്നു. എന്നാൽ ഇവയ്ക്കെല്ലാം പൊതുവായ ചില സവിശേഷതകളും ഉണ്ടാ യിരുന്നു. ലോകസംസ്കാരങ്ങളിൽ ഏറ്റവും പ്രധാനപ്പെട്ടവയെ പരിശോ ധിക്കാനും അവയിലെ സമാനതകളേയും വൈരുധ്യങ്ങളേയും കൂടുതൽ ആഴത്തിൽ മനസിലാക്കാനും കഴിയുന്ന രീതിയിലുള്ള ഒരു പഠനമാണ് ഈ പുസ്തകത്തിൽ നിർവഹിച്ചിരിക്കുന്നത്.

1

മെസൊപ്പൊട്ടേമിയൻ സംസ്കാരം

ലോകത്തിലെ പുരാതനസംസ്കാരങ്ങളിൽ ആദ്യത്തേതാണ് മെ സൊപ്പൊട്ടേമിയൻ സംസ്കാരം. പശ്ചിമേഷ്യയിലെ ടൈഗ്രിസ് – യൂഫ്ര ട്ടീസ് നദീതടത്തിൽ സ്ഥിതി ചെയ്തിരുന്ന പ്രാചീന മെസൊപ്പൊട്ടേമിയ യിലാണ് മഹത്തായ ഈ സംസ്കാരം ഉയർന്നുവന്നത്. 'നദികൾക്കിട യിലെ നാട്' എന്നാണ് മെസൊപ്പൊട്ടേമിയ എന്ന വാക്കിനർത്ഥം. പതി നായിരക്കണക്കിന് വർഷം മുമ്പുതന്നെ ഇവിടെ ജനവാസം ആരംഭിച്ചി രുന്നു. കൃഷിക്ക് ഏറ്റവും അനുയോജ്യമായ ഈ പ്രദേശത്തു സ്ഥിരതാ മസമാക്കിയ ജനത കൃഷി ആരംഭിക്കുകയും ജലസേചനം നടപ്പാക്കു കയും ലോകത്താദ്യമായി ഗ്രാമങ്ങൾ ഉണ്ടാക്കുകയും ചെയ്തു. ക്രമേണ ജനസംഖ്യയും പാർപ്പിടമേഖലയും വർദ്ധിക്കുകയും മെസൊപ്പൊട്ടേമിയ വിസ്തൃതമായ ഒരു ഭൂപ്രദേശമായി മാറുകയും ചെയ്തു. പലതരം നാഗ രികതകൾ ഇവിടെ രൂപംകൊണ്ടു. അവയെയെല്ലാം മെസൊപ്പൊട്ടേമിയൻ സംസ്കാരം എന്നാണ് അറിയപ്പെടുന്നത്. പുരാതന സംസ്കാരങ്ങളുടെ ആസ്ഥാനമായ മെസൊപ്പൊട്ടേമിയയെ 'സംസ്കാരത്തിന്റെ കളി ത്തൊട്ടിൽ' എന്ന് വിളിക്കുന്നു.

ഭൂപ്രദേശം

മെസൊപ്പൊട്ടേമിയയുടെ തെക്കേയറ്റം സുമേറിയയാണ്. ഈ പ്രദേശം മെസൊപ്പൊട്ടേമിയയുടെ ഹൃദയഭൂമിയായിട്ടാണ് അറിയപ്പെട്ടി രുന്നത്. സുമേറിയക്ക് വടക്കുകിഴക്കായി ബാബിലോണിയയും അക്കാഡും സ്ഥിതി ചെയ്തിരുന്നു. മെസൊപ്പൊട്ടേമിയയുടെ ഉത്തരഭാഗം അസീറിയയാണ്. ഇന്നത്തെ ഇറാഖും തുർക്കിയുടെയും സിറിയയുടെയും ഭാഗങ്ങളും ഉൾപ്പെട്ടതാണ് വിശാലമായ ഈ ഭൂപ്രദേശം. ടൈഗ്രിസ് – യൂഫ്രെട്ടീസ് നദികളിൽ ആണ്ടുതോറും ഉണ്ടാകുന്ന വെള്ളപ്പൊക്കം സമ്മാ

യൂഫ്രട്ടീസ് ടൈഗ്രീസ് നദികൾ

നിക്കുന്ന ജലസമൃദ്ധിയും എക്കൽമണ്ണും വേനൽക്കാലത്ത് വെള്ളം നൽകുന്നതിനുള്ള ജലസേചന പദ്ധതിയും ഈ പ്രദേശത്തെ അതീവഫലപുഷ്ടിയും സമൃദ്ധിയും ഉള്ളതാക്കിത്തീർത്തു. മെസൊപ്പൊട്ടേമിയയിലെ ജീവിതവും സംസ്കാരവും ഈ നദികളെ ആശ്രയിച്ചാണ് വളർന്നുവന്നത്.

ജനത

ഭൂമിശാസ്ത്രപരമായി നൈൽ നദീതടത്തിന് ലഭിച്ചിരുന്ന പരിരക്ഷ, ടൈഗ്രിസ്-യൂഫ്രട്ടീസ് നദീതടത്തിന് ലഭിക്കാതിരുന്നതുകൊണ്ട് ഈ പ്രദേശം നിരവധി ആക്രമണങ്ങൾക്ക് ഇരയായിത്തീർന്നു.

മെസൊപ്പൊട്ടേമിയയിൽ കുടിയേറിപ്പാർക്കുകയും നാഗരികസംസ്കാരം സംഭാവനചെയ്യുകയും ചെയ്ത ആദ്യജനതയായ സുമേറിയക്കാർ ബി സി നാലായിരം ആകുമ്പോഴേക്കും അവിടെ കുടിയേറിക്കഴിഞ്ഞിരുന്നു. സുമേറിയക്കാർ എവിടെ നിന്നു വന്നവരാണെന്നതിന് വ്യക്തമായ തെളിവുകളൊന്നുമില്ലെങ്കിലും, മധ്യേഷ്യയിൽനിന്ന് വന്നവരാണെന്ന് കരുതുന്നു. ശാരീരികലക്ഷണങ്ങൾകൊണ്ട് സുമേറിയക്കാർ സെമറ്റിക് വിഭാഗത്തിലോ തനി മെഡിറ്ററേനിയൻ വിഭാഗത്തിലോ പെട്ടവരല്ല. അവരുടെ ഭാഷ യോഗാത്മക (agglutinative) ഭാഷയായിരുന്നു. അൽത്തായി ഭാഷാ കുടുംബവുമായിട്ടാണ് അതിന് ബന്ധമുള്ളത്. മെസൊപ്പൊട്ടേമിയയുടെ തെക്കേയറ്റത്തെത്തിയ സുമേറിയർ അവിടെ ഉണ്ടായിരുന്ന ജനതയെ പരാജയപ്പെടുത്തി സ്ഥിരതാമസമാക്കുകയും അനേകം നഗരങ്ങൾ സ്ഥാപിക്കുകയും ചെയ്തു. കാലക്രമേണ അതിവിശാലമായൊരു സാമ്രാജ്യം അവിടെ നിലവിൽവന്നു. മെസൊപ്പൊട്ടേമിയൻ സംസ്കാരത്തിന്റെ ഏറിയകൂറും സുമേറിയരുടെ സംഭാവനയായിരുന്നു.

ഏകദേശം ബി സി രണ്ടായിരത്തഞ്ഞൂറോടുകൂടി അക്കാഡിയൻമാരുടെ ആക്രമണം ഉണ്ടാകുകയും അവരുടെ ഭരണം നിലവിൽ വരികയും ചെയ്തു. തുടർന്ന് അമോറൈറ്റുകളു(Amorites)ടേയും എലാമൈറ്റുക(Elamites)ളുടേയും ആക്രമണം ഉണ്ടായി. സിറിയയിൽനിന്നും വന്ന അമോറൈറ്റുകൾ ബാബിലോണിയൻ പ്രദേശത്ത് താമസമാക്കി. ഇവർ പിന്നീട് ബാബിലോണിയക്കാർ എന്ന പേരിൽ അറിയപ്പെട്ടു. അക്കാഡിയൻമാർക്കുശേഷം മെസൊപ്പൊട്ടേമിയയിൽ ആധിപത്യം സ്ഥാപിച്ച സെമി

റ്റിക് സംസ്കാരമുള്ള ബാബിലോണിയർ സുമേറിയക്കാരുടേയും സെമി റ്റിക്കുകളുടേയും സംഭാവനകളെ കൂട്ടിയിണക്കി ഒരു ഏകസാംസ്കാരിക പാരമ്പര്യം സംഭാവന ചെയ്തു. ബി സി ആയിരത്തിമുന്നൂറോടുകൂടി ഒരു സെമിറ്റിക് ജനതയായ അസ്സീറിയൻമാർ ടൈഗ്രിസ് നദീതടത്തിന്റെ വടക്കുഭാഗത്ത് കുടിയേറിപ്പാർക്കുകയും വിശാലമായ ഒരു സാമ്രാജ്യം സ്ഥാപിക്കുകയും ചെയ്തു. എന്നാൽ അസ്സീറിയക്കാരുടെ സംസ്കാര ത്തിന്റെ ഏറിയഭാഗവും ബാബിലോണിയക്കാരിൽ നിന്നും സ്വീകരിച്ചവ യായിരുന്നു. ബി സി അറുനൂറ്റി പന്ത്രണ്ടിൽ സെമിറ്റിക് വർഗ്ഗക്കാരായ കാൽഡിയൻമാർ അസ്സീറിയൻ സാമ്രാജ്യം ആക്രമിക്കുകയും പഴയ ബാബിലോൺ ആസ്ഥാനമാക്കി ഭരണം നടത്തുകയും ചെയ്തു. അങ്ങനെ ടൈഗ്രിസ് – യൂഫ്രട്ടീസ് നദീതടത്തിൽ വിവിധ കാലഘട്ടങ്ങളിൽ കുടി യേറിപ്പാർത്ത സുമേറിയർ, അക്കാഡിയർ, ബാബിലോണിയർ, അസ്സീറി യർ, കാൽഡിയർ തുടങ്ങി വിവിധ ജനസമൂഹങ്ങൾ സൃഷ്ടിച്ച പലതരം സംസ്കാരങ്ങളുടെ ആകത്തുകയാണ് മെസൊപ്പൊട്ടേമിയൻ സംസ്കാരം.

ഭരണകൂടം

ശക്തമായൊരു ഭരണസംവിധാനത്തിന്റെ ആദ്യരൂപങ്ങൾ ലോക ത്തിനു സംഭാവന നൽകിയത് സുമേറിയരായിരുന്നു. സുമേറിയർ സ്ഥാപിച്ച അനേകം നഗരങ്ങളിൽ ചിലത് നഗരരാഷ്ട്രങ്ങളായി (city states) മാറുകയും ചെയ്തു. നഗരരാഷ്ട്രങ്ങളുടെ ഭരണാധികാരികളെ ജനങ്ങൾതന്നെ തിരഞ്ഞെടുക്കുകയും ചെയ്തു. 'പ്രാകൃതജനാധി പത്യ'മെന്ന് (Primitive Democracy) പണ്ഡിതന്മാർ വിശേഷിപ്പിക്കുന്ന ഈ ജനാധിപത്യസംവിധാനം ലോകത്തിലെതന്നെ ആദ്യത്തേതാണ്. കാലക്രമേണ സുമേറിയ ജനാധിപത്യസംവിധാനത്തിൽ നിന്നും രാജഭ രണത്തിലേക്ക് മാറുകയുണ്ടായി. കർഷകരുടെ സംരക്ഷകനായിട്ടാണ് രാജാവ് ആദ്യകാലത്ത് അറിയപ്പെട്ടിരുന്നത്. നഗരത്തെ സംരക്ഷിക്കുക, കൃഷിഭൂമിയും കാർഷികവിളകളും സംരക്ഷിക്കുക, നഗരങ്ങൾ തമ്മിലുള്ള കലഹങ്ങൾ പരിഹരിച്ച് കുടിയേറ്റക്കാരുടെ ആക്രമണത്തെ ചെറുക്കു ന്നതിന് നഗരങ്ങളുടെ ഐക്യം നിലനിർത്തുക എന്നിവ രാജാവിന്റെ പ്രധാന ചുമതലകളായിരുന്നു. ഏറെ വൈകാതെ സുമേറിയർ വിസ്തൃതമായൊരു സാമ്രാജ്യം സ്ഥാപിക്കുകയും മെസൊപ്പൊട്ടേമിയയുടെ എല്ലാഭാഗത്തും സുമേറിയർ രാഷ്ട്രീയാധിപത്യം സ്ഥാപിക്കുകയും ചെയ്തു. ഇക്കാലത്ത് ജനങ്ങളുടെ സേവകൻമാത്രമായിരുന്ന രാജാവ് കൂടുതൽ ശക്തനാവുക യും എല്ലാ അധികാരങ്ങളും രാജാവിൽ കേന്ദ്രീകരിക്കുകയും ചെയ്തു. സുമേറിയൻ ഭരണകാലത്തിന്റെ അവസാനഘട്ടത്തിൽ ഉത്തരമെ സൊപ്പൊട്ടേമിയയിൽ താമസിച്ചിരുന്ന അക്കാഡിയർ ശക്തിപ്രാപിക്കു കയും ബി സി 2500-ഓടുകൂടി സുമേറിയർ സാമ്രാജ്യം ആക്രമിച്ച് അധി കാരം പിടിച്ചെടുക്കുകയും ചെയ്തു. സാർഗൺ (Sargon) എന്ന രാജാ വിന്റെ കാലത്ത് അക്കാഡിയർ കൂടുതൽ ശക്തി പ്രാപിച്ചു. സാർഗൺ നയിച്ച ആക്രമണത്തോടെ ആദ്യത്തെ വിശാലമായ സൈനികസാമ്രാജ്യം

മെസൊപ്പൊട്ടേമിയയിൽ നിലവിൽ വന്നു. ബി സി 2334 മുതൽ 2279 വരെയാണ് അദ്ദേഹത്തിന്റെ ഭരണകാലം. 'ഭൂരാജാവ്' എന്ന പേർ സ്വീകരിച്ച സാർഗൺ മെസൊപ്പൊട്ടേമിയ മുഴുവൻ തന്റെ അധികാരത്തിൻ കീഴിലാക്കി.

അക്കാഡിയൻ ഭരണത്തിന്റെ തകർച്ചയോടെ ഉർ (Ur) കേന്ദ്രമാക്കി സുമേറിയൻ ഭരണം പുനഃസ്ഥാപിക്കപ്പെട്ടു. രണ്ടാം സുമേറിയൻ കാലത്തെ ഏറ്റവും ശക്തനായ രാജാവ് ഉർ-നമുവായിരുന്നു. 'ഉറിലെ മൂന്നാം രാജവംശം' സ്ഥാപിച്ചത് ഉർ നമുവായിരുന്നു. ഉർ നമുവിന്റെ മകൻ ഷൽജി (Shulji) ഉർനഗരം വിസ്തൃതമാക്കുന്നതിനുവേണ്ടി വടക്കും

കിഴക്കുമുള്ള പ്രദേശങ്ങൾ പിടിച്ചെടു ത്തു. ബി സി 2000ത്തോടു കൂടി സിറിയ യിൽ നിന്നും വന്ന അമോറൈറ്റുകളുടെ (Amorites) ആക്രമണം ഒരു പുതിയ ഭര ണകൂടം നിലവിൽ വരുന്നതിന് കാരണ മായി. ബാബിലോണിയൻ പ്രദേശം കേന്ദ്രീകരിച്ച് ആക്രമണത്തിന് നേതൃത്വം നൽകിയ സുമുഅബും പുതിയൊരു ഭര ണകൂടത്തിന് തുടക്കം കുറിച്ചു. ബാബി ലോണിയ ആസ്ഥാനമാക്കി ഇവർ സ്ഥാ പിച്ച സാമ്രാജ്യം ബാബിലോണിയൻ സാമ്രാജ്യം എന്നപേരിൽ അറിയപ്പെട്ടു. മെസൊപ്പൊട്ടേമിയൻ ഭരണസംവിധാന ത്തിന്റെ രണ്ടാംഘട്ടമായി ബാബിലോണി യൻ ഭരണത്തെ ചരിത്രകാരന്മാർ കണ ക്കാക്കുന്നു. ബാബിലോണിയൻ രാജാ ക്കന്മാരിൽ ഏറ്റവും പ്രമുഖൻ ഹമ്മു

ഹമ്മുറാബിയുടെ പ്രതിമ

റാബി (Hammurabi)യായിരുന്നു. ഹമ്മുറാബിയുടെ ഭരണസംവിധാനം കൂടുതൽ കേന്ദ്രീകൃതവും ഏകാധിപത്യസ്വഭാവമുള്ളതുമായിരുന്നു. ബി സി 1792 മുതൽ 175 വരെയാണ് ഹമ്മുറാബിയുടെ ഭരണകാലം. ഹമ്മു റാബിക്കുശേഷം ഉണ്ടായ മദ്ധ്യേഷ്യയിൽ നിന്നും വന്ന കസെറ്റുകളുടെ (Kassites) ആക്രമണം സാമ്രാജ്യത്തെ ശിഥിലമാക്കുകയും ഭരണസം വിധാനം താറുമാറാക്കുകയും ചെയ്തു.

ബാബിലോണിയൻ ഭരണം തകർന്നതോടുകൂടി മെസൊപ്പൊട്ടേമി യയുടെ ഉത്തരഭാഗത്തു താമസിച്ചിരുന്ന അസ്സീറിയർ ശക്തി പ്രാപിക്കു കയും ഏകദേശം ബി സി 1300 നോടുകൂടി മെസൊപ്പൊട്ടേമിയ അസ്സീറി യൻ ഭരണത്തിൻകീഴിലാകുകയും ചെയ്തു. ബി സി 1170നോടടുത്ത് ബാബിലോൺ നഗരവും അസ്സീറിയർ കീഴടക്കി. അസ്സീറിയൻ ഭരണം മെസൊപ്പൊട്ടേമിയൻ ചരിത്രത്തിലെ പ്രധാനപ്പെട്ട 3-ാം ഘട്ടമായി കണ ക്കാക്കുന്നു. ബി സി 722 മുതൽ 705 വരെ ഭരണം നടത്തിയ സാർഗൺ രണ്ടാമനും ബി സി 705 മുതൽ 681 വരെ ഭരണം നടത്തിയ സെന്നച്ചെ റിബും (Sennacherib) ആയിരുന്നു ഏറ്റവും ശക്തരായ ഭരണാധികാരി കൾ. ഇവരുടെ ഭരണകാലത്ത് അസ്സീറിയൻ സാമ്രാജ്യം പലസ്തീൻ,

സിറിയ, ഈജിപ്ത് തുട ങ്ങിയ രാജ്യങ്ങളിലേക്കും വ്യാപിച്ചിരുന്നു. അസ്സുർ ബാനിപാൽ (Ashurbani pal) ആയിരുന്നു അസ്സീ റിയൻ ചക്രവർത്തിമാരിൽ അവസാനത്തെ പ്രമു ഖൻ.

മെസൊപ്പൊട്ടേമി യൻ സംസ്കാരത്തിന്റെ അവസാനഘട്ടം കാൽ ഡിയൻ (Chaldean) ഭര ണകാലമായിരുന്നു. അ സ്സീറിയൻ ഭരണകാല ത്ത് അവർ മെസൊപ്പൊ

ബാബിലോൺ (പഴയകാലചിത്രം)

ട്ടേമിയയുടെ തെക്കേ അറ്റത്തുള്ള കാൽഡിയൻ പ്രദേശത്ത് താമസിച്ചി രുന്നു. അസ്സീറിയൻ ഭരണത്തകർച്ചയോടെ കാൽഡിയർ ശക്തിപ്രാപിക്കു കയും നബോപൊലാസറുടെ (Nabopolassar) നേതൃത്വത്തിൽ ബി സി 612-ൽ നിനെവേ(Nineveh) പിടിച്ചെടുക്കുകയും ചെയ്തു. ബി സി 605 ഓടുകൂടി അധികാരത്തിലെത്തിയ നെബുക്കദ്നെസർ (Nebuchadnezzar) ആണ് ഏറ്റവും ശ്രദ്ധേയനായ ഭരണാധികാരി. അദ്ദേഹം ജറുസലേം പിടി ച്ചടക്കുകയും ഈജിപ്തിനെ യുദ്ധത്തിൽ തോൽപ്പിക്കുകയും ചെയ്തു. ജറുസലേം ആക്രമണത്തിനുശേഷം അനേകം യഹൂദരെ തടവുകാരാ യികൊണ്ടുവന്ന് ബാബിലോണിൽ ബന്ധനസ്ഥരാക്കി. 'ബാബിലോ ണിയൻ ബന്ധനം' (Babylonian Captivity) എന്ന പേരിലാണ് യഹൂദച രിത്രത്തിൽ ഈ കാലഘട്ടം അറിയപ്പെടുന്നത്. ബി സി 526 ഓടുകൂടി നെബുക്കദ്നെസറുടെ ഭരണം അവസാനിച്ചു. തുടർന്ന് ബി സി 539-ൽ പേർഷ്യക്കാർ സൈറസിന്റെ (Cyrus) നേതൃത്വത്തിൽ മെസൊപ്പൊട്ടേ മിയയെ ആക്രമിക്കുകയും ബാബിലോൺ നഗരം പിടിച്ചെടുക്കുകയും ചെയ്തു.

മെസൊപ്പൊട്ടേമിയൻ നഗരങ്ങൾ

മെസൊപ്പൊട്ടേമിയൻ സംസ്കാരത്തിന്റെ ശ്രദ്ധേയമായ പ്രത്യേകത അവിടെ നിലനിന്നിരുന്ന മികച്ച നഗരങ്ങളായിരുന്നു. ഒരു കാർഷിക സമൂ ഹമായി വളർന്ന മെസൊപ്പൊട്ടേമിയയിൽ, കാർഷികഗ്രാമങ്ങൾക്കു പുറമേ അനേകം നഗരങ്ങളും ആവിർഭവിച്ചു. ഏതാണ്ട് ബി സി 6500 നും 3700 നും ഇടയിൽ ആവർഭവിച്ച ഉബൈദു നാഗരികതയുടെ കാലത്താണ് നഗര ങ്ങൾ ആവിർഭവിക്കുന്നത്. ഈ കാലയളവിൽ ഉണ്ടായ നഗരമാണ് ഉറുക്ക് (Uruk). യൂഫ്രട്ടീസ് മറ്റുദേശങ്ങളുമായി കച്ചവടബന്ധത്തിലേർപ്പെട്ടി രുന്നു. ലോകസംസ്കാരത്തിനുതന്നെ വിലപ്പെട്ട സംഭാവന നൽകിയ ഒരു നഗരമാണ് ഉറുക്ക്.

സുമേറിയൻ ഭരണകാലഘട്ടത്തിലെ ഏറ്റവും വലിയ നഗരമായി
രുന്നു ഉർ(Ur). ഒരിക്കലും ഒരു സാമ്രാജ്യമായിരുന്നില്ലെങ്കിലും അത്യധികം
സമ്പന്നമായിരുന്നു ഉർ നഗരം. തങ്ങളുടെ ശക്തി ഉപയോഗിച്ച് മറ്റ് നഗര
ങ്ങളെ കീഴടക്കുകയും സുമർ ദേശത്തിന്റെ ഭരണാധികാരികളാകുകയും
ചെയ്തു. പാവനദേശം, മതിൽ കെട്ടിയ നഗരം, ബാഹ്യനഗരം എന്നി
ങ്ങനെ മൂന്നു ഭാഗങ്ങളായി നഗരം വിഭജിക്കപ്പെട്ടിരുന്നു. പാവനദേശത്ത്
സിഗുററ്റ് (Ziggurat) എന്നറിയപ്പെടുന്ന നഗരദേവന്റെ ക്ഷേത്രം സ്ഥിതി
ചെയ്യുന്നു. പാവനദേശം ഒരു ഭരണകേന്ദ്രം കൂടിയാണ്. മതിൽകെട്ടിയ
നഗരവും ബാഹ്യനഗരവും ചെറുതും വലുതുമായ വീടുകൾകൊണ്ടു നിറ
ഞ്ഞിരുന്നു. അവയിൽ ചിലത് ഒറ്റനിലയിലുള്ള വീടുകളാണെങ്കിലും മിക്ക
വയും രണ്ടുനിലകളുള്ള കെട്ടിടങ്ങളും അപൂർവം ചിലത് മൂന്നുനിലക്കെ
ട്ടിടങ്ങളുമായിരുന്നു. വീടുകളുടെ വലിപ്പത്തിൽ വ്യത്യാസമുണ്ടെങ്കിലും

ഉറിലെ സുഗ്ഗുറാത്ത്

ഒരേ രൂപരേഖയനുസരിച്ചാണ് അവ പണിതിരുന്നത്. സുമേറിയൻ കാല
ഘട്ടത്തിലെ മറ്റ് പ്രധാന നഗരങ്ങൾ ലഗാഷ്, നിപ്പൂർ, എറിച്ച്(Erich) എന്നി
വയായിരുന്നു. ഓരോ നഗരത്തിനും പ്രത്യേകം കൊട്ടാരങ്ങളും ക്ഷേത്ര
സമുച്ചയങ്ങളും ഉണ്ടായിരുന്നു.

അക്കാഡിയൻ ഭരണകാലഘട്ടത്തിൽ സാർഗൺ പണിത തലസ്ഥാ
നനഗരമാണ് അക്കാഡ്. ബാബിലോണിയൻ സാമ്രാജ്യത്തിന്റെ
ആസ്ഥാനം 'ബാബിലോണിയ' എന്നു തന്നെയാണ് അറിയപ്പെട്ടിരുന്നത്.
ഹമ്മുറാബിയുടെ കാലത്ത് മദ്ധ്യേഷ്യയിലെ ഏറ്റവും വലിയ നഗരമായി
രുന്നു ബാബിലോണിയ. ബാബിലോണിയൻ സാമ്രാജ്യത്തിന്റെ
തകർച്ചയ്ക്കുശേഷം കസാറ്റുകളും ബാബിലോണിയൻ നഗരം അവരുടെ
തലസ്ഥാനമാക്കി. കാൽഡിയൻ ഭരണകാലത്ത് നെബുക്കദ്നേസർ നഗ
രകവാടം പണിതും കോട്ടമതിൽ കെട്ടിയും നഗരത്തെ കൂടുതൽ ആകർഷ
കമാക്കി. അസ്സീറിയൻ ഭരണകാലഘട്ടത്തിലെ പ്രധാനനഗരങ്ങളായിരുന്നു
നിമ്രോദും നിനെവെയും. അസ്സീറിയൻ ഭരണാധിപനായിരുന്ന അസുർനാ

സിർപാൽ രണ്ടാമൻ ടൈഗ്രിസ് നദീതീരത്ത് പണിത നഗരമാണ് നിമ്രോദ്. കൊട്ടാരങ്ങളും ക്ഷേത്രങ്ങളും നിറഞ്ഞ ഈ നഗരം അദ്ദേഹത്തിന്റെ തല സ്ഥാനമായിരുന്നു. ടൈഗ്രിസ് നദീതീരത്തുള്ള മറ്റൊരു നഗരമാണ് നിനെവെ. അസ്സീറിയൻ രാജാവ് സെന്നച്ചെറീബിന്റെ തലസ്ഥാനമായി രുന്നു ഈ നഗരം. പ്രാചീന നഗരങ്ങളിൽ ഏറ്റവും മനോഹരവും പ്രസി ദ്ധവുമായിരുന്നു നിനെവെ.

സാമൂഹ്യഘടന

മെസൊപ്പൊട്ടേമിയൻ സമൂഹം സാമ്പത്തികാടിസ്ഥാനത്തിൽ വിഭ ജിക്കപ്പെട്ടിരുന്നു. ദൈവത്തിന്റെ പ്രതിപുരുഷനായ രാജാവിനായിരുന്നു ഭരണസംവിധാനത്തിൽ ഒന്നാം സ്ഥാനം. രാജാവിന് തൊട്ടടുത്ത് നില കൊള്ളുന്ന പുരോഹിതനും ഉന്നതസ്ഥാനം ലഭിച്ചിരുന്നു. രാജവാഴ്ചയുടെ ആവിർഭാവത്തിനുമുമ്പ് മെസൊപ്പൊട്ടേമിയൻ നഗരങ്ങളുടെ ഭരണാധി പർ പുരോഹിതരായിരുന്നു. പ്രഭുക്കന്മാർക്കായിരുന്നു അടുത്ത സ്ഥാനം. അവർ നഗരങ്ങളിലെ ഭരണസമിതികളിൽ അംഗങ്ങളായിരുന്നു. എഴുത്തു കാരായിരുന്നു അടുത്ത വിഭാഗം. ആദ്യകാലത്ത് പുരോഹിതന്മാർക്കു മാത്രമേ എഴുത്തുവിദ്യ അഭ്യസിക്കാൻ അവകാശമുണ്ടായിരുന്നുള്ളൂ. എന്നാൽ, വിദ്യാഭ്യാസം പ്രചരിച്ചതോടെ ക്ഷേത്രങ്ങൾ പാഠശാലകളായി മാറി. കച്ചവടക്കാർ, കൃഷിക്കാർ, കരകൗശലവിഭാഗക്കാർ തുടങ്ങിയ ജന സമൂഹത്തിന് സമൂഹത്തിൽ വലിയ സ്ഥാനമാനങ്ങളൊന്നും ലഭിച്ചിരു ന്നില്ല. ഭൂമിയെ എസ്റ്റേറ്റുകളായി വിഭജിച്ച് ഭരണാധിപരും പുരോഹിതരും സൈനിക ഉദ്യോഗസ്ഥരും സ്വന്തമാക്കിയിരുന്നു. സാധാരണ ഗ്രാമീണർ വെറും കർഷകരോ അടിമകളോ ആയിരുന്നു. കൃഷിക്കാരിൽ അധികവും കുടിയാന്മാരായിരുന്നു. സമൂഹത്തിലെ ഏറ്റവും താണവിഭാഗം അടിമക ളായിരുന്നു. യുദ്ധത്തടവുകാരായിരുന്നു അടിമകളിൽ അധികവും. നഗര ങ്ങളിലെ തൊഴിലാളികളിൽ ഭൂരിഭാഗവും അടിമകളായിരുന്നു. ഇവരെ വീട്ടുജോലിക്കും നിയോഗിച്ചിരുന്നു. ഹമ്മുറാബിയുടെ നിയമസംഹിത യിലും സമൂഹം വിവിധ വിഭാഗങ്ങളായി വിഭജിക്കപ്പെട്ടിരുന്നു. രാജാവും പുരോഹിതരും ഉയർന്ന ഉദ്യോഗസ്ഥരും പ്രഭുക്കന്മാരുമടങ്ങുന്ന ഉന്നത വിഭാഗം, കൃഷിക്കാരും കച്ചവടക്കാരും കരകൗശലവിദഗ്ധരുമടങ്ങുന്ന മദ്ധ്യവിഭാഗം, അടിമകൾ എന്നിങ്ങനെയായിരുന്നു ആ വിഭജനം.

സൈന്യം

സുമേറിയൻ നഗരരാഷ്ട്രങ്ങൾക്കിടയിൽ യുദ്ധങ്ങൾ പതിവായി രുന്നു. വെള്ളത്തിനും ഭൂമിക്കും വേണ്ടിയായിരുന്നു പോരാട്ടങ്ങളിലേ റെയും. നഗരരാഷ്ട്രങ്ങളുടെ കാലത്തെ പോരാട്ടങ്ങളിൽ നിന്നുമാണ് സൈന്യം രൂപംകൊണ്ടിട്ടുള്ളത്. വ്യത്യസ്ത ദേവതാമൂർത്തികളോട് കൂറു പുലർത്തുന്ന നഗരരാഷ്ട്രങ്ങൾ തമ്മിലുള്ള ആക്രമണത്തിനും പ്രതി രോധത്തിനും നേതൃത്വം കൊടുക്കുന്നത് ആ നഗരത്തിന്റെ ദേവതകളെ ന്നായിരുന്നു വിശ്വാസം. അതുകൊണ്ടുതന്നെ ഓരോ പടയാളിയും നഗര

ദേവതയുടെ പതാക വഹിക്കണം. ദൈവത്തിന്റെ പ്രതിപുരുഷനായ രാജാവ് മിക്കപ്പോഴും പോരാട്ടം നയിച്ചിരുന്നു. സാമ്രാജ്യകാലഘട്ടത്തിൽ വൻയുദ്ധങ്ങൾ ഉണ്ടായി. രാജ്യവിസ്തൃതിക്കുവേണ്ടിയായിരുന്നു യുദ്ധ ങ്ങൾ നടത്തിയിരുന്നത്. സുമേറിയക്ക് സമർത്ഥമായൊരു സേനയുണ്ടാ യിരുന്നു. നീണ്ട കുന്തം ധരിച്ച് ആറുവരിയായി അണിനിരന്നിരിക്കുന്ന ഒരു സേനാവ്യൂഹത്തെ ഈന്നാതുവിന്റെ *ഗൃദ്ധ്രഫലകത്തിൽ (The stele of vultures)* ചിത്രീകരിച്ചിരിക്കുന്നു. കഴുത വലിക്കുന്ന വണ്ടികൾ യുദ്ധ ത്തിനായി അവരുപയോഗിച്ചിരുന്നു.

ബാബിലോണിയൻ കാലഘട്ടത്തിൽ ഭടൻമാരെ സ്ഥിരമായി സൈന്യത്തിൽ നിലനിർത്തിയിരുന്നില്ല. ആവശ്യം വരുമ്പോൾ ആളുകളെ നിർബന്ധിച്ചു സൈന്യത്തിൽ ചേർത്തിരുന്നു. പാരമ്പര്യവഴിക്കുള്ള സൈനികസേവനവും ഉണ്ടായിരുന്നു. യോദ്ധാക്കളുടെ മക്കളാണ് ഈ വിഭാഗത്തിൽ ഉണ്ടായിരുന്നത്. പരമ്പരാഗതമായി യുദ്ധം തൊഴിലായി സ്വീകരിച്ച ഒരു സൈനികജാതിയുടെ പിറവിക്ക് ഇത് വഴിവച്ചു. തൽഫ ലമായി ശക്തമായൊരു സൈനികസംഘടനാ ബോധവും രൂപപ്പെട്ടു. സാധാരണക്കാരായ ഭടൻമാർക്ക് യുദ്ധം കഴിഞ്ഞാൽ തങ്ങളുടെ പഴയ തൊഴിലുകളിലേക്ക് മടങ്ങിപ്പോകാൻ അനുവാദമുണ്ടായിരുന്നു. സൈനി കർക്ക് വേതനം നൽകുവാനായി പൗരന്മാരുടെ മേൽ പ്രത്യേകം നികുതി ചുമത്തിയിരുന്നു. സൈനികസേവനം നടത്തുന്ന ഓരോ വ്യക്തിക്കും പ്രതി ഫലമായി ജന്മി-കുടിയാൻ വ്യവസ്ഥയിൽ രാജാവ് സൗജന്യമായി ഭൂമി നൽകിയിരുന്നു.

അസ്സീറിയക്കാരുടെ യുദ്ധക്കൊതി സൈനികമാത്സര്യങ്ങൾക്ക് വഴി വെച്ചു. ഭരണകൂടത്തിന്റെ നേരിട്ടുള്ള നിയന്ത്രണത്തിലുള്ള ശക്തവും സ്ഥിരവുമായ സൈന്യം അസ്സീറിയക്കുണ്ടായിരുന്നു. യുദ്ധോപകരണ ങ്ങളും യുദ്ധമുറകളും അവർ കാലോചിതമായി പരിഷ്കരിച്ചിരുന്നു. മെസൊപ്പൊട്ടേമിയൻ ചരിത്രത്തിൽ ഏറ്റവുമധികം യുദ്ധം ഉണ്ടായത് അസ്സീറിയൻ കാലഘട്ടത്തിലാണ്. കുതിരയ്ക്കുപുറമേ, മൂർച്ചയേറിയ വാളുകളും ഭാരമേറിയ വില്ലുകളും നീളമുള്ള കുന്തം, ഇടിപ്പലക, കട്ടി യുള്ള പടത്തൊപ്പി എന്നീ ആയുധങ്ങളും യുദ്ധത്തിനായുപയോഗിച്ചിരു ന്നു. കാൽഡിയൻമാർക്കും സുശക്തമായൊരു സൈന്യം ഉണ്ടായിരുന്നു. വൻയുദ്ധങ്ങൾ ധാരാളം ഇവരും നടത്തിയിരുന്നു.

കൃഷി

ടൈഗ്രിസ്-യൂഫ്രട്ടീസ് നദീതടത്തിലെ എക്കൽമണ്ണ് നിറഞ്ഞ് ഫല പുഷ്ടമായ ഭൂപ്രദേശത്തിലാകൃഷ്ടരായി നിരവധി ജനസമൂഹങ്ങൾ മെസൊപ്പൊട്ടേമിയയിലെത്തി. കൃഷിക്കനുയോജ്യമായ രീതിയിലുള്ള മണ്ണും വെള്ളവും ലഭിച്ചിരുന്നെങ്കിലും, ശാശ്വതമായൊരു ജലസേചന സംവിധാനം മെസൊപ്പൊട്ടേമിയക്കാർ രൂപപ്പെടുത്തിയിരുന്നു. നദികളിലെ വെള്ളം പൊങ്ങുമ്പോഴുണ്ടാകുന്ന അധിക ജലം കനാലുകൾ വഴി വലിയ കിടങ്ങു കളിൽ സംഭരിച്ച്, ചെറുതോടുകൾ വഴി കൃഷിസ്ഥലത്തിന്റെ വിവിധ ഭാഗ ങ്ങളിൽ എത്തിച്ചിരുന്നു. മനുഷ്യപ്രയത്നവും സംഘടനാശേഷിയും

ഒത്തൊരുമിച്ചപ്പോൾ കൃഷി അഭിവൃദ്ധി പ്രാപിച്ചു. മെസൊപ്പൊട്ടേമിയൻ ജനതയുടെ സാമ്പത്തികാടിത്തറ അങ്ങനെ കൃഷിയായി. അൽ–ഉബൈ ദുകളായിരുന്നു യൂഫ്രട്ടീസ് നദീതടത്തിൽ ആദ്യമായി കാർഷികവൃത്തി യിൽ ഏർപ്പെട്ടിരുന്ന ജനത. അവരുപയോഗിച്ചിരുന്ന കൽത്തുമ്പകളുടെ നിരവധി കഷണങ്ങൾ ഉൽഖനനത്തിൽ കണ്ടെടുത്തിട്ടുണ്ട്.

മരക്കലപ്പ രൂപപ്പെടുത്തിയതോടെ കൃഷിഭൂമിയുടെ വിസ്തൃതി വർദ്ധിച്ചു. തുണ്ടുതുണ്ടായയുള്ള കൃഷിഭൂമികൾക്കു പകരം പരന്നുകിട ക്കുന്ന പാടശേഖരങ്ങളുണ്ടായി. ആദ്യകാലത്ത് മനുഷ്യരും പിൽക്കാലത്ത് കാളകളുമാണ് കലപ്പ വലിച്ചിരുന്നത്. മറ്റ് നദീതടസംസ്കാരങ്ങളിൽ നിന്നു വ്യത്യസ്തമായി ബി സി 3000ന് മുമ്പുതന്നെ മെസൊപ്പൊട്ടേമി യർ കാളകളെ ഉപയോഗിച്ച് നിലമുഴുതിരുന്നു. ഗോതമ്പും ബാർലിയു മായിരുന്നു ആദ്യകാല വിളകൾ. പിൽക്കാലത്ത് മേൽത്തരവും വൈവി ദ്ധ്യപൂർണ്ണവുമായ ധാന്യങ്ങളും ഫലവർഗ്ഗങ്ങളും കൃഷിചെയ്യുന്നതിൽ അവർ വൈദഗ്ധ്യം നേടി. മുന്തിരി, അത്തി, ഒലിവ്, ആപ്പിൾ, മാതളം, മൾബറി, പീച്ച്, ഉള്ളി, മത്തൻ, വെള്ളരി തുടങ്ങിയവ നട്ടുപിടിപ്പിച്ച കായ്ക നിത്തോട്ടങ്ങളും ഈന്തപ്പഴത്തോട്ടങ്ങളും മെസൊപ്പൊട്ടേമിയയിൽ സുല ഭമായിരുന്നു. കൊയ്ത്ത് കൂടുതൽ വേഗത്തിലാക്കാൻ കൽത്തുമ്പകൾക്കു പകരം ചുട്ട കളിമണ്ണിൽ നിർമ്മിച്ചതും മൂർച്ചയേറിയ വായ്ത്തലയോടു കൂടിയതുമായ ഒരുതരം കത്തി അവർ രൂപപ്പെടുത്തിയെടുത്തു. ചക്രം കണ്ടുപിടിച്ചതോടെ കാളവണ്ടികളുപയോഗിച്ച് ധാന്യങ്ങൾ ചന്തയിൽ എത്തിക്കാൻ തുടങ്ങി. വ്യക്തമായൊരു കാർഷികപഞ്ചാംഗവും അവർ രൂപപ്പെടുത്തിയിരുന്നു. കർഷകർക്കാവശ്യമായ സാധനങ്ങളും ഉപകര ണങ്ങളും മാറ്റക്കച്ചവടത്തിലൂടെയാണ് വാങ്ങിയിരുന്നത്.

കൃഷിക്കൊരു അനുബന്ധതൊഴിലെന്ന നിലയിൽ മെസൊപ്പൊട്ടേ മിയർ കാലിവളർത്തലിലും ഏർപ്പെട്ടിരുന്നു. ചെമ്മരിയാട്, കോലാട്, പന്നി, കാള, കഴുത, കുതിര, നായ തുടങ്ങിയവ അവരുടെ വളർത്തുമൃഗങ്ങളാ യിരുന്നു. കന്നുകാലികളുടെ മാംസവും പാലും ഭക്ഷണത്തിലുൾപ്പെടു ത്തിയിരുന്നു. വണ്ടി വലിക്കാനും ഭാരം ചുമക്കാനും മൃഗങ്ങളെ ഉപയോ ഗിച്ചിരുന്നു. നായയെ വേട്ടയ്ക്കുപയോഗിച്ചിരുന്നു.

കൈത്തൊഴിലുകൾ

കൃഷിക്കും കന്നുകാലിവളർത്തലിനും പുറമെ വിവിധതരം കൈത്തൊഴിലുകളിലും മെസൊപ്പൊട്ടേമിയർ പ്രവീണരായിരുന്നു. കൈത്തൊഴിലുകളിലെ വൈദഗ്ധ്യം പരമ്പരാഗതമായി ലഭിച്ചതായിരു ന്നു. ഭക്ഷ്യസാമഗ്രികളുടെ അധികോൽപ്പാദനമാണ് മറ്റു തൊഴിൽമേഖ ലകളിൽ ശ്രദ്ധപതിപ്പിക്കാൻ മെസൊപ്പൊട്ടേമിയരെ പ്രേരിപ്പിച്ചത്. തങ്ങളുടെ അഭിരുചിക്കനുസരിച്ചുള്ള കൈത്തൊഴിലുകളിൽ ഏർപ്പെടി രുന്നവർ തങ്ങളുണ്ടാക്കിയ ഉൽപ്പന്നങ്ങൾ കൊടുത്ത് അവരവർക്കാവശ്യ മായ ഭക്ഷ്യസാമഗ്രികൾ വാങ്ങിയിരുന്നു.

മെസൊപ്പൊട്ടേമിയരുടെ പ്രധാനപ്പെട്ട കൈത്തൊഴിലുകളിൽ ഒന്ന് ഇഷ്ടികനിർമ്മാണമായിരുന്നു. കല്ലുകളുടെയും തടികളുടെയും അഭാവം

ഇഷ്ടികയുടെ പ്രാധാന്യം വർദ്ധിപ്പിച്ചു. ചൂളയിൽ ചുട്ടെടുത്ത ഇഷ്ടിക കളാണ് നിർമ്മാണാവശ്യങ്ങൾക്കായി അവർ അധികവും ഉപയോഗിച്ചി രുന്നത്. സാമ്പത്തികമായി ഉയർച്ച നേടിയവർ കെട്ടിടനിർമ്മാണത്തിനായി ധാരാളം ഇഷ്ടികകൾ ഉപയോഗിച്ചിരുന്നു. കമാനങ്ങളും വളച്ചുവാതിലു കളും ഇഷ്ടികപാകി മോടിയിൽ നിർമ്മിച്ചിരുന്നു. ഉബൈദുകളുടെ കാലം മുതലേ മെസൊപ്പൊട്ടേമിയയിൽ മൺപാത്രനിർമ്മാണം ആരംഭിച്ചിരുന്നു. ഈ കാലഘട്ടത്തിൽ നിർമ്മിക്കപ്പെട്ട മൺപാത്രങ്ങൾ അധികവും കൈകൊണ്ട് നിർമ്മിക്കപ്പെട്ടവയായിരുന്നു. പിൽക്കാലത്ത് കളിമൺ പാത്ര ങ്ങൾ ചക്രമുപയോഗിച്ച് കടഞ്ഞെടുക്കാൻ തുടങ്ങി. 'ഉർ' നഗരത്തിൽ നടത്തിയ ഉൽഖനനങ്ങളിൽ അനേകം രാജകീയ ശവകുടീരങ്ങൾ കണ്ടെത്തിയിരുന്നു. ഇവയിൽ പലതിലും ലോഹനിർമ്മിതമായ വിവിധ തരം വസ്തുക്കളുടെ വൻശേഖരങ്ങളുണ്ടായിരുന്നു. ലോകത്താദ്യമായി സ്ഫടികം നിർമ്മിച്ചത് മെസൊപ്പൊട്ടേമിയക്കാരായിരുന്നു. കല്ലിലും ചുണ്ണാമ്പുകല്ലിലുമുള്ള പാത്രങ്ങൾ നിർമ്മിച്ചിരുന്ന കൽപ്പണിക്കാർ സങ്കീർണ്ണമായ കൊത്തുപണികളോടും വിവിധ വർണ്ണശിലാമിശ്രിതങ്ങ ളോടും കൂടിയ കൽപ്പാത്രങ്ങൾ ധാരാളമായി നിർമ്മിച്ചിരുന്നു. പേർഷ്യൻ ഉൾക്കടലിൽ നിന്നു ലഭിച്ചിരുന്ന ശംഖുകൾ ഉപയോഗിച്ചുള്ള അലങ്കാര വസ്തുനിർമ്മാണത്തിൽ ഏർപ്പെട്ടിരുന്നവർക്കുപുറമേ ശിൽപ്പികൾ, മര പ്പണിക്കാർ, സ്വർണ്ണപ്പണിക്കാർ, ഇരുമ്പുപണിക്കാർ, രത്നം ചാണയ്ക്കു വയ്ക്കുന്നവർ, തോൽപ്പണിക്കാർ, നെയ്ത്തുകാർ, തയ്യൽക്കാർ തുടങ്ങി അനവധി കൈത്തൊഴിലുകളിൽ ഏർപ്പെട്ടിരുന്നവർ മെസൊപ്പൊട്ടേമി യയിലുണ്ടായിരുന്നു.

കലയും വാസ്തുശിൽപ്പവും

കല്ല്, മണ്ണ്, ചുണ്ണാമ്പുകല്ല്, വിവിധതരം ലോഹങ്ങൾ, സ്ഫടികം, രത്നം, കടൽജീവികളുടെ തോട് തുടങ്ങി തനിക്ക് ലഭ്യമായ എന്തിലും തന്റെ കരവിരുത് പ്രകടിപ്പിക്കുന്നതിൽ മെസൊപ്പൊട്ടേമിയൻ ശിൽപ്പികൾ അദ്വിതീയരായിരുന്നു. കല്ലിൽ കൊത്തിയെടുത്ത മുദ്രകളും, മനോഹര ങ്ങളായ കൊത്തുപണികളോടുകൂടിയ ലോഹവേലകളും, മെസൊപ്പൊ ട്ടേമിയൻ കലയുടെ പ്രത്യേകതയാണ്. സാധാരണക്കാർ മുതൽ ചക്ര വർത്തിവരെയുള്ള ഓരോ ബാബിലോണിയക്കാരനും സ്വന്തം മുദ്രയു ണ്ടായിരുന്നു. അസ്സീറിയക്കാരുടെ പ്രതിമ നിർമ്മാണം കൂടുതൽ സത്യ സന്ധവും യഥാർത്ഥവും ആയിരുന്നു. വിവിധ സന്ദർഭങ്ങളിൽ കാണപ്പെ ടുന്ന ഭാവങ്ങളെ ചിത്രീകരിക്കുന്നതിനുവേണ്ടി മനുഷ്യരുടേയും മൃഗങ്ങ ളുടേയും മുഖാർദ്ധ രൂപങ്ങൾ ഇടകലർത്തി കൊത്തിയെടുത്ത ശിൽപ്പ വേലകളും അവർക്കുണ്ടായിരുന്നു. ഘോരമായൊരപകടത്തെ ശാന്തനാ യഭിമുഖീകരിക്കുന്ന വേട്ടക്കാരന്റെ ശിൽപ്പം അതീവചാരുതയോടെയാ ണവർ നിർമ്മിച്ചിരിക്കുന്നത്. രാജാക്കന്മാരുടെ വീരസാഹസകൃത്യങ്ങൾ ചിത്രീകരിക്കുന്ന അനവധി ശിൽപ്പങ്ങളും അവരുണ്ടാക്കിയിരുന്നതായി കാണാം. മനോഹരങ്ങളും ലഘുപീഠനിർമ്മിതങ്ങളുമായ മൃഗപ്രതിമകൾ ധാരാളമായി അവരുണ്ടാക്കിയിരുന്നു.

നഗരങ്ങൾ ആവിർഭവിച്ചതോടെ ക്ഷേത്രങ്ങളുടെ പ്രാധാന്യം വർദ്ധിച്ചു. ഉറിലെ (Ur) മൂന്നാം വാഴ്ചയിലെ രാജാവായ ഉർ-നമ്മു പണി കഴിപ്പിച്ച സിഗുറത്ത് എന്ന പേരിലറിയപ്പെടുന്ന പല പടവുകളായി കെട്ടി യുയർത്തിയ ദേവാലയഗോപുരം മെസൊപ്പൊട്ടേമിയൻ വാസ്തുവിദ്യ യുടെ ഉത്തമദൃഷ്ടാന്തമാണ്. ബാബിലോണിയൻ കാലഘട്ടത്തിലെ സിഗു റാത്തുകളും പല തട്ടുകളായി നിർമ്മിക്കപ്പെട്ടവയായിരുന്നു. ഒരു എടു പ്പിന് 650 അടി ഉയരവും ഏഴുനിലകളും ഉണ്ടായിരുന്നു. സ്തൂപത്തിന്റെ അഗ്രഭാഗത്ത് വേണ്ടത്ര മുറികളുള്ള ക്ഷേത്രവും പണികഴിപ്പിച്ചിരുന്നു. വിശാലമായ ഇടനാഴി, പൂജാദികർമ്മങ്ങൾക്കുള്ള മുറി, മറ്റനേകം മുറി കൾ എന്നിവയും ഈ സ്തൂപക്ഷേത്രത്തിൽ ഉണ്ടായിരുന്നു. ചുടുകട്ട കൾകൊണ്ടാണ് ക്ഷേത്രഭിത്തികൾ നിർമ്മിച്ചിരുന്നത്. നിറമുള്ള ഓടുകൾ കൊണ്ട് ഭിത്തികൾ അലങ്കരിച്ചിരുന്നു. ഉറിലെ മൂന്നാം രാജവാഴ്ച മുതൽ കുംഭകങ്ങളും വളച്ചുവാതിലുകളും സാധാരണമായിരുന്നു. അസ്സീറിയൻ കൊട്ടാരങ്ങളും ക്ഷേത്രങ്ങളും കല്ലുകൾകൊണ്ട് നിർമ്മിച്ചവയാണ്. അവ രുടെ വാസ്തുശിൽപ്പവിദ്യയുടെ എടുത്തുപറയേണ്ട സവിശേഷത കമാന ങ്ങളും കുംഭഗോപുരങ്ങളുമാണ്. സ്തംഭങ്ങളും ഉപയോഗിച്ചിരുന്നു. നെബുക്കദ്നെസർ ബാബിലോണിയയിൽ നിർമ്മിച്ച അതിമനോഹരമായ കൊട്ടാരം അവരുടെ വാസ്തുവിദ്യയുടെ പ്രൗഢി വിളിച്ചോതുന്നു.

കരകൗശലകല

കല്ലിലും ലോഹത്തിലും വിവിധതരം അലങ്കാരവേലകൾ ചെയ്യു ന്നതിൽ മെസൊപ്പൊട്ടേമിയൻ ശിൽപ്പികൾ ശ്രദ്ധിച്ചിരുന്നു. നിറമുള്ള കല്ലു കൾ ഉപയോഗിച്ച് അവർ പാത്രങ്ങൾ മോടിപിടിപ്പിച്ചിരുന്നു. സുമേറിയൻ സ്വർണ്ണപ്പണിക്കാരൻ നിർമ്മിച്ച ഉറിലെ സ്വർണ്ണകടാര, നെയ്തെടുത്ത പരവതാനിയുടെ കല്ലിലുള്ള അസ്സീറിയൻ പുനർനിർമ്മിതി തുടങ്ങിയവ മെസൊപ്പൊട്ടേമിയരുടെ കരകൗശലങ്ങളിൽ ഉൾപ്പെടുന്നവയാണ്. ഉറിലെ രാജകീയശ്മശാനത്തിൽ നിന്നും കണ്ടെടുത്ത ലോഹവസ്തുക്കളുടെ കൂട്ട ത്തിൽ കൊത്തുവേലകളോടു കൂടിയ ലോഹപാത്രങ്ങൾ, സ്വർണ്ണനിർമ്മി തമായ പടത്തൊപ്പി, നെക്ലെസുകൾ, ബ്രെയ്സലറ്റുകൾ എന്നിവ കണ്ടെ ടുത്തിട്ടുണ്ട്. ആകർഷകങ്ങളായ മൺപാത്രങ്ങളും കളിമൺഫലകങ്ങളും അവരുടെ കരവിരുതുകൾക്കുദാഹരണമാണ്.

വ്യാപാരം

മെസൊപ്പൊട്ടേമിയരുടെ അഭിവൃദ്ധിയുടെ ഒരു പ്രധാനകാരണം വിദേശവ്യാപാരമാണ്. തടി, കല്ല്, സ്വർണ്ണം, വെള്ളി, ചെമ്പ് തുടങ്ങിയ അസംസ്കൃതവസ്തുക്കൾ തദ്ദേശീയമായി ലഭിക്കാത്തതിനാൽ ഇവയുടെ ലഭ്യതക്കായി ഇറക്കുമതിയെ ആശ്രയിക്കേണ്ടിവന്നു, ഇറക്കുമതി ചെയ്ത വസ്തുക്കൾക്കു പകരമായി അവരുടെ അധിക കാർഷികോൽപ്പന്നങ്ങൾ കൈമാറ്റം ചെയ്തിരുന്നു. വിദേശവ്യാപാരത്തിനായി ഉൽപ്പാദിപ്പിച്ചിരുന്ന വസ്തുക്കളുടെ ഗുണമേൻമ ഭരണകൂടം ഉറപ്പുവരുത്തിയിരുന്നു. ആഭ്യ ന്തരവും വൈദേശികവുമായ വ്യാപാരങ്ങളെ നിയന്ത്രിക്കുന്ന വ്യവസ്ഥ

കൾ ഹമ്മുറാബിയുടെ നിയമസംഹിതയിൽ ഉൾപ്പെടുത്തിയിരുന്നു. ഉൽപ്പാദിപ്പിക്കുന്ന ഉൽപ്പന്നത്തെ വിവിധ പ്രദേശങ്ങളിലേക്ക് എത്തിക്കുന്നതിനുള്ള ഗതാഗതസൗകര്യവും വ്യാപാരത്തിന്റെ വികസനത്തിന് കാരണമായി. കരമാർഗ്ഗമുള്ള ഗതാഗതത്തിന് ചക്രവണ്ടികളും ജലഗതാഗതത്തിന് ബോട്ടുകളും അവർക്ക് ഉണ്ടായിരുന്നു. സുമേറിയൻ നഗരങ്ങളായ ഉർ, ലഗാഷ്, നിപ്പൂർ എന്നിവിടങ്ങളിൽ നിന്നും കണ്ടെടുത്തിട്ടുള്ള സൈന്ധവമുദ്രകളും ഹാരപ്പ, മോഹൻജൊദാരോ തുടങ്ങിയ സൈന്ധവ നഗരങ്ങളിൽ നിന്നും കണ്ടെടുത്തിട്ടുള്ള മെസൊപ്പൊട്ടേമിയൻ മുദ്രകളും രണ്ടു സംസ്കാരങ്ങളും തമ്മിലുണ്ടായിരുന്ന ശക്തമായ വ്യാപാരബന്ധത്തെ സൂചിപ്പിക്കുന്നു.

നിയമം

പ്രാചീനസുമറിലെ നീതിന്യായഭരണം പുരോഹിതരിൽ അധിഷ്ഠിതമായിരുന്നു. നഗരദേവതയുടെ പ്രതിനിധിയായിട്ടാണ് പുരോഹിതർ നീതിന്യായ നിർവ്വഹണം നടത്തിയിരുന്നത്. ദിവ്യമായൊരു ഭരണകൂടത്തിന്റെ ഭാഗമായിരുന്നു അന്നത്തെ നീതിന്യായസമ്പ്രദായം. ഉറിലെ മൂന്നാം രാജവംശത്തിലെ ഉർ-നമ്മുവിന്റേതാണ് ഏറ്റവും ആദ്യത്തെ നിയമസംഹിത. അതുവരെ ഉണ്ടായിരുന്ന നിയമങ്ങളുടെ ക്രോഡീകരണമായിരുന്നു അത്. നീതി ഉറപ്പാക്കുന്നതായിരുന്നു ഉർ-നമ്മുവിന്റെ നിയമസംഹിത. ക്ഷേത്രഗോപുരങ്ങളിൽ വച്ചായിരുന്നു വിധികൾ എഴുതി സമർപ്പിച്ചിരുന്നത്. ഉർ-നമ്മുവിന്റെ നിയമങ്ങളിൽ ഇരുപത്തെട്ടെണ്ണം മാത്രമേ കണ്ടുകിട്ടിയുള്ളൂ.

മെസൊപ്പൊട്ടേമിയൻ നിയമസംഹിതകളിൽ ഏറ്റവും ബൃഹത്തും പ്രശസ്തവുമായ നിയമസംഹിത ബാബിലോണിയൻ ചക്രവർത്തിയായിരുന്ന ഹമ്മുറാബിയുടേതാണ്. 'ഹമ്മുറാബിയുടെ നിയമസംഹിത'യെന്നാണ് ഇത് അറിയപ്പെടുന്നത്. ഹമ്മുറാബിയുടെ നിയമസംഹിത ബാബിലോണിയർക്കു മാത്രമല്ല, അസ്സീറിയർ, കാൽഡിയർ, യഹൂദർ തുടങ്ങിയ സെമിറ്റിക് ജനതകളുടെ നിയമങ്ങൾക്കും അടിസ്ഥാനമായി വർത്തിച്ചു. നിലവിലുള്ള നിയമങ്ങളെ അടിസ്ഥാനമാക്കിയും അവശ്യം വേണ്ട ഭേദഗതികൾ വരുത്തിയും പുതിയവ കൂട്ടിച്ചേർത്തുമാണ് ഹമ്മുറാബി തന്റെ നിയമസംഹിത തയ്യാറാക്കിയത്. തന്റെ രാജ്യത്തിന്റെ ഏകീകരണത്തിനും ജനങ്ങളെ ചൂഷണത്തിൽ നിന്നും സംരക്ഷിക്കുന്നതിനും വേണ്ടിയാണ് ഹമ്മുറാബി ഇത്തരത്തിലൊരു നിയമസംഹിത രൂപീകരിച്ചത്.

ബാബിലോണിയൻ ക്ഷേത്രത്തിൽ എട്ടടി ഉയരത്തിൽ ഒരു കൃഷ്ണ ശിലാഖണ്ഡത്തിൽ ഈ നിയമസംഹിത ആലേഖനം ചെയ്തുവച്ചു. ഈ നിയമസംഹിതയിലെ പല നിയമങ്ങളും വിവേകപൂർണ്ണവും പുരോഗമനസ്വഭാവമുള്ളതും ആധുനികരീതിക്കു നിരക്കുന്നതുമായിരുന്നു. ആകെ 282 നിയമങ്ങളാണ് ഇതിലുൾപ്പെടുത്തിയിരിക്കുന്നത്. കുടുംബം, തൊഴിൽ, വ്യാപാരം, സ്ത്രീകളുടെ പദവി തുടങ്ങി സമൂഹത്തിന്റെ സർവ്വമേഖലകളുമായി ബന്ധപ്പെട്ടവയാണ് ഈ നിയമങ്ങൾ. ശിക്ഷ നടപ്പാക്കുന്നതിന് മുമ്പ് കുറ്റകൃത്യം തെളിയിക്കണമെന്നത് നിർബന്ധമായിരുന്നു. കേസു

കൾ കേൾക്കുന്നതിന് ജഡ്ജിമാരെ നിയോഗിച്ചിരുന്നു. യുദ്ധത്തിലേർപ്പെ
ട്ടിരിക്കുന്ന പട്ടാളക്കാരുടെ അവകാശങ്ങൾ സംരക്ഷിക്കുന്നതിന് ഈ നിയ
മത്തിൽ വ്യവസ്ഥ ഉണ്ടായിരുന്നു. പട്ടാളക്കാരുടെ ശമ്പളവും ആനുകൂ
ല്യവും തടഞ്ഞുവയ്ക്കുന്ന ഉന്നതോദ്യോഗസ്ഥരെ ശിക്ഷയ്ക്കു വിധേയ
മാക്കിയിരുന്നു. സത്യസന്ധരല്ലാത്ത വ്യാപാരികൾക്ക് അവരുടെ ജോലി
ക്കാർക്ക് നൽകുന്നതിനേക്കാൾ ക്രൂരമായ ശിക്ഷ നൽകിയിരുന്നു.
ഡോക്ടർമാരുടെ ഫീസിന് നിയന്ത്രണം ഏർപ്പെടുത്തുകയും അവരുടെ
വീഴ്ചകൾക്ക് പിഴ ഈടാക്കുകയും ചെയ്യാൻ നിയമവ്യവസ്ഥയുണ്ടായി
രുന്നു. ഹമ്മുറാബിയുടെ നിയമസംഹിതയിൽ സ്ത്രീകൾക്ക് ഉയർന്ന
സ്ഥാനം നൽകിയിരുന്നു. വിവാഹമോചനം നേടുന്നതിനും സ്വന്തം ഉടമ
സ്ഥതയിൽ വസ്തുക്കൾ ചാർത്തുന്നതിനും തൊഴിൽ ചെയ്യുന്നതിനും
എഴുത്തുവിദ്യ അഭ്യസിക്കുന്നതിനും എഴുത്തുപണിയിൽ ഏർപ്പെടുന്ന
തിനും സ്ത്രീകൾക്ക് അവകാശം നൽകിയിരുന്നു. വിധവകൾക്കും അനാ
ഥശിശുക്കൾക്കും പ്രത്യേക പരിരക്ഷയും നൽകിയിരുന്നു.

എഴുത്തുവിദ്യ

എഴുത്തു സമ്പ്രദായമെന്ന് വിളിക്കാവുന്ന ഒന്ന് ആദ്യമായി വളർത്തി
യെടുത്ത ജനത സുമേറിയരായിരുന്നു. കാർഷികവും വ്യാവസായികവു
മായ പുരോഗതി കൈവരിച്ചപ്പോൾ വ്യക്തിപരമായ സ്വത്തുക്കളുടെ കണ
ക്കുകൾ സൂക്ഷിച്ചുവയ്ക്കേണ്ടത് അത്യാവശ്യമായി വന്നു. കന്നുകാലി
കൾ, ധാന്യങ്ങൾ തുടങ്ങിയവയുടെ എണ്ണം ലളിതമായ ചിഹ്നങ്ങളുപയോ
ഗിച്ച് രേഖപ്പെടുത്തി വയ്ക്കാൻ തുടങ്ങി. കൃഷിയോടൊപ്പം വാണിജ്യവും
വികസിച്ചപ്പോൾ വ്യാപാരവുമായി ബന്ധപ്പെട്ട കണക്കുകളും വസ്തു
ക്കളും സൂക്ഷിക്കേണ്ടതായും വന്നു. അങ്ങനെ സ്വന്തമായ സീലുകൾ
(മുദ്രകൾ) അവർ ഉപയോഗിക്കാൻ തുടങ്ങി. മെസൊപ്പൊട്ടേമിയയിലെ
കാർഷികസമൂഹം കാലക്രമത്തിൽ വികസിച്ച്, ഗ്രാമങ്ങളും നഗരങ്ങളും
ക്ഷേത്രങ്ങളും പുരോഹിതന്മാരുമൊക്കെ ഉൾപ്പെടുന്ന വലിയൊരു പരി
ഷ്കൃത ജനസമൂഹമായി പരിണമിച്ചു. മതവുമായി ബന്ധപ്പെട്ട രേഖ
കൾ, ക്ഷേത്രത്തിലെ സ്വത്തുവിവരങ്ങളുടെ കണക്കുകൾ എന്നിവ
സൂക്ഷിക്കേണ്ടതും ആവശ്യമായി വന്നു. മെസൊപ്പൊട്ടേമിയൻ നഗരാ
വശിഷ്ടങ്ങളിൽ നിന്ന് കണ്ടെടുത്തിട്ടുള്ള മുദ്രകളിൽ വ്യാപാരരേഖകൾ,
രാജകീയലിഖിതങ്ങൾ, മതപരമായ പ്രമാണങ്ങൾ എന്നിവയുടെ വൻശേ
ഖരം തന്നെയുണ്ട്. ചിഹ്നങ്ങളും ചിത്രങ്ങളും ഉപയോഗിച്ചുള്ള എഴുത്തു
രീതിയാണ് ആദ്യകാലത്ത് അവർ സ്വീകരിച്ചത്. ചിഹ്നങ്ങളും ചിത്രങ്ങളും
ആശയങ്ങളെ പ്രതിനിധാനം ചെയ്യുന്നവയായിരുന്നു. കാലക്രമത്തിൽ ഇവ
പ്രത്യേകതരം ചിത്രലിപികളായി പരിണമിച്ചു. ഈറ്റക്കമ്പ് ചെത്തി
ക്കൂർപ്പിച്ച് മൺഫലകങ്ങളിൽ ചിത്രങ്ങൾ വരച്ച് കാര്യങ്ങൾ രേഖപ്പെടു
ത്തിയിരുന്നത് പുരോഹിതന്മാരായിരുന്നു. അതിനാൽ ആദ്യകാലത്ത്
പുരോഹിതർക്കു മാത്രമേ എഴുത്തുവിദ്യ വശമായിരുന്നുള്ളൂ. അടുത്ത
കാലം വരേയും സുമേറിയൻ ലിപികൾ വായിച്ചെടുക്കാൻ കഴി
ഞ്ഞിരുന്നില്ല. എ ഡി 1694-ൽ ജർമ്മൻകാരനായ എൻഗൽബെർട്ട്

മൺഫലകങ്ങളിൽ എഴുതപ്പെട്ട ഗിൽഗാമേഷിന്റെ മഹാകാവ്യം

കാംഫെൻ എന്ന സഞ്ചാരി സുമേറിയൻ ലിപികൾ പകർത്തിയെടുത്തു. 'ലിത്തറാ കുനിയാത്ത് (Literae Cuneata) – ആപ്പാകൃതിയിലുള്ള അക്ഷ രങ്ങൾ – എന്ന് കാംഫെർ ഈ ലിപിക്കു പേരു വിളിച്ചു. ക്യൂനിഫോം എന്ന പേര് ഇതിൽ നിന്നാണുണ്ടായത്. ഓക്സ്ഫോർഡിലെ ഹീബ്രു വിന്റെ റീജിയസ് പ്രൊഫസറായിരുന്ന തോമസ് ഹൈഡാണ് ഇത്തരം എഴുത്തിന് ക്യൂനിഫോം (Cuneiform) എന്ന പേര് നൽകിയത്. ലത്തീൻ ഭാഷയിൽ 'Cuneus' എന്നതിന് ആപ്പ് എന്നാണർത്ഥം. പിന്നീട് ബ്രിട്ടീഷുകാരനായ ഹെന്റി റോളിൻസനാണ് ആദ്യമായി ക്യൂനിഫോം ലിപി വായിച്ചെടുത്തത്.

കാലക്രമേണ എഴുത്തിന്റെ ആവശ്യങ്ങൾ വർദ്ധിച്ചപ്പോൾ, വിവിധ തരം രേഖകൾ എഴുതാനും അവ സൂക്ഷിച്ചുവയ്ക്കാനുമായി സ്ഥിരമായി ജോലിക്കാരെ നിയമിക്കേണ്ടതായി വന്നു. അങ്ങനെ പുരോഹിതർക്കു പുറമേ എഴുത്തുവിദ്യ അഭ്യസിച്ചിട്ടുള്ള ഒരു വിഭാഗം തന്നെയുണ്ടായി. വ്യാപാരികൾക്കു കണക്ക് സൂക്ഷിക്കുന്നതിനും ഭരണപരമായ കാര്യങ്ങൾക്കും നിയമങ്ങൾ എഴുതിയുണ്ടാക്കാനും എഴുത്തുകാരുടെ സേവനം അനിവാര്യമായി. കാല ക്രമത്തിൽ എഴുത്തുജോലി മാന്യമായൊരു തൊഴിലായിത്തീരുകയും എഴുത്തുകാർക്ക് സമൂഹത്തിൽ മാന്യസ്ഥാനം ലഭിക്കുകയും ചെയ്തു.

സാഹിത്യസംബന്ധിയായ മൺഫലകങ്ങളും ഉൽഖനനത്തിലൂടെ കണ്ടെടുത്തിട്ടുണ്ട്. കവിതകൾ എഴുതിവച്ചിട്ടുള്ള മൺഫലകങ്ങൾ ധാരാ ളമായി ഇക്കൂട്ടത്തിലുണ്ട്. കവിതകളിൽ *ഗിൽഗാമേഷിനെക്കുറിച്ചുള്ള മഹാ കാവ്യം (Epic of Gilgamesh)* വളരെ പ്രസിദ്ധമാണ്. പരിഷ്കൃതനാഗ രിക സമൂഹത്തിൽ ഭരണത്തിന്റേയും പൗരോഹിത്യത്തിന്റേയും വ്യാപാ രത്തിന്റേയും സുഗമമായ പ്രവർത്തനത്തിനായുള്ള ഒരുപകരണം എന്ന നിലവിട്ട്, വിജ്ഞാനം നിലനിർത്താനും വികസിപ്പിക്കാനും തലമുറകൾക്ക് പകർന്ന് നൽകാനുമുള്ള ഒരുപാധിയായി മാറി എഴുത്. അസ്സീറിയയിലെ രാജാവായിരുന്ന അസുർബാനിപാലിന്റെ ലൈബ്രറി ഇതിന് ഉത്തമദൃഷ്ടാ ന്തമാണ്. എഴുത്തുവിദ്യയുടെ വളർച്ച വിദ്യാഭ്യാസനിലവാരം വർദ്ധിപ്പിച്ചു. നിശ്ചിതമായ പഠനരീതിയും പാഠ്യവിഷയങ്ങളും മെസൊപ്പൊട്ടേമിയർ ക്കുണ്ടായിരുന്നു. എഴുത്തുവിദ്യ അഭ്യസിക്കുന്നതോടൊപ്പം ഗണിതം, വൈദ്യശാസ്ത്രം എന്നീ മേഖലകളിലും വിദ്യാർത്ഥികൾ പഠനം നടത്തി യിരുന്നു.

മതം

ഓരോ നഗരത്തിനും അതിന്റെ രക്ഷാധികാരിയായി പ്രത്യേകം ദൈവങ്ങൾ ഉണ്ടായിരുന്നു. നഗരവും ഭൂമിയുമെല്ലാം നഗരദൈവത്തിന്റേ തായിരുന്നു. രാജാവോ പുരോഹിതനോ നഗരദൈവത്തിന്റെ പ്രതിനിധി യായി ഭരണം നടത്തിയിരുന്നു. എല്ലാ മെസൊപ്പൊട്ടേമിയൻ നഗര ത്തിന്റേയും മദ്ധ്യത്തിൽ സിഗുറാറ്റ് എന്നറിയപ്പെടുന്ന ക്ഷേത്രസമുച്ചയ മുണ്ടായിരുന്നു. അടിയാനും യജമാനനും തമ്മിലുള്ള ബന്ധംപോലെയാ യിരുന്നു മനുഷ്യനും ദൈവവും തമ്മിലുള്ള ബന്ധം. ഉർ നഗരത്തിന്റെ രക്ഷാധികാരി നന്നാർ ദേവതയായിരുന്നു. ലാഴ്ന നഗരത്തിന്റെ ദൈവം ബബ്ബാർ (Babbar) എന്നു പേരായ സൂര്യദേവനും, എറിച്ചിന് എൻകി എന്ന ജലദേവതയും, നിപ്പൂർ നഗരത്തിന് എൻലിൽ (Enlil) എന്ന ദേവ തയും ഉണ്ടായിരുന്നു. ഇത് ഒരുതരം പ്രകൃതി ആരാധനയെ സൂചിപ്പിക്കുന്നു.

മരിച്ചവരെ വീടിന്റെ പിൻഭാഗത്ത് മറവ് ചെയ്തിരുന്നു. മതത്തിൽ ആത്മീയഘടകം വളരെ കുറവായിരുന്നു. നന്മയുടേയും സത്യത്തിന്റേയും നീതിയുടേയും പ്രതീകമായിട്ടാണ് ദൈവങ്ങളെ കണ്ടിരുന്നത്. ദേവാരാ ധന പ്രധാനമായും സമൃദ്ധമായ കാർഷിക വിളവിനും ലൗകികസമൃ ദ്ധിക്കും വേണ്ടിയായിരുന്നു. വിളകൾക്കാവശ്യമുള്ള വെള്ളം ലഭിക്കുന്ന തിനായി അവർ പൂജകൾ നടത്തിയിരുന്നു.

ബാബിലോണിയൻ ഭരണകാലഘട്ടത്തിലും അതിനുശേഷവും മതം പലതരത്തിലുള്ള മാറ്റത്തിന് വിധേയമായി. ബഹുദൈവാരാധനയും പൗരോഹിത്യമേധാവിത്വവും ശക്തമായി. ജ്യോതിഷവും മന്ത്രവാദവും കൂടിക്കലർന്നതായി മതം മാറി. പുരോഹിതർ ഗ്രഹങ്ങളേയും നക്ഷത്ര ങ്ങളേയും നോക്കി ഭാവി പ്രവചിച്ചിരുന്നു. ബാബിലോണിലെ കുലദൈ വമായ മാർഡൂക്ക് (Marduk) ഏറ്റവും ശക്തനായ ദൈവമായി മാറി. മനു ഷ്യമൃഗസസ്യജാലങ്ങളുടെ വർദ്ധനയെ നിയന്ത്രിച്ചിരുന്ന ദേവതയായ ഇഷ്താർ (Ishtar), സസ്യജാലങ്ങളുടെ ദേവനായ തമൂസ് എന്നിവരും ആരാധിക്കപ്പെട്ടു. പുതിയ ദൈവങ്ങളും പ്രകൃത്യാരാധനയുടെ ഭാഗമാ യുണ്ടായി. കാൽഡിയൻ കാലഘട്ടത്തിൽ ദൈവങ്ങളെ അവരുടെ മനു ഷ്യസ്വഭാവത്തിൽ നിന്നും മാറ്റി സർവശക്തനും സർവ്വവ്യാപിയുമാക്കി മാറ്റി. ദൈവങ്ങളെ പ്രപഞ്ചത്തിന്റെ തന്നെ ഭരണകർത്താക്കളാക്കി. വിധിവിശ്വാ സവും ശക്തമായ ആത്മീയതയും മതത്തിന്റെ അടിസ്ഥാനതത്ത്വങ്ങളായി.

ശാസ്ത്രവും വിജ്ഞാനവും

ശാസ്ത്ര-വിജ്ഞാനരംഗത്തും മെസൊപ്പൊട്ടേമിയർ നിരവധി സംഭാ വനകൾ നൽകിയിട്ടുണ്ട്. ചക്രം കണ്ടുപിടിച്ചത് മെസൊപ്പൊട്ടേമിയരാണ്. ചക്രത്തിന്റെ കണ്ടുപിടുത്തം മനുഷ്യപുരോഗതിയെ ത്വരിതപ്പെടുത്തി. രണ്ടും നാലും ചക്രങ്ങളുള്ള വണ്ടികൾ അവർ നിർമ്മിച്ചിരുന്നു. കൃഷി, ജലസേചനം, വ്യാപാരം എന്നിവയുടെ സുഗമമായ നടത്തിപ്പിനായി വ്യക്ത മായ ഒരു കലണ്ടർ അവർ രൂപപ്പെടുത്തിയിരുന്നു. ചന്ദ്രന്റെ വെളുത്ത പക്ഷവും കറുത്ത പക്ഷവും ആധാരമാക്കിയുള്ള ഒരു പഞ്ചാംഗവും അവർ

തയ്യാറാക്കിയിരുന്നു. ബാബിലോണിയർ ചന്ദ്രന്റെ പ്രയാണത്തെ അടിസ്ഥാനമാക്കി 12 മാസങ്ങളുള്ള ഒരു കലണ്ടർ ഉണ്ടാക്കിയിരുന്നു. ഏഴു ദിവസങ്ങളുള്ള ആഴ്ച കാൽഡിയൻ കാലത്താണുണ്ടാകുന്നത്. മെസൊ പ്പൊട്ടേമിയരുടെ മറ്റൊരു മികച്ച സംഭാവനയായിരുന്നു ഗണിതം. സുമേ റിയർ അങ്കഗണിതത്തിനും, ബാബിലോണിയർ ബീജഗണിതത്തിനും പ്രാധാന്യം നൽകി. 'അറുപത്' എന്ന സംഖ്യ മെസൊപ്പൊട്ടേമിയൻ ഗണി തപദ്ധതിയുടെ അടിസ്ഥാനമായിരുന്നു. ഒന്ന് എന്ന സംഖ്യയെ കുറിക്കുന്ന അടയാളം ഒമ്പത് വരെ ആവർത്തിച്ചെഴുതിയിരുന്നു. പൂർണ്ണസംഖ്യകളെ കണക്കുകൂട്ടിയെടുക്കുന്ന വേഗത്തിൽതന്നെ ഭിന്നസംഖ്യകളേയും കൂട്ടി യെടുത്തിരുന്നു. വൃത്തത്തെ 360 ഡിഗ്രികളായി വിഭജിക്കുന്ന വിദ്യ കണ്ടു പിടിച്ചത് അസ്സീറിയക്കാരായിരുന്നു. തൂക്കത്തിനുപയോഗിച്ചിരുന്നത് 'മിന' (mina) ആയിരുന്നു. 60 ഷെക്കലുകൾ (shekels) ഒരു മിന എന്നായിരുന്നു കണക്ക്. സമയം അറിയുന്നതിന് ജലഘടികാരം ഉപയോഗിച്ചിരുന്നു.

ജ്യോതിശാസ്ത്രരംഗത്തും മെസൊപ്പൊട്ടേമിയർ നിരവധി സംഭാ വനകൾ നൽകിയിരുന്നു. സൂര്യന്റേയും ചന്ദ്രന്റേയും ഉദയാസ്തമയങ്ങളെ അടിസ്ഥാനമാക്കി പകലിന്റേയും രാത്രിയുടേയും ദൈർഘ്യം കണക്കാക്കി യിരുന്നു. ദിവസത്തെ അവർ 120 മിനിറ്റ് വീതമുള്ള 12 ഇരട്ടമണിക്കൂറായി വിഭജിച്ചു. ദിവസത്തെ 24 മണിക്കൂറാക്കിയുള്ള വിഭജനം ഇന്നും ലോകം അംഗീകരിക്കുന്നു. അസ്സീറിയർ 5 ഗ്രഹങ്ങളെ കണ്ടുപിടിച്ചിരുന്നു. വൈദ്യ ശാസ്ത്രരംഗത്തും അവർ തങ്ങളുടെ വൈദഗ്ധ്യം പ്രകടിപ്പിച്ചിരുന്നു. പല രോഗങ്ങളുടേയും കാരണം അവർക്കറിയാമായിരുന്നു. അഞ്ഞൂറിലധികം ഔഷധങ്ങൾ അന്നുപയോഗത്തിലുണ്ടായിരുന്നു. മെസൊപ്പൊട്ടേമിയർ ശസ്ത്രക്രിയ നടത്തിയിരുന്നതായും സൂചനയുണ്ട്.

മാനവചരിത്രത്തിൽ ഒന്നാമത്തേത് എന്ന് വിശേഷിപ്പിക്കാവുന്ന പല കണ്ടുപിടുത്തങ്ങളും മെസൊപ്പൊട്ടേമിയൻ സംസ്കാരത്തിലുണ്ട്. കൃഷി യുടെ തുടക്കം, ജലസേചനപദ്ധതി, കലപ്പയുടെ ഉപയോഗം, ചക്രത്തിന്റെ കണ്ടുപിടുത്തം, എഴുത്തുവിദ്യ, നഗരരാഷ്ട്രങ്ങൾ, നിയമസംഹിത എന്നി ങ്ങനെ പലതും ആവിർഭവിച്ചത് പ്രാചീന മെസൊപ്പൊട്ടേമിയയിലാണ്. ഗണിതത്തിലെ ഗുണിതവിദ്യ, ഭാരം, സമയം, വ്യാസം, നീളം എന്നിവ കണക്കാക്കാനുള്ള അളവുകൾ, വൃത്തത്തിന്റെ 360 ഡിഗ്രിയായുള്ള വിഭ ജനം, ഏഴുദിവസമുള്ള ആഴ്ച, ജലഘടികാരം, ഗ്രഹങ്ങളുടെ കണ്ടുപിടു ത്തം തുടങ്ങിയവ എടുത്തു പറയേണ്ട ശാസ്ത്രനേട്ടങ്ങളാണ്. വലിയൊരു ഗ്രന്ഥശാല സ്ഥിതിചെയ്തിരുന്ന മെസൊപ്പൊട്ടേമിയൻ പട്ടണമായ നിനെവ ലോകത്തിലെതന്നെ മികച്ച സാംസ്കാരിക നഗരമായിരുന്നു. ഗ്രീക്ക് സംസ്കാരത്തിലും റോമൻ സംസ്കാരത്തിലും മെസൊപ്പൊട്ടേമി യൻ സംസ്കാരത്തിന്റെ സ്വാധീനം പ്രകടമാണ്. ഇപ്രകാരം മെസൊപ്പൊ ട്ടേമിയൻ സംസ്കാരത്തിന്റെ സ്വാധീനം മറ്റ് ലോകസംസ്കാരങ്ങളിലെല്ലാം ദൃശ്യ മാണ്.

2

ഈജിപ്ഷ്യൻ സംസ്കാരം

ലോകത്തിലെ പ്രാചീനസംസ്കാരങ്ങളിൽ ഒന്നായ ഈജിപ്തിന്റെ ചരിത്രം നൈൽനദിയിൽ നിന്നാണ് തുടങ്ങുന്നത്. ഈജിപ്ഷ്യൻ സംസ് കാരം ഒരർത്ഥത്തിൽ നൈലിന്റെ സംഭാവനയാണ്. വർഷംതോറും കൃത്യ മായി ഉണ്ടാവുന്ന വെള്ളപ്പൊക്കത്തിൽ കുത്തിയൊലിച്ചു വരുന്ന എക്ക ലടിഞ്ഞ് ഉണ്ടാവുന്ന കറുത്തമണ്ണ് ഈ നദീതടത്തെ ഫലപുഷ്ടമാക്കു ന്നു. ഈജിപ്ഷ്യൻ ജനതയുടെ സംസ്കാരത്തെ വളരെയേറെ സ്വാധീ നിക്കാൻ നൈലിനു സാധിച്ചിട്ടുണ്ട്. ഏതാണ്ട് 2500 കൊല്ലം നീണ്ടുനിന്ന സ്ഥിരതയാർന്നൊരു സംസ്കാരം ഈജിപ്തിന് അവകാശപ്പെടാം. പ്രകൃ തിദത്തമായ സംരക്ഷണം ലഭിച്ചിരുന്ന ഈ ഭൂപ്രദേശത്തിൽ ബാഹ്യശ ക്തികളുടെ ഇടപെടൽ കാര്യമായി ഉണ്ടാവാതിരുന്നത് തനിമയുള്ളൊരു

നൈൽ നദി

സംസ്കാരം രൂപപ്പെടുന്നതിന് സഹായിച്ചിട്ടുണ്ട്. നൈൽ നദിയിലെ വെള്ള പ്പൊക്കത്തെ ഈജിപ്തുകാർ അണകെട്ടിയും കനാൽ നിർമ്മിച്ചും നിയ ന്ത്രിച്ചു. വെള്ളം പൊങ്ങുന്നതിന്റേയും ഇറങ്ങുന്നതിന്റേയും അടിസ്ഥാന ത്തിൽ കൃഷിയിറക്കി. ഈ മണ്ണിൽ പിറവിയെടുത്ത സംസ്കാരം ലോക സംസ്കാരങ്ങളിൽ വച്ചുതന്നെ തികച്ചും സവിശേഷതയാർന്നതാണ്. ചൈന കഴിഞ്ഞാൽ ഇത്രയും സ്ഥിരതയാർന്നൊരു സംസ്കാരം ലോക സംസ്കാരങ്ങളിൽത്തന്നെ വിരളമാണ്. ഈജിപ്തുകാർ നടത്തിയ എല്ലാ മഹത്തായ കണ്ടുപിടുത്തങ്ങളും ഈ സംസ്കാരത്തിന്റെ ആദ്യനൂറ്റാണ്ടു കളിൽ ഉണ്ടായിട്ടുള്ളവയാണ്.

സംസ്കാരം വളർന്ന ഭൂവിഭാഗം

ആഫ്രിക്കൻ വൻകരയുടെ വടക്കുകിഴക്കു ഭാഗത്തായി നൈൽന ദീതീരത്ത് സ്ഥിതിചെയ്യുന്ന പ്രദേശമാണ് ഈജിപ്ത്. വടക്ക് മദ്ധ്യധര ണ്യാഴിക്കടലും കിഴക്കും പടിഞ്ഞാറും മരുഭൂമികളും തെക്ക് കുറ്റൻ വെള്ള ച്ചാട്ടങ്ങളും കൊടുങ്കാടുകളുംകൊണ്ട് ചുറ്റപ്പെട്ടതാണ് നൈലിന്റെ ഈ തീരഭൂമി. അതിനാൽ പ്രകൃത്യാലുള്ള സംരക്ഷണം ഈജിപ്തിനു ലഭി ച്ചിരുന്നു. വിദേശാക്രമണങ്ങളിൽനിന്നും മുക്തമായ, സമാധാനം നിറ ഞ്ഞൊരു ജീവിതം നയിക്കുന്നതിന് ഈജിപ്തുകാരെ പര്യാപ്തമാക്കി യത് ഭൂപ്രകൃതിയുടെ ഈ സവിശേഷതയാണ്. ഈജിപ്തിന്റെ ഭൂമിശാ സ്ത്രപരമായ ഈ ഐക്യം പിൽക്കാലത്ത് രാഷ്ട്രീയഐക്യത്തേയും സുസ്ഥിരമായൊരു ഭരണകൂടത്തേയും പ്രദാനം ചെയ്യുന്നതിൽ പ്രധാന പങ്കുവഹിച്ചിട്ടുണ്ട്.

ജനത

വിവിധ വർണ്ണസങ്കരങ്ങൾ ഈജിപ്ഷ്യൻ ജനതയിൽ കാണാൻ കഴിയും. ആധുനിക ബേഗ, സൊമാലി വംശജരുടെ പൂർവികരായിരുന്ന കിഴക്കൻ ആഫ്രിക്കയിലെ ജനവർഗ്ഗങ്ങളിൽപ്പെട്ടവരായിരുന്നു ഇവിടത്തെ ആദിമ നിവാസികൾ. ഇവർക്കു പുറമേ, കൃഷിക്കുപയുക്തമായ ഭൂപ്രദേശങ്ങൾ തേടിയലഞ്ഞ നവീനശിലായുഗത്തിലെ ജനസമൂഹങ്ങൾ, പലപ്പോഴായി ഫലഭൂയിഷ്ഠവും വിസ്തൃതവുമായ നൈൽനദീതടത്തിലേക്ക് കുടിയേ റിപ്പാർത്തുകൊണ്ടിരുന്നു. ലിബിയൻമാരും സെമറ്റിക് വർഗ്ഗക്കാരും നീഗ്രോ കളുമാണ് ഇങ്ങനെ കുടിയേറിപ്പാർത്തവരിൽ പ്രധാനികൾ. ഈ സങ്കര വർഗ്ഗമാണ് ഉൽകൃഷ്ടമായ ഈജിപ്ഷ്യൻ നാഗരികതയുടെ ശിൽപ്പികൾ.

ഭരണകൂടം

നൈൽനദീതടത്തിൽ കുടിയേറിപ്പാർത്ത ജനസമൂഹം കൃഷിചെ യ്യാൻ ആരംഭിച്ചതോടെയാണ് സുസ്ഥിരമായൊരു രാഷ്ട്രീയവ്യവസ്ഥ രൂപംകൊള്ളാൻ തുടങ്ങിയത്. വെള്ളപ്പൊക്കം നിയന്ത്രിക്കുന്നതിനായി തോടുകൾ വെട്ടുന്നതിനും, അണകെട്ടി ജലം സംഭരിച്ചുവയ്ക്കുന്നതിനു

മെല്ലാം കൂട്ടായ പ്രവർത്തനം അത്യന്താപേക്ഷിതമായി വന്നു. ഈ പ്രവർത്തനങ്ങൾക്ക് ചുക്കാൻ പിടിക്കാൻ കഴിവുള്ള ശക്തമായൊരു നേതൃത്വത്തിന്റെ ആവശ്യവും അന്നുണ്ടായി. ഇതാണ് ഭരണകൂടത്തിന്റെ സൃഷ്ടിക്ക് ആധാരമായിത്തീർന്നത്.

രാജവംശാതീതകാലം

ഈജിപ്ഷ്യൻ സംസ്കാരത്തെ രാജവംശാതീതകാലം, രാജവാഴ്ച യുടെ കാലം എന്നിങ്ങനെ വിഭജിക്കാം. കാർഷികാവശ്യങ്ങൾക്കായി സംഘടിതമായി പ്രവർത്തിക്കാൻ നിർബന്ധിതരായ ഈജിപ്ഷ്യൻ ജന ത, നോംസ് (Nomes) എന്ന പേരിലറിയപ്പെടുന്ന അനേകം നഗരരാഷ്ട്ര ങ്ങളുടെ വളർച്ചയ്ക്ക് വഴിയൊരുക്കി. കാലക്രമത്തിൽ നഗരരാഷ്ട്രങ്ങൾ സംയോജിച്ച് അപ്പർ ഈജിപ്തും ലോവർ ഈജിപ്തും ഉടലെടുത്തു. ബി സി 3100–ൽ മെനസ്സിന്റെ നേതൃത്വത്തിൽ ഇവ രണ്ടും ഒന്നാവുകയും ഒരൊറ്റ ഭരണാധികാരിയുടെ കീഴിലാവുകയും ചെയ്തു. അന്നുമുതലാണ് ഈജിപ്തിൽ രാജവാഴ്ച ആരംഭിച്ചത്. ഇക്കാലത്താണ് മെനസ്സ് നൈൽ നദീതീരത്ത് 'മെംഫിസ്' എന്നൊരു പുതിയ നഗരം സ്ഥാപിച്ചത്. ഇത് ഈജിപ്തിന്റെ തലസ്ഥാനമായി അറിയപ്പെട്ടു. മെനസ്സിനുശേഷം തുടർച്ച യായി മുപ്പത്തിയൊന്നു രാജവംശങ്ങൾ ഈജിപ്ത് ഭരിച്ചിട്ടുണ്ട്. ഈ കാല ഘട്ടത്തെ പ്രാചീനം, മദ്ധ്യം, നവീനം എന്നിങ്ങനെ മൂന്നായി തിരിക്കാം.

പ്രാചീന രാജവംശം

മൂന്ന് മുതൽ ആറ് വരെയുള്ള രാജവംശങ്ങളാണ് പ്രാചീനരാജവം ശത്തിൽ ഉൾപ്പെടുന്നത്. പ്രാചീന രാജവംശക്കാലത്ത് 'ഫറോ' (Pha- raoh) എന്നായിരുന്നു രാജാവിന്റെ സ്ഥാനപ്പേര്. 'മഹാമന്ദിരത്തിൽ താമ സിക്കുന്നയാൾ' എന്നാണ് ഈ വാക്കിനർത്ഥം. ഭൂമിയുടെ ഉടമസ്ഥാവ കാശം രാജാവിനായിരുന്നു. വിളവു ലഭിക്കുന്നതിനനുസരിച്ച് കൃഷിക്കാർ രാജാവിന് നികുതി നൽകണമായിരുന്നു. അതേസമയം വിളവെടുപ്പിനു ശേഷം ധാന്യങ്ങളും മറ്റും ശേഖരിച്ചുവയ്ക്കുക, ആവശ്യമുള്ളപ്പോൾ (പ്രകൃതിക്ഷോഭം, ക്ഷാമം എന്നിവ ഉണ്ടാകുമ്പോൾ) വിതരണം ചെയ്യുക എന്നീ ചുമതലകൾ രാജാവ് നിർവ്വഹിച്ചിരുന്നു. സൂര്യദേവന്റെ പുത്രനാ യിട്ടാണ് ജനങ്ങൾ രാജാവിനെക്കണ്ടത്. ഭരണപരമായ സർവ്വാധികാര ങ്ങളും രാജാവിൽ നിക്ഷിപ്തമായിരുന്നു. കൂടാതെ മതപരമായ അധി കാരവും രാജാവിനായിരുന്നു. ജനങ്ങളുടെ ജീവനും സ്വത്തുക്കളും ഫറോ യുടെ ദയാദാക്ഷിണ്യങ്ങൾക്ക് വിധേയമായിരുന്നു. സമുദായശ്രേണിയിൽ ഏറ്റവും മുകളിലായിരുന്നു ഫറോയുടെ സ്ഥാനം. രാജ്യവിസ്തൃതി വർദ്ധി പ്പിക്കുന്നതിൽ പ്രാചീന രാജവംശത്തിലെ ഫറോമാർക്കു താൽപ്പര്യം ഇല്ലാ യിരുന്നു. സ്ഥിരമായൊരു ദേശീയസൈന്യം അവർക്കുണ്ടായിരുന്നില്ല. എന്നാൽ ഓരോ പ്രദേശത്തിനും പ്രത്യേകം പ്രത്യേകം പ്രാദേശിക സൈന്യം ഉണ്ടായിരുന്നു. ഈ കാലഘട്ടത്തിന്റെ ഏറ്റവും വലിയ സംഭാ

വന എഴുത്തുവിദ്യയായിരുന്നു. പിരമിഡുകൾ നിർമ്മിക്കപ്പെട്ടതും ഇക്കാലത്താണ്. പിരമിഡുകളുടെ നിർമ്മാണത്തിനായി ധാരാളം സമ്പത്ത് ചെലവഴിച്ചതും, കൃഷിനാശവും ജനങ്ങളെ അസംതൃപ്തരാക്കുകയും ആഭ്യന്തരകലാപത്തിലേക്ക് ഈജിപ്തിനെ തള്ളിവിടുകയും ചെയ്തു. തത്ഫലമായി ഈജിപ്തിൽ പൊതുവേ അരാജകാവസ്ഥ സംജാതമാവുകയും ഫ്യൂഡൽ പ്രഭുക്കന്മാർ ശക്തരാവുകയും ചെയ്തു. നീണ്ടകാലത്തെ സമാധാനത്തിനും സമൃദ്ധിക്കും വിരാമമിട്ടുകൊണ്ട് ഏകദേശം ബി സി 2200-ൽ പ്രാചീന രാജവംശം അസ്തമിച്ചു.

മദ്ധ്യകാലരാജവംശം

പതിനൊന്നാം രാജവംശക്കാലം മുതലാണ് മദ്ധ്യകാലം ആരംഭിക്കുന്നത്. ഇക്കാലത്ത് കേന്ദ്രഭരണം ദുർബലമായിരുന്നു. പന്ത്രണ്ടാം രാജവംശത്തിലെ ഫറോമാർ ഫ്യൂഡൽ പ്രഭുക്കന്മാരെ അമർച്ച ചെയ്ത് കേന്ദ്ര ഭരണാധികാരം വീണ്ടെടുത്തു. വൈജ്ഞാനികമേഖലയിലും സാമൂഹ്യ നീതിയിലും അവർ പുരോഗതി കൈവരിച്ചു. പിരമിഡുകൾക്കു പകരം ജനോപകാരപ്രദമായ ജലസേചനപദ്ധതികളും അഴുക്കുചാൽ സംവിധാനങ്ങളും വിപുലീകരിക്കുന്നതിൽ അവർ ശ്രദ്ധ കേന്ദ്രീകരിച്ചു. ഇക്കാലത്ത് 'ഹിക്സോ'കൾ (Hyksos) എന്നറിയപ്പെടുന്ന ഒരു വൈദേശിക ജനവിഭാഗം ഈജിപ്താക്രമിച്ചു. അഹമോസ് ഒന്നാമൻ ഹിക്സോകളെ പരാജയപ്പെടുത്തി. ഹിക്സോകൾക്കെതിരായി ഈജിപ്തുകാർ നടത്തിയ പോരാട്ടം അവരെ സമരോത്സുകരും യുദ്ധപ്രിയരും ആക്കിത്തീർത്തു. ഇത് സാമ്രാജ്യസ്ഥാപനത്തിന് വഴിവച്ചു. മദ്ധ്യകാലത്ത് തീബ്സ് നഗരമായിരുന്നു ഈജിപ്തിന്റെ തലസ്ഥാനം. ഏകദേശം ബി സി 1500-ൽ മദ്ധ്യകാലം അവസാനിക്കുന്നതായി കരുതാം.

നവീനകാലരാജവംശം

കഴിവും പ്രാപ്തിയുമുള്ള നിരവധി രാജാക്കന്മാർ ഉണ്ടായി എന്നതാണ് നവീനകാലരാജവംശത്തിന്റെ ഏറ്റവും വലിയ നേട്ടം. ലോകത്തിലെ ആദ്യത്തെ വനിതാഭരണാധികാരിയെന്നറിയപ്പെടുന്ന ഹാത്ഷെപ്സുത് നവീനകാലരാജവംശത്തിൽ ഈജിപ്ത് ഭരിച്ച രാജ്ഞിയായിരുന്നു. സമാധാനതൽപ്പരയായിരുന്നു അവർ. ക്ഷേത്രനിർമ്മാണത്തിലും വാണിജ്യാഭിവൃദ്ധിയിലും അവർ പ്രത്യേക ശ്രദ്ധ പതിപ്പിച്ചിരുന്നു. തുത്തുമോസ് മൂന്നാമന്റെ കാലത്ത് ഈജിപ്തിന്റെ സാമ്രാജ്യവിസ്തൃതി നൈൽ മുതൽ യൂഫ്രട്ടീസ് വരെ വ്യാപിച്ചു. ഈജിപ്തിലെ മഹാനായ ചക്രവർത്തി എന്ന് അറിയപ്പെട്ടിരുന്ന അമൻഹോട്ടപ്പ് നാലാമൻ അഥവാ അഖ്നാട്ടൻ ആയിരുന്നു ഈജിപ്തുകാരെ ബഹുദൈവവിശ്വാസത്തിൽ നിന്നും ഏകദൈവവിശ്വാസത്തിലേക്ക് നയിച്ചത്. അഖ്നാട്ടൻ തലസ്ഥാനം തീബ്സിൽ നിന്നും അഖേതാറ്റനിലേക്ക് മാറ്റി. അഖ്നാട്ടനുശേഷം ഈജിപ്തിൽ കുറച്ചുകാലത്തേക്ക് അരാജകാവസ്ഥയും ആഭ്യന്തരകലാപവും

അഖ്നാട്ടൻ

സംജാതമായി. പില്ക്കാലത്ത് രാംസെസ് ഒന്നാമന്റെ കാലത്താണ് ഈജിപ്തിൽ സമാധാനം പുനഃസ്ഥാപിക്കപ്പെടുന്നത്. രാംസെസ് മൂന്നാമനുശേഷം ഈജിപ്തിന്റെ പതനം ആരംഭിച്ചു. ഭരണാധി കാരികളുടെ കാര്യശേഷി ഇല്ലായ്മയും സമ്പൽസമൃദ്ധിയും ഈജിപ്തുകാരെ സുഖലോലുപരാക്കി. വൈദേശികാക്ര മണങ്ങൾ പതിവായി. ബി സി 525-ൽ നടന്ന പേഴ്സ്യൻ ആക്രമണം ഈജി പ്തിലെ പ്രാചീനനാഗരികതയുടെ അന്ത്യംകുറിച്ചു.

സാമൂഹ്യഘടന

കൃഷിയും വാണിജ്യവും അഭിവൃ ദ്ധിപ്രാപിച്ചതോടെ ഈജിപ്തിൽ പുതി യൊരു സാമൂഹ്യക്രമം വളർന്നുവന്നു. പ്രാചീനരാജവംശക്കാലത്ത് ഭരണകർത്താക്കളും ഭരണീയരും എന്നി ങ്ങനെ രണ്ടു വർഗ്ഗമേ ഉണ്ടായിരുന്നുള്ളൂ. പില്ക്കാലത്ത് ഈജിപ്ഷ്യൻ സാമൂഹ്യഘടനയിൽ പല വർഗ്ഗങ്ങൾ ഉണ്ടായി. രാജാക്കന്മാർ, പുരോ ഹിതന്മാർ, പ്രഭുക്കന്മാർ, മദ്ധ്യവർഗ്ഗത്തെ പ്രതിനിധാനം ചെയ്യുന്ന എഴു ത്തുകാർ ധനികരായ കച്ചവടക്കാർ, കരകൗശലക്കാർ എന്നിവരും കർഷ കത്തൊഴിലാളികളും അടങ്ങിയ അഞ്ച് വർഗ്ഗങ്ങളായി സമൂഹത്തെ വിഭ ജിച്ചിരുന്നു. നവീനസാമ്രാജ്യകാലത്ത് സൈനികവൃത്തിയിലേർപ്പെട്ടിരുന്ന പടയാളികളുടെ ഒരു വർഗ്ഗം കൂടിയുണ്ടായിരുന്നു. പ്രഭുക്കന്മാർക്കു തൊട്ടുതാഴെയായിരുന്നു അവരുടെ സ്ഥാനം.

ആയിരക്കണക്കിന് അടിമകൾ ഏഴാം വിഭാഗത്തിൽ ഉൾപ്പെട്ടിരു ന്നു. വിദേശികളും യുദ്ധത്തടവുകാരുമായിരുന്നു ഇപ്രകാരം അടിമകളാ യിരുന്നത്. ഈ അടിമകളുടെ അദ്ധ്വാനമാണ് യഥാർത്ഥത്തിൽ ഈജി പ്തിന് പേരും പെരുമയും ഉണ്ടാക്കിക്കൊടുത്തത്. അടിമകൾ പലരേയും പില്ക്കാലത്ത് ഫറോയുടെ പട്ടാളത്തിൽ ചേർക്കുകയും രാജകീയ സ്ഥാനത്തിലും ഭരണമണ്ഡലത്തിലും അവർക്ക് ഉന്നതപദവികൾ ലഭിച്ചു തുടങ്ങുകയും ചെയ്തു.

മന്ത്രവാദത്തിലുള്ള വിശ്വാസം പ്രബലമായിരുന്ന കാലത്ത് പുരോ ഹിതവർഗ്ഗം ശക്തിപ്രാപിച്ചു. സമൂഹത്തിന്റെ ഉന്നതശ്രേണിയിൽപ്പെട്ട വിഭാഗക്കാർ ആഡംബരജീവിതം നയിച്ചവരായിരുന്നു. സ്ത്രീകൾക്ക് സമൂ ഹത്തിൽ മാന്യമായൊരു സ്ഥാനം ഉണ്ടായിരുന്നു. സ്വത്തുക്കൾ കൈകാര്യം ചെയ്യുന്നതിലും പിന്തുടർച്ചാവകാശത്തിലും സ്ത്രീകൾ ക്കുള്ള അവകാശം അംഗീകരിച്ചുകൊടുത്തിരുന്നു. ഈജിപ്തിലെ വനിതാ

ഭരണാധികാരിയായിരുന്ന ഹാത്ഷെപ്സുത് തന്റെ ഭർത്താവായിരുന്ന തുത്തുമോസ് രണ്ടാമന്റെ മരണത്തിനുശേഷം അധികാരമേറ്റെടുത്തത് ഉദാഹരണം. പൊതുവേ ഏകഭാര്യാത്വമായിരുന്നു അന്ന് നിലവിലിരുന്നത്.

ജീവിതരീതി

കൃഷിയും കൈത്തൊഴിലുമായിരുന്നു ജനങ്ങളുടെ പ്രധാന ജീവിതമാർഗ്ഗം. ധനികരും സമ്പന്നരും തമ്മിലുള്ള വ്യത്യാസം പ്രകടമാ യിരുന്നു. പാപ്പിറസ് തണ്ടുകൾ, വൈക്കോൽ, ചെളി എന്നിവ ഉപയോഗി ച്ചുള്ള വീടുകളായിരുന്നു ആദ്യകാലത്തുണ്ടായിരുന്നത്. പിന്നീട് വീടു നിർമ്മാണത്തിനായി തടികൊണ്ടുള്ള ചട്ടക്കൂട്ടിൽ ചെളിനിറച്ചുണ്ടാക്കുന്ന പച്ചക്കട്ടകളുപയോഗിക്കാൻ തുടങ്ങി. പച്ചക്കട്ടകൾ ചൂളയ്ക്കുവച്ച് ചുടു കട്ടകളാക്കാനും അവർ പഠിച്ചു. ധനികരായിട്ടുള്ളവർ ചുടുകട്ടകൾകൊണ്ടു നിർമ്മിച്ച മാളികകളിൽ താമസിച്ചിരുന്നു.

ഗോതമ്പ്, ബാർലി, ചോളം, പയറുവർഗ്ഗങ്ങൾ എന്നിവയായിരുന്നു പൊതുവേ ആഹാരം. കൂടാതെ നൈൽനദിയിൽ നിന്ന് പിടികൂടിയിരുന്ന മത്സ്യങ്ങളെയും ഭക്ഷിച്ചിരുന്നു. ധനികരായിട്ടുള്ളവർ ഇറച്ചി, കേക്ക്, പഴ വർഗ്ഗങ്ങൾ, വീഞ്ഞ് തുടങ്ങിയവ ഭക്ഷണത്തിൽ ഉൾപ്പെടുത്തിയിരുന്നു.

കാലാവസ്ഥയ്ക്കനുയോജ്യമായ തരത്തിലുള്ള ലിനൻ വസ്ത്രങ്ങ ളായിരുന്നു പൊതുവേ എല്ലാവരും ധരിച്ചിരുന്നത്. ധനികരായിട്ടുള്ളവർ വിലപിടിപ്പുള്ള പട്ടുവസ്ത്രങ്ങളും ധരിച്ചിരുന്നു. പരുത്തി, കമ്പിളി തുട ങ്ങിയവയുടെ ഉപയോഗം കുറവായിരുന്നു. അക്കാലത്ത് നിർമ്മിക്കപ്പെട്ടി ട്ടുള്ള പ്രതിമകളിൽ നിന്നും അന്നത്തെ വസ്ത്രധാരണരീതിയെക്കുറി ച്ചുള്ള വിവരങ്ങൾ നമുക്ക് ലഭിക്കുന്നുണ്ട്. സ്വർണ്ണം, വെള്ളി, ദന്തം എന്നിവകൊണ്ടുള്ള ഗൃഹോപകരണങ്ങളും കൗതുകവസ്തുക്കളും ധനി കരായിട്ടുള്ളവർ ഉപയോഗിച്ചിരുന്നു.

അവർ മൃതദേഹം ശ്രദ്ധാപൂർവം അടക്കം ചെയ്തിരുന്നു. ഫറോ മാർ ആർഭാടപൂർണ്ണമായ ശവകുടീരങ്ങളിൽ മൃതദേഹം അടക്കിയിരു ന്നു. ധനികരായിട്ടുള്ളവർ മൃതദേഹം എണ്ണത്തോണികളിൽ സൂക്ഷിച്ചി രുന്നതായും കാണാം. മൃതദേഹത്തോടൊപ്പം മരിച്ചവന്റെ പ്രതിമകൂടി വച്ച് അടക്കം ചെയ്യുന്ന പതിവും ഉണ്ടായിരുന്നു.

കൃഷി

നൈൽനദിയിലെ വെള്ളത്തെ കൃഷിക്കനുയോജ്യമായി ക്രമീകരി ക്കാനുള്ള എഞ്ചിനീയറിങ് വൈദഗ്ധ്യം നിരീക്ഷണങ്ങളിലൂടെ അവർ സ്വായത്തമാക്കിയിരുന്നു. കാട് വെട്ടിത്തെളിച്ച് തീയിട്ട് വിളവിറക്കുകയും അടുത്ത വിളവിറക്കുന്നതിന് പുതിയ കൃഷിഭൂമി കണ്ടെത്തുകയും ചെയ്യുന്ന നാടോടി ജീവിതത്തിനുപകരം, സ്ഥിരമായി ഒരിടത്ത് താമസ മുറപ്പിക്കുന്ന സമ്പ്രദായം അവർ സ്വീകരിച്ചു. നൈൽനദിയിൽനിന്ന് തോടു കൾ വെട്ടിയും അണകെട്ടിയും കൃത്രിമ ജലസേചനം നടത്തി കൃഷിചെ

യ്യുന്നതിൽ വൈദഗ്ധ്യം നേടി. കഠിനാദ്ധ്വാനമേറെയുള്ള ഇത്തരം പണി കൾക്കായി അടിമകളെ ഉപയോഗിച്ചിരുന്നു. കൃഷിഭൂമിക്ക് പറ്റിയ വിളവി റക്കുന്നതിൽ അവർ ശ്രദ്ധിച്ചിരുന്നു. വിളവിറക്കുന്ന സമയം സൂചിപ്പിക്കുന്ന കർഷകപഞ്ചാംഗം രൂപപ്പെടുത്തിയിരുന്നു.

മണ്ണിൽ കുഴിയുണ്ടാക്കി വിത്തുകൾ അതിലിട്ട് മുളപ്പിക്കുന്നതിന് പകരം തടങ്ങളിൽ വിത്തുവിതയ്ക്കുന്ന രീതി അവർ സ്വീകരിച്ചു. ബി സി 3000 ആയപ്പോഴേക്ക് നിലമുഴുന്നതിനായി കാളകളേയും കലപ്പയേയും അവർ ഉപയോഗിച്ചുതുടങ്ങി. എന്നിരുന്നാലും അപരിഷ്കൃതങ്ങളായ കാർഷികോപകരണങ്ങളായിരുന്നു വളരെക്കാലം അവരുപയോഗിച്ചിരു ന്നത്. കൽത്തുമ്പകൾ, മരക്കലപ്പ, ധാന്യക്കതിരുകൾ മുറിക്കുന്നതിനായി നീണ്ട മരപ്പിടിയിൽ ഉറപ്പിച്ച കൽച്ചീളുകൾ എന്നിവയായിരുന്നു അവ രുടെ പണിയായുധങ്ങൾ.

ഗോതമ്പാണ് ആദ്യമായി കൃഷി ചെയ്തത്. പിന്നീട് ബാർലിയും ചോളവും കൃഷി ചെയ്തിരുന്നു. പിരമിഡുകളിൽനിന്നും ലഭിച്ചിട്ടുള്ള പയറുവർഗ്ഗങ്ങൾ, പലതരത്തിലുള്ള പയറുവർഗ്ഗങ്ങൾ അവർ കൃഷി ചെയ്തിരുന്നതിനെ സൂചിപ്പിക്കുന്നു. ഭക്ഷ്യവിളകൾക്കു പുറമേ ചണം ധാരാളമായി കൃഷിചെയ്തിരുന്നു. പരുത്തിയും കൃഷി ചെയ്തിരുന്നു.

മറ്റ് തൊഴിലുകൾ

നൈൽനദീതീരത്തെ ജനങ്ങളുടെ പ്രധാന തൊഴിൽ കൃഷിയായി രുന്നെങ്കിലും പലവിധത്തിലുള്ള കൈത്തൊഴിലുകളിലും അവരേർപ്പെ ട്ടിരുന്നു. നെയ്ത്ത്, മൺപാത്രനിർമ്മാണം, ലോഹപ്പണി, കൽപ്പണി, മര പ്പണി, ഇഷ്ടികപ്പണി, സ്ഫടികപാത്ര നിർമ്മാണം, ദന്തശിൽപ്പ നിർമ്മാണം എന്നിവയായിരുന്നു ജനങ്ങളുടെ മറ്റ് പ്രധാനതൊഴിലുകൾ. ക്ഷേത്രനിർമ്മാണം, പിരമിഡുകളുടെ നിർമ്മാണം, പ്രതിമാനിർമ്മാണം എന്നിവയും അക്കാലത്തെ തൊഴിൽമേഖലകളായിരുന്നു. കൈത്തൊഴി ലുകാർക്ക് സാമൂഹ്യപദവി കുറവായിരുന്നു. എഴുത്തു ജോലിയിലേർപ്പെ ട്ടിരുന്ന എഴുത്തുകാരും (scribes) ഉണ്ടായിരുന്നു.

വാണിജ്യവും വ്യവസായവും

ഏതാണ്ട് ബി സി രണ്ടായിരം മുതൽക്കുതന്നെ ഈജിപ്തിൽ ആഭ്യ ന്തരവാണിജ്യവും വിദേശവാണിജ്യവും ഒരുപോലെ വികസിച്ചിരുന്നു. വാണിജ്യത്തിന്റേയും വ്യവസായത്തിന്റേയും പുരോഗതിക്കാവശ്യമായ ശാന്തതയും ഭരണകൂടത്തിന്റെ ശക്തമായ പിന്തുണയും അവർക്കു ലഭി ച്ചിരുന്നു. ആഭ്യന്തര-വിദേശ വാണിജ്യത്തിന്റെ ഏതാണ്ട് പൂർണ്ണമായ നിയന്ത്രണം ഭരണകൂടത്തിനുണ്ടായിരുന്നു. തോണികൾ, പത്തേമാരികൾ, കപ്പലുകൾ തുടങ്ങിയവ നിർമ്മിച്ച് ഭരണകൂടം വാണിജ്യത്തെ പ്രോത്സാ ഹിപ്പിച്ചിരുന്നു. സ്വകാര്യവാണിജ്യം പ്രോത്സാഹിപ്പിക്കപ്പെട്ടിരുന്നെങ്കിലും ഭരണകൂടത്തിന്റെ ശക്തമായ നിയന്ത്രണം ഉണ്ടായിരുന്നു.

ക്രീറ്റ്, ഫിനിഷ്യ, പാലസ്തീൻ, സിറിയ മുതലായ രാജ്യങ്ങളുമായി ഈജിപ്തിന് വാണിജ്യബന്ധങ്ങളുണ്ടായിരുന്നു. സുഗന്ധദ്രവ്യങ്ങൾ, ചായങ്ങൾ, ചന്ദനത്തടി, സ്വർണ്ണം, വെള്ളി, ദന്തം, കുന്തിരിക്കം മുതലായവ അറേബ്യയിൽനിന്നും ഇന്ത്യയിൽനിന്നും ഇറക്കുമതി ചെയ്തിരുന്നു. ശിൽപ്പഭംഗിയേറിയ പൂപ്പാത്രങ്ങൾ, മൺപാത്രങ്ങൾ, കല്ലുളി, ജപമാല കൾ, ഗോതമ്പ്, ലിനൻ തുണിത്തരങ്ങൾ എന്നിവ കയറ്റുമതി ചെയ്തിരുന്നു.

ചെമ്പിന്റേയും സ്വർണ്ണത്തിന്റേയും നിശ്ചിത ഭാരമുള്ള വളയങ്ങൾ നാണയങ്ങളായി ഉപയോഗിച്ചിരുന്നു. അങ്ങനെ, ലോകസംസ്കാരങ്ങ ളിൽത്തന്നെ ഏറ്റവും പുരാതനമായ നാണയവ്യവസ്ഥ ഈജിപ്തുകാരു ടേതായി. കണക്കെഴുത്തുവിദ്യയെക്കുറിച്ച് അവർക്ക് അറിവുണ്ടായിരുന്നു.

ഏകദേശം ബി. സി. മൂവായിരം മുതലേ പ്രാചീന ഈജിപ്തുകാർ വൻതോതിൽ കരകൗശല പ്രവർത്തനങ്ങളിൽ ഏർപ്പെട്ടിരുന്നു. കരകൗ ശല നിർമ്മാണം വീടുകൾ കേന്ദ്രീകരിച്ചായിരുന്നു ആദ്യകാലത്ത് നട ത്തിയിരുന്നത്. ഇതാണ് പിന്നീട് ഫാക്ടറി സമ്പ്രദായത്തിന്റെ ആവിർഭാ വത്തിന് ഇടയാക്കിയത്. ചെറിയ ചെറിയ ഗ്രൂപ്പുകൾ ഒരുമിച്ച് വ്യവസാ യങ്ങൾ ആരംഭിച്ചു. കല്ലുവെട്ടു വ്യവസായം, പാത്രനിർമ്മാണ വ്യവസാ യം, കപ്പൽ നിർമ്മാണം തുടങ്ങി വിവിധ വ്യവസായങ്ങൾ ഇവിടെ അഭി വൃദ്ധി പ്രാപിച്ചിരുന്നു. കൃഷി, വാണിജ്യം, വ്യവസായം എന്നിവയുടെ വർദ്ധിച്ച പുരോഗതി ഈജിപ്തിന്റെ സാമ്പത്തിക മേഖല സ്വയംപര്യാ പ്തമാക്കിത്തീർത്തു.

കലകൾ

ഈജിപ്ഷ്യൻ വാസ്തുവിദ്യയുടെ സവിശേഷത അതിന്റെ അത്ഭു തകരമായ വലിപ്പവും ഗാംഭീര്യവുമാണ്. പിരമിഡുകളും മഹാക്ഷേത്ര ങ്ങളും സ്മാരകസ്തംഭങ്ങളും ഈജിപ്ഷ്യൻ വാസ്തുവിദ്യയുടെ അത്ഭു തകരമായ ഔന്നത്യത്തിന് ദൃഷ്ടാന്തങ്ങളാണ്. പ്രാചീനരാജവംശക്കാ ലത്താണ് പിരമിഡുക ളുടെ നിർമ്മാണം തുട ങ്ങുന്നത്. അക്കാലത്ത് ഈജിപ്ത് വാണിരുന്ന രാജാക്കന്മാരുടെ ശവ കുടീരങ്ങളായിരുന്നു ഇവ. ഫറോ എത്ര ശക്തനാണോ അത്രയും വലിപ്പം ശവകുടീര ത്തിനും ഉണ്ടായിരുന്നു. മുപ്പതോളം വലിയ പിരമിഡുകളും വളരെ യധികം ചെറുപിരമി

സ്ഫിങ്ക്സ്

ഡുകളും ഇക്കാലത്തുണ്ടായി. വൻതോതിലുള്ള അദ്ധ്വാനവും നൈപു ണ്യവും പിരമിഡുകളുടെ നിർമ്മാണത്തിന് ആവശ്യമായിരുന്നു. ഗിസേ യിലെ ഖുഫു (Khufu)വിന്റെ ശവകുടീരമാണ് പിരമിഡുകളിൽ ഏറ്റവും വലുത്. കർനാക്കിലെ മഹാക്ഷേത്രത്തിനു മുന്നിലുള്ള ഭീമാകാരമായ ശിലാസ്തംഭം ഈജിപ്തുകാരുടെ ഉജ്ജ്വലമായ വാസ്തുശില്പനൈപു ണ്യത്തെ പ്രകടമാക്കുന്നു.

ഫറോമാരുടെ കൂറ്റൻ പ്രതിമകൾ കല്ലിൽ കൊത്തിവച്ചിരുന്നു. ഇവ യിൽ ഏറ്റവും വലുത് ഗിസേയിലെ സ്ഫിങ്ക്സിന്റെ പ്രതിമയാണ്. ഫറോ യുടെ തലയും സിംഹത്തിന്റെ ഉടലുമായിരുന്നു ഈ പ്രതിമയ്ക്കുണ്ടാ യിരുന്നത്. സിംഹത്തിന്റെ ശക്തിയും ധൈര്യവും രാജാവിനുണ്ടായിരു ന്നു എന്ന് പ്രതീകാത്മകമായി പറയുന്നതായിരിക്കാം ഈ പ്രതിമ. രാജാ വിന്റെ ശക്തിയും സാമ്രാജ്യവിസ്തൃതിയും അനുസരിച്ചാണ് പ്രതിമകൾക്ക് വലിപ്പം കൂടുന്നത്.

ശവകുടീരങ്ങൾ ചിത്രംവരച്ച് മോടിപിടിപ്പിക്കുന്നതിൽ ഈജിപ്തു കാർക്ക് വലിയ താൽപ്പര്യം ഉണ്ടായിരുന്നു. മരിച്ചയാളിന്റെ സന്തോഷ ത്തിനായി കൃഷി, നായാട്ട്, സദ്യ, മത്സ്യബന്ധനം, വ്യവസായം തുടങ്ങി യവ ചിത്രീകരിച്ചിരിക്കുന്നതായി കാണാം.

കരകൗശലം

ഈജിപ്തുകാരുടെ സൗന്ദര്യബോധത്തെ വിളിച്ചറിയിക്കുന്നതായി രുന്നു അവരുടെ കരകൗശലവിദ്യകൾ. സ്വർണ്ണത്തിലും വെള്ളിയിലും പണിതീർത്ത പാത്രങ്ങൾ, മനോഹരമായ സ്ഫടികപാത്രങ്ങൾ, ജപമ ണികൾ, ശിലാപാത്രങ്ങൾ എന്നിവ അവർ നിർമ്മിച്ചിരുന്നു. ആനക്കൊ മ്പുകൊണ്ട് അലംകൃതമായ സിംഹാസനങ്ങൾ, ദന്തനിർമ്മിതമായ പ്രതി മകൾ, ശില്പങ്ങൾ, പേടകങ്ങൾ, ശില്പഭംഗിയുള്ള കൗതുകവസ്തുക്കൾ തുടങ്ങിയവ ഈജിപ്തുകാരുടെ കരവിരുതിന് ഉത്തമദൃഷ്ടാന്തങ്ങളാണ്. ആനക്കൊമ്പുകൊണ്ടുള്ള അലങ്കാരങ്ങൾ ആഡംബരത്തിന് വേണ്ടിയാ യിരുന്നു ചെയ്തിരുന്നത്. മൺപാത്രങ്ങൾ ചക്രത്തിൽ കടഞ്ഞെടുത്തി രുന്നു. ഭംഗിയേക്കാൾ പ്രയോജനത്തെ മുൻനിർത്തിയുള്ളതായിരുന്നു അവ രുടെ മൺപാത്രനിർമ്മാണം. ഭംഗിയുള്ളതും ബലമേറിയതുമായ ലിനൻവ സ്ത്രങ്ങൾ ധാരാളമായി നെയ്തെടുത്തിരുന്നു. തടികൾ മുറിച്ച് കൂട്ടിയി ണക്കി ശവപ്പെട്ടികളും കെട്ടുവള്ളങ്ങളും പണിയായുധങ്ങളും നേർത്ത പലകകളും അവർ നിർമ്മിച്ചിരുന്നു. അനുപമമായ നിർമ്മാണവൈഭവ ത്തിന്റേയും ശില്പ്പചാതുര്യത്തിന്റേയും ഉദാത്തമാതൃകകളാണ് ഈജി പ്ഷ്യൻ വാസ്തുവിദ്യയും കരകൗശലവും.

എഴുത്തുവിദ്യ

'ഹൈറോഗ്ലിഫിക്' എന്ന പേരിലറിയപ്പെടുന്ന ഒരുതരം ചിത്രലിപി കളായിരുന്നു അവരുപയോഗിച്ചിരുന്നത്. ഹൈറോഗ്ലിഫിക് എന്നതിന്

ഹൈറോഗ്ലിഫിക്സ്

'വിശുദ്ധലിപി' എന്നാണ് അർത്ഥം. ഇരുപത്തിനാല് ചിഹ്നങ്ങളാണ് ഹൈറോഗ്ലിഫിക്കിൽ ഉണ്ടായിരുന്നത്. പാപ്പിറസ് ചെടിയുടെ തണ്ട് തല്ലി ച്ചതച്ച് പരത്തിയെടുത്ത പ്രതലത്തിൽ, ഓടത്തണ്ടുകൊണ്ടുണ്ടാക്കിയ ബ്രഷും പ്രത്യേകം തയ്യാറാക്കിയ മഷിയും ഉപയോഗിച്ചാണ് ഈജിപ്തു കാർ എഴുതിയിരുന്നത്. ഇവ പിന്നീട് ചുരുളുകളായി സൂക്ഷിച്ചുവച്ചിരു ന്നു. കടലാസ്സിന്റെ ആദ്യകാലരൂപമായി പാപ്പിറസ് ചുരുളുകളെ കരുതാം.

1798-ൽ ഈജിപ്താക്രമിച്ച നെപ്പോളിയന്റെ സൈനികർ, പില്ക്കാ ലത്ത് 'റോസറ്റാശില' എന്ന പേരിലറിയപ്പെട്ട ഒരു ശിലാലേഖം കണ്ടെ ത്തി. ഏകദേശം മുപ്പതുകൊല്ലത്തിനുശേഷം ചമ്പോലിയൻ എന്നൊരു ഫ്രഞ്ചുപണ്ഡിതൻ റോസറ്റാശിലയിലെ ലിപികൾ വായിച്ചറിഞ്ഞു. അതി നുശേഷമാണ് ഈജിപ്ഷ്യൻ നാഗരികതയെക്കുറിച്ച് ലോകം കൂടുതലാ യറിയുന്നത്.

മതവിശ്വാസങ്ങളും ആചാരവും

പുരാതന ഈജിപ്ഷ്യൻ ജനതയുടെ ജീവിതത്തിൽ അതിപ്രധാന മായ സ്ഥാനമാണ് മതത്തിനുള്ളത്.

നഗരരാഷ്ട്രങ്ങളുടെ സംയോജനത്തിനുശേഷം നിലവിൽവന്ന പ്രാചീനരാജവംശക്കാലത്ത് ഏകദൈവവിശ്വാസം നിലവിൽവരുന്നതായി കാണാം. സൂര്യപുത്രനായ ഫറോ ആരാധനയിൽ സൂര്യന് ഒന്നാംസ്ഥാനം നൽകി. അങ്ങനെ ബഹുദൈവങ്ങളുടെ സ്ഥാനത്ത് 'റേ' (Re) എന്ന് പേരുള്ള സൂര്യദേവൻ പ്രത്യക്ഷപ്പെട്ടു. മദ്ധ്യകാലഘട്ടത്തിൽ 'ആമൺ' (Amon) എന്ന പേരിലാണ് സൂര്യനെ ആരാധിച്ചിരുന്നത്. ഇതിനുപുറമേ 'ഓസിറിസ്' (Osiris) എന്നൊരു ദേവനേയും അവർ ആരാധിച്ചിരുന്നു. ഓസിറിസ് നൈൽദേവതയാണെന്നായിരുന്നു അവരുടെ സങ്കൽപ്പം. ഇങ്ങനെ മധ്യകാലഘട്ടത്തിൽ ഏകദൈവവിശ്വാസം ദൃഢമായിക്കൊണ്ടി രുന്നു.

മദ്ധ്യകാലരാജവംശത്തിന്റെ തകർച്ചക്കുശേഷം പുരോഹിതവർഗ്ഗം ശക്തിപ്രാപിച്ചു. അന്ധവിശ്വാസങ്ങളിലും മന്ത്രവാദങ്ങളിലും ജനങ്ങൾക്കു വിശ്വാസം വർദ്ധിച്ചു. മതത്തെ മന്ത്രവാദപ്രയോഗം എന്ന നിലയിലേക്ക് അധഃപതിപ്പിച്ചു. മന്ത്രവാദത്തിലൂടെ പാപകർമ്മങ്ങളിൽ നിന്നും മോചി തരായി പരലോകപ്രാപ്തിനേടാമെന്ന വിശ്വാസം ഇക്കാലത്ത് ഫറോയിലും ശക്തമായി. പരലോകയാത്രയിൽ മറന്നുപോകാതിരിക്കാനായി മന്ത്രങ്ങൾ

ശവപ്പെട്ടിക്കുള്ളിൽ അവർ എഴുതിവെപ്പിച്ചിരുന്നു. ധാരാളം ക്ഷേത്രങ്ങൾ പണികഴിപ്പിക്കുന്നതിൽ അവർ പ്രത്യേകം ശ്രദ്ധിച്ചിരുന്നു. ഓരോ പുതിയ യുദ്ധവിജയം ഉണ്ടാവുമ്പോഴും ഒരു പുതിയക്ഷേത്രം അവർ പണികഴി പ്പിച്ചിരുന്നു.

നവീനരാജവംശക്കാലത്ത് ഈജിപ്തു ഭരിച്ചിരുന്ന അഖ്നാട്ടന്റെ നേതൃത്വത്തിൽ ഏകദൈവവിശ്വാസം പുനഃസ്ഥാപിക്കപ്പെട്ടു. പുരോഹിത വർഗ്ഗത്തെ അദ്ദേഹം അടിച്ചമർത്തി. ഈജിപ്തിന്റെ ചരിത്രത്തിൽ അന്നു വരെ നടന്നിട്ടില്ലാത്ത ഒരു മതവിപ്ലവം തന്നെ അദ്ദേഹം നടത്തി. അഖ്നാ ട്ടനുശേഷം പുരോഹിതവർഗ്ഗം വീണ്ടും ശക്തിപ്രാപിക്കുകയും മന്ത്ര വാദവും അന്ധവിശ്വാസങ്ങളും വീണ്ടും തലപൊക്കുകയും ഇത്, ഈജി പ്തിൽ മതജീർണ്ണതക്ക് വഴിവയ്ക്കുകയും ചെയ്തു.

മരണാനന്തരജീവിതത്തിന് ആത്മാവിനൊപ്പം ശരീരവും ആവശ്യ മാണെന്ന് അവർ വിശ്വസിച്ചു. അതിനാൽ മൃതശരീരം പ്രത്യേകം തയ്യാ റാക്കിയ ലായനിയിൽ മുക്കി, നല്ല ലിനനിൽ പൊതിഞ്ഞ്, സുഗന്ധദ്രവ്യ ങ്ങൾ പൂശി, അനശ്വരമായി സൂക്ഷിച്ചിരുന്നു. ഇത്തരത്തിൽ സൂക്ഷിച്ചി രുന്ന മൃതദേഹങ്ങളാണ് 'മമ്മി' എന്ന പേരിൽ അറിയപ്പെട്ടിരുന്നത്. ശവ ശരീരത്തോടൊപ്പം — ആഹാരം, വസ്ത്രം, ഗൃഹോപകരണങ്ങൾ, സ്വർണ്ണം, ആഭരണങ്ങൾ, പടയാളികളുടെ പ്രതിമകൾ തുടങ്ങിയവ വച്ചിരുന്നു.

ശാസ്ത്രത്തിന്റെ വളർച്ച

ലളിതമായ കണക്കുകൂട്ടലുകളായിരുന്നു അവരുടെ ഗണിതത്തിന ടിസ്ഥാനം. അങ്കഗണിതം, ജ്യാമിതി, സങ്കലനം, വ്യവകലനം, ഹരണം, ദശാംശസമ്പ്രദായം തുടങ്ങിയവയെക്കുറിച്ച് അവർക്ക് അറിവ് ഉണ്ടായി രുന്നു. എന്നാൽ ഗുണനം, പൂജ്യം എന്നിവയെക്കുറിച്ച് അവർ അജ്ഞരാ യിരുന്നു. പത്ത്, നൂറ്, ആയിരം, പതിനായിരം, ലക്ഷം, ദശലക്ഷം എന്നീ സംഖ്യകളെ കുറിക്കുന്ന പ്രത്യേക ചിഹ്നങ്ങൾ അവർക്കുണ്ടായിരുന്നു. ഭവനനിർമ്മാണം, മഹാക്ഷേത്രങ്ങൾ, പിരമിഡുകൾ, പ്രതിമകൾ എന്നി വയുടെ നിർമ്മാണത്തിൽ ഈജിപ്തുകാരുടെ ഗണിതശാസ്ത്രവൈഭവം പ്രകടമാണ്.

ജ്യോതിശാസ്ത്രം പ്രധാനമായും നൈൽനദിയിലെ വെള്ളപ്പൊക്കം നിർണ്ണയിക്കുന്നതിനു വേണ്ടിയാണ് ഉപയോഗപ്പെടുത്തിയിരുന്നത്. നൈലിലെ വെള്ളം പൊങ്ങുന്നതിന്റെ അടിസ്ഥാനത്തിൽ ഒരു സൗരപ ഞ്ചാംഗം അവർ രൂപപ്പെടുത്തിയിരുന്നു. രണ്ടു വെള്ളപ്പൊക്കങ്ങൾക്കിട യിൽ വരുന്ന ശരാശരി ദൈർഘ്യം 365 ദിവസമാണെന്ന് നിരീക്ഷണത്തി ലൂടെ അവർ കണ്ടെത്തി. 30 ദിവസം വീതമുള്ള പന്ത്രണ്ട് മാസങ്ങളും വർഷാവസാനം അഞ്ച് ഉത്സവദിനങ്ങളും അടങ്ങുന്നതായിരുന്നു അവരുടെ കലണ്ടർ. വൈദ്യശാസ്ത്രം വളരെയേറെ അഭിവൃദ്ധിപ്രാപി ച്ചിരുന്നു. അവയവങ്ങളേയും അവയവഘടനയേയും കുറിച്ച് പൊതുവായ ഒരു ധാരണ അവർക്കുണ്ടായിരുന്നു. ഹൃദയം, നാഡി ഇവയുടെ

പ്രാധാന്യം അവർ മനസ്സിലാക്കിയിരുന്നു. ശരീരത്തിലുണ്ടാകുന്ന മുറി വുകൾ, എല്ലിനുണ്ടാകുന്ന പൊട്ടലുകൾ, സ്ത്രീകൾക്ക് ഉണ്ടാകുന്ന രോഗ ങ്ങൾ, പല്ല് രോഗങ്ങൾ തുടങ്ങിയവയ്ക്കുള്ള ചികിത്സാരീതികൾ അവർക്ക റിയാമായിരുന്നു. ഉദരചികിത്സയുമായി ബന്ധപ്പെട്ട് വിരേചനത്തിനുള്ള പ്രാധാന്യം അവർ മനസ്സിലാക്കിയിരുന്നു. പലതരം മരുന്നുകളുടെ പട്ടിക അവർ തയ്യാറാക്കിയിരുന്നു. ഇംഗ്ലീഷിലെ 'കെമിസ്ട്രി' എന്ന വാക്കിന്റെ ഉദ്ഭവം ഈജിപ്ഷ്യൻ ഭാഷയിൽ നിന്നാണ്. സമയമറിയുന്നതിനായി ജല ഘടികാരം, സൂര്യഘടികാരം, ഗ്ലാസ്സ്, കടലാസ്സ്, അക്ഷരവിദ്യ തുടങ്ങിയ വയെല്ലാം പ്രാചീന ഈജിപ്തുകാർ ലോകത്തിനു നൽകിയ സംഭാവന കളുടെ പട്ടികയിൽപ്പെടുന്നു.

പതനം

ഏറെ വൈകാതെതന്നെ ഈജിപ്ഷ്യൻ സംസ്കാരത്തിന് തകർച്ചയെ നേരിടേണ്ടിവന്നു. സാമ്രാജ്യകാലഘട്ടത്തിൽ ഭരണാധികാ രികൾ പുരോഹിതവൃന്ദത്തിന് അനുകൂലമായ നിലപാടുകൾ സ്വീകരി ക്കുകയാൽ, പുരോഹിതർ രാജ്യത്തിന്റെ സമ്പത്ത് ഏതാണ്ട് മുഴുവനും കൈക്കലാക്കി. ഇത് രാജ്യത്തെ സമ്പദ്‌വ്യവസ്ഥ തകരുന്നതിന് ഇടയാ ക്കി. കാര്യക്ഷമമമായൊരു രാഷ്ട്രസംവിധാനക്രമം കാലാനുസൃതമായി വളർത്തിയെടുക്കുന്നതിനും, രാഷ്ട്രത്തെ ശക്തിപ്പെടുത്തുന്നതിനും ഭര ണാധികാരികൾക്കു കഴിയാതെ പോയത് ഈജിപ്ഷ്യൻ സംസ്കാര ത്തിന്റെ തകർച്ചയുടെ വേഗം കൂട്ടി. സമൂഹത്തിലെ താണവിഭാഗം ജന ങ്ങളെ അവഗണനയ്ക്കും ചൂഷണത്തിനും വിധേയമാക്കിയ ഭരണകൂ ടവും പൗരോഹിത്യ മേധാവിത്വവും സ്വതന്ത്രചിന്തയെ നിരുത്സാഹപ്പെ ടുത്തിയിരുന്നു. യുദ്ധതന്ത്രങ്ങളിൽ തങ്ങളേക്കാൾ നിപുണരും ശക്തരു മായ നീഗ്രോകൾ, ലിബിയൻമാർ, അസ്സീറിയർ, മാസിഡോണിയർ, റോമ ക്കാർ എന്നിവരുമായുള്ള യുദ്ധം സാമ്രാജ്യത്തകർച്ചയെ പൂർണ്ണമാക്കി. വളരെ വേഗം തന്നെ ഈജിപ്ത് ആക്രമിക്കപ്പെടുകയും, അസ്സീറിയൻ, ഇറാനിയൻ, റോമൻ സാമ്രാജ്യങ്ങളുടെ ഭാഗമായിത്തീരുകയും ചെയ്തു.

മാനവസാംസ്കാരിക പുരോഗതിയുടെ അടിസ്ഥാന ഘടകങ്ങളായ ഗണിതത്തിന്റെയും ശാസ്ത്രത്തിന്റെയും തുടക്കം നൈൽനദീതീരത്തു നിന്നുമായിരുന്നു. കലകളിലും കരകൗശലങ്ങളിലും പുരാതന ഈജി പ്തുകാർ മുമ്പന്തിയിലായിരുന്നു. അവരുടെ ശിൽപ്പശാസ്ത്രസംബന്ധ മായ തത്ത്വങ്ങൾ പിൽക്കാലത്ത് വ്യാപകമായ പ്രചാരം നേടുകയുണ്ടായി, കളിമൺ ഫലകങ്ങളിലും പാപ്പിറസ് ചുരുളുകളിലും ഈജിപ്ഷ്യൻ ചിത്ര ലിപികളിൽ രേഖപ്പെടുത്തിവച്ചിട്ടുള്ള സാഹിത്യസൃഷ്ടികൾ ഇന്നും അവ ശേഷിച്ചിട്ടുണ്ട്. അണക്കെട്ടുകൾ, തോടുകൾ, മൺപാത്രങ്ങൾ, ഗ്ലാസ്സ് എന്നി വയുടെ നിർമ്മാണത്തിനാവശ്യമായ സാങ്കേതികവൈദഗ്ധ്യം ഈജിപ്തു കാർ ലോകത്തിന് നൽകിയ സംഭാവനകളിൽ ഏറ്റവും മികച്ചതാണ്.

3

സൈന്ധവ സംസ്കാരം

സിന്ധുനദീതടത്തിൽ നിന്നുമാണ് പ്രാചീനഭാരതീയ സംസ്കാര ത്തെക്കുറിച്ചുള്ള തെളിവുകൾ നമുക്ക് ലഭിക്കുന്നത്. വളരെ പഴക്കമേറി യതും അത്യധികം പുരോഗതി പ്രാപിച്ചതും തനതായൊരു വ്യക്തിത്വം പുലർത്തുന്നതുമായ മഹാസംസ്കൃതിയായിരുന്നു സൈന്ധവ സംസ്കാരം. ഈ സംസ്കാരം ഇന്ത്യൻ ഉപഭൂഖണ്ഡത്തിലെ പ്രാചീന സംസ്കാരത്തെ പ്രതിനിധാനം ചെയ്യുന്നു. സിന്ധുനദീതട നിവാസിക ളുടെ പല പരിഷ്കാരങ്ങളും ആധുനിക സമ്പ്രദായങ്ങളോട് കിടപിടി ക്കുന്നതായിരുന്നു. ഇത് കാർഷിക കൂട്ടായ്മയിൽനിന്നും നാഗരികതയി ലേക്കുള്ള ദീർഘമായ പരിവർത്തനത്തിന്റെ ആത്യന്തിക ഫലമാണ്.

ഹാരപ്പൻ നഗരാവശിഷ്ടങ്ങൾ

1920-കളിൽ സിന്ധുനദീതീരത്തുള്ള ഹാരപ്പ(Harappa)യിലും മോഹൻജൊദാരോ(Mohanjodaro)യിലും പുരാവസ്തുഗവേഷകർ നട ത്തിയ ഉൽഖനനമാണ് ഇന്ത്യാഉപഭൂഖണ്ഡത്തിലെ പ്രാചീനസംസ്കാര ത്തിലേക്ക് വെളിച്ചം വീശിയത്. ഹാരപ്പൻ നാഗരികതയെന്നും സിന്ധു നാഗരികതയെന്നും പുരാവസ്തുഗവേഷകർ നാമകരണം ചെയ്ത ഈ സംസ്കാരത്തിന്റെ അവശിഷ്ടങ്ങൾ അനേകം പ്രദേശങ്ങളിൽ വ്യാപി ച്ചിരുന്നതായി പിൽക്കാല ഉൽഖനനങ്ങൾ തെളിയിക്കുകയുണ്ടായി. തൽഫലമായി ഈ സംസ്കാരം സൈന്ധവസംസ്കാരമെന്ന് പരക്കെ അറിയപ്പെടുകയും ചെയ്തു. ഈ വെങ്കലസംസ്കാരത്തിന്റെ കണ്ടെത്തൽ പ്രാചീനഭാരതസംസ്കാരത്തെക്കുറിച്ചുള്ള നിലവിലുള്ള ധാരണകൾ തിരുത്തി. ആര്യന്മാരുടെ വരവോടുകൂടിയാണ് ഇന്ത്യാചരിത്രം ആരംഭി ക്കുന്നതെന്ന ധാരണയാണ് ഇപ്രകാരം തിരുത്തിയത്. ഈ കണ്ടെത്ത ലോടെ സൈന്ധവസംസ്കാരം പണ്ഡിതന്മാരേയും ചരിത്ര വിദ്യാർത്ഥിക ളേയും ആകർഷിക്കുന്ന ഗവേഷണമേഖലയായിത്തീർന്നു. ഇന്ത്യയിലും പാക്കിസ്ഥാനിലും നടന്ന പുതിയ പുതിയ ഉൽഖനനങ്ങൾ ഈ സംസ്കാ രത്തെക്കുറിച്ച് കൂടുതൽ മനസ്സിലാക്കുന്നതിന് നമ്മെ സഹായിച്ചു.

സിന്ധുനദീതടപ്രദേശത്തെ ഉൽഖനനങ്ങൾ

സൈന്ധവസംസ്കാരത്തെക്കുറിച്ചുള്ള ലിഖിതരേഖകൾ ഒന്നും തന്നെ ലഭ്യമല്ല. നദീതടപ്രദേശത്തു നടന്ന ഉൽഖനനമാണ് അജ്ഞാത മായിരുന്ന ഈ സംസ്കാരത്തെക്കുറിച്ചുള്ള വിവരങ്ങൾ വെളിച്ച ത്തുകൊണ്ടുവന്നത്. 1826-ൽ ചാൾസ് മേസൺ (Charles Masson) എന്ന ബ്രിട്ടീഷ് പുരാവസ്തു ഗവേഷകൻ ഹാരപ്പ സന്ദർശിക്കുകയും ഒരു പഴയ ജനവാസകേന്ദ്രത്തിന്റെ അവശിഷ്ടങ്ങൾ അവിടെ ഉള്ളതായി മനസ്സിലാ ക്കുകയും ചെയ്തു. 1853-ൽ ഹാരപ്പ സന്ദർശിച്ച അലക്സാണ്ടർ കണ്ണിം ഗ്ഹാം (Alexander Cunningham) എന്ന പുരാവസ്തു ഗവേഷകനും അ വിടെയൊരു പ്രാചീനസംസ്കാരത്തിന്റെ അവശിഷ്ടങ്ങൾ കണ്ടെത്തു കയുണ്ടായി. പക്ഷേ ചരിത്രത്തിന്റെ ഏത് കാലഘട്ടത്തെയാണ് ഈ പ്രാചീനസംസ്കാരം പ്രതിനിധീകരിക്കുന്നതെന്ന് ഉറപ്പിക്കാൻ അദ്ദേഹ ത്തിനും കഴിഞ്ഞില്ല.

1920-22 കാലഘട്ടത്തിൽ ഇന്ത്യൻ പുരാവസ്തു വകുപ്പിന്റെ ആഭി മുഖ്യത്തിൽ നടന്ന ഉൽഖനനങ്ങളാണ് സൈന്ധവസംസ്കാരത്തെ യഥാർത്ഥത്തിൽ കണ്ടെത്തിയത്. ഒരു പ്രാചീന ബുദ്ധസ്തൂപത്തിന്റെ അവശിഷ്ടങ്ങൾക്കായി തെരച്ചിൽ നടത്തിയ പുരാവസ്തു ഗവേഷകനായ ആർ ഡി ബാനർജി (R D Banerjee) താൻ കണ്ടെത്തിയ അവശിഷ്ട ങ്ങൾ ബുദ്ധസ്തൂപത്തേക്കാൾ പുരാതനമായ ഒരു സംസ്കാരത്തിന്റേ താണ് എന്ന് തിരിച്ചറിഞ്ഞു. കൂടുതൽ വിപുലമായ ഉൽഖനനത്തിനായി ഇന്ത്യൻ പുരാവസ്തു വകുപ്പിന്റെ തലവനായ ജോൺ മാർഷലിനോട് (John Marshall) ആവശ്യപ്പെടുകയും ചെയ്തു. തുടർന്ന് ജോൺ മാർഷ ലിന്റെ നേതൃത്വത്തിൽ ദയാറാം സാഹ്നി (Dayaram Sahni)യും ആർ

അലക്സാണ്ടർ കണ്ണിംഗ്ഹാം

ഡി ബാനർജിയും ഹാരപ്പയിലും മോഹൻജോദാരോയിലും നടത്തിയ ഉൽഖനനങ്ങൾ പുരാതന ഈജിപ്തിലും മെസൊപ്പൊട്ടേമിയയിലും നിലനിന്നിരുന്ന പ്രാചീന സംസ്കാരങ്ങൾപോലെ തന്നെ പ്രാചീനവും മഹത്തരവുമായ ഈ സംസ്കാരത്തെക്കുറിച്ചുള്ള വിവരങ്ങൾ പുറത്തുകൊണ്ടുവന്നു. ഇന്ത്യൻ സംസ്കാരത്തെക്കുറിച്ച് അന്നുവരെ ഉണ്ടായിരുന്ന പല അറിവുകളും തിരുത്താൻ പര്യാപ്തമായിരുന്നു ഹാരപ്പയിലും മോഹൻജോദാരോയിലും നടത്തിയ കണ്ടെത്തലുകൾ.

1924 മുതൽ സിന്ധുനദീതടവും പ്രാന്തപ്രദേശവും അതിവിപുലവുമായ ഉൽഖനനപ്രവർത്തനങ്ങളുടെ മേഖലകളായി. വിവിധ ഘട്ടങ്ങളിലായി വ്യത്യസ്ത മേഖലകൾ കേന്ദ്രീകരിച്ച് നടന്ന ഉൽഖനന പ്രവർത്തനങ്ങൾക്ക് ജീൻ ഫ്രാങ്കോയിസ് ജറിഗ് (Jean Francois Jerrige), ഇ ജെ എച്ച് മാക്കേ (E J H Mackey), എം എസ് വാട്ട്സ് (M S Vats) ഓറിൽ സ്റ്റെൻ (Aurel Stein), എം ജി മജുംദാർ (M G Majumdar), ജയിംസ് ഹാർഗ്രീവ്സ് (James Hargreaves), മോർട്ടിമർ വീലർ (Mortimer Wheeler), ഇ ജെ റോസ് (E J Rose), എ ഘോഷ് (A Ghosh), എസ് ആർ റാവു (S R Rao), ബി കെ ഠാപ്പർ (B K Thaper), ബി ബി ലാൽ (B B Lal) തുടങ്ങിയ പുരാവസ്തു ഗവേഷകർ നേതൃത്വം നൽകി.

ഓറിൽ സ്റ്റെന്റെ ഉൽഖനനം ബലൂചിസ്ഥാനിലെ പല പ്രദേശങ്ങളേയും ശ്രദ്ധാകേന്ദ്രങ്ങളാക്കി. റാണാ ഗുണ്ടെ (Rana Gundei), പെരിയാനോ ഗുണ്ടെ (Periano Gundei) തുടങ്ങിയ സ്ഥലങ്ങളിൽ നിന്നും കളിമൺ പാത്രങ്ങൾ, കാളയുടെ രൂപം, സ്ത്രീരൂപം എന്നിവ കണ്ടെത്തി. ഹക്ര (Hakra) പ്രദേശത്തും ചില കണ്ടെത്തലുകൾ നടത്തി. ബലൂചിസ്ഥാനിലെ നാൾ (Nal) പ്രദേശത്തെ ഹർ ഗ്രീവ്സിന്റെ (Har Greaves) ഉൽഖനനം പ്രാധാന്യമർഹിക്കുന്നത് അവിടെ നിന്നും പോളിക്രോം പാത്രങ്ങൾ കണ്ടെത്തിയതു കൊണ്ടാണ്. എം ജി മജുംദാർ അമ്രിയിൽ നടത്തിയ ഗവേഷണങ്ങൾ സൈന്ധവസംസ്കാരത്തിന്റെ വികസിത മുഖത്തെ വെളിച്ചത്തു കൊണ്ടുവന്നു. പലതരത്തിലുള്ള മൺപാത്രങ്ങൾ, ഇഷ്ടികകൾ, വെങ്കലത്തിലും ചെമ്പിലും നിർമ്മിച്ച ഗൃഹോപകരണങ്ങളും കരകൗശലവസ്തുക്കളും എന്നിവയും ചുറ്റുമതിലോടുകൂടിയ വാസസ്ഥലങ്ങളും ഇവിടെനിന്ന് കണ്ടെത്തി.

മോർട്ടിമർ വീലർ (Mortimer Wheeler) ആയിരുന്നു ഹാരപ്പയിൽ

ഏറ്റവും വ്യാപകമായ തോതിൽ ഉൽഖനനം നടത്തിയത്. കൊട്ടാരഗോ പുരത്തിന്റെ ഒരു വലിയഭാഗം അദ്ദേഹം കണ്ടെത്തി. മറ്റ് പുരാവസ്തു ഗവേഷകരുടെ നേതൃത്വത്തിൽ തുടർന്നു നടന്ന ഉൽഖനനപ്രവർത്തന ത്തിന്റെയും ഗവേഷണത്തിന്റെയും ഫലമായി രൂപാർ (Rupar), രജോഡി (Rajodi), ചാൻഹുദാരോ (Chanhudaro), റാംഗ്പൂർ (Rangpur), കാളിബംഗൻ (Kalibangan), ലോതൽ (Lothal), സർക്കോട്ടഡ (Surkotada) കോട്ഡിജി (Kotdiji) എന്നിങ്ങനെ നൂറുകണക്കിന് ജനവാസകേന്ദ്രങ്ങൾ കണ്ടെത്താൻ കഴിഞ്ഞു. ഹാരപ്പയേക്കാൾ വിപുലവും വ്യക്തവുമായ കോട്സിജിയിലെ പതിനൊന്ന് സംസ്കാരപാളികൾ കാണിക്കുന്നത് അവിടത്തെ പ്രാദേശിക സംസ്കാരത്തെയാണ്. റഹ്മാൻ ധേരി (Rahman Dheri), ധോൽവിറ (Dholvira) തുടങ്ങിയ കേന്ദ്രങ്ങളിൽ സമീപകാലത്തു നടത്തിയ ഉൽഖനനങ്ങൾ ഈ സംസ്കാരത്തിന്റെ ധാരാളം തെളിവുകൾ പുറത്തുകൊണ്ടുവന്നു.

സംസ്കാരത്തിന്റെ വ്യാപ്തി

സൈന്ധവ സംസ്കാരം വ്യാപിച്ചിരുന്ന ഭൂപ്രദേശം സമകാലീന ങ്ങളായ ഈജിപ്ഷ്യൻ സംസ് കാരവും മെസൊപ്പൊട്ടേമിയൻ സംസ്കാരവും കൂടിച്ചേർന്ന പ്രദേശത്തേക്കാൾ വിസ്തൃത മായിരുന്നു. സിന്ധ്, മക്രാൻ, ബലൂചിസ്ഥാൻ, പഞ്ചാബ്, രാജ സ്ഥാൻ, ഹരിയാന, ഗുജറാത്ത്, ഉത്തർപ്രദേശിന്റെ പടിഞ്ഞാറ് ഭാഗം എന്നീ സ്ഥലങ്ങൾ ഈ സംസ്കാരത്തിന്റെ പരിധി യിൽപ്പെടുന്നു. അതായത്, വടക്ക് ജമ്മു മുതൽ തെക്ക് നർമ്മദ വരെയും, പടിഞ്ഞാറ് ബലൂചിസ്ഥാനിലെ മക്രാൻ മുതൽ വടക്കു കിഴക്ക് മീററ്റ്

ചാൻഹുദാരോ സീൽ

വരെയും ഈ സംസ്കാരം വ്യാപിച്ചിരുന്നു.

സംസ്കാരത്തിന്റെ കാലഘട്ടം

സിന്ധുനദിയുടേയും അതിന്റെ പോഷകനദികളുടേയും തീരങ്ങളിൽ സ്ഥിതി ചെയ്തിരുന്ന എണ്ണമറ്റ ഗ്രാമങ്ങളുടേയും പട്ടണങ്ങളുടേയും അവ ശിഷ്ടങ്ങൾ ഗവേഷകർ കണ്ടെടുത്തിട്ടുണ്ട്. ഈ ഗ്രാമങ്ങളും നഗരങ്ങളും വിശാലമായൊരു കാലഘട്ടത്തെ ഉൾക്കൊള്ളുന്നു. ബി സി 3000-ന് മുമ്പു തന്നെ പരിഷ്കൃതമായൊരു സംസ്കാരം ഇവിടെ രൂപംകൊണ്ടു തുട ങ്ങിയിരുന്നു എന്ന് വിശ്വസിക്കപ്പെടുന്നു. സിന്ധുനദീതടസംസ്കാരത്തെ

നാഗരികതയ്ക്കു മുമ്പുള്ള സാംസ്കാരിക കാലഘട്ടം, പൂർണ്ണവളർച്ച
യെത്തിയ ഘട്ടം, പിൽക്കാലസാംസ്കാരിക ഘട്ടം എന്നിങ്ങനെ മൂന്നായി
വിഭജിക്കാം.

സൈന്ധവസംസ്കാരത്തിന്റെ ആദ്യഘട്ടത്തിന് ബി സി 3500 മുതൽ
2600 വരെയുള്ള കാലപരിധി സാമാന്യമായി നിശ്ചയിക്കാം. ബി സി 2600
മുതൽ 1800 വരെയുള്ള കാലം വികസിതകാലഘട്ടമായി കണക്കാക്കു
ന്നു. ബി സി 1800നുശേഷം അപനഗരീകരണവും നഗരകേന്ദ്രങ്ങളുടെ
തുടർച്ചയായ തിരോധാനവും സംഭവിച്ചു തുടങ്ങി. അതിനാൽ പിൽക്കാ
ലസാംസ്കാരിക ഘട്ടം ബി സി 1800 മുതലാണ് ആരംഭിക്കുന്നത്.

നഗരകേന്ദ്രങ്ങൾ പ്രത്യക്ഷപ്പെടുന്നതിനു മുമ്പുള്ള സാംസ്കാരിക
ഘട്ടം സംസ്കാരരൂപീകരണത്തിന്റെ ഘട്ടമായിരുന്നു. അന്ന് കാർഷിക
വൃത്തിയിൽ ഏർപ്പെടുന്ന ഗ്രാമസമൂഹങ്ങൾ രൂപപ്പെട്ടിരുന്നു. കാർഷിക
സമൂഹം രൂപപ്പെട്ടതിന്റെ പ്രാചീനമായ തെളിവ് ബലൂചിസ്ഥാനിലെ
മെഹ്‌ർഗാഹി (Mehrgarh)ൽ നിന്ന് ലഭിച്ചിട്ടുണ്ട്. ഖാട്ടാ താഴ്‌വര (Quetta
Valley), അമ്രി (Amri), റഹ്മാൻ ധേരി (Rahman Dheri), കോട്ട്ഡിജി
(Kotdigi), മുണ്ടിഗക് (Mundigak) തുടങ്ങിയ സ്ഥലങ്ങളിൽനിന്നും ആദ്യ
കാലസംസ്കാരത്തിന്റെ അവശിഷ്ടങ്ങൾ കണ്ടെത്തിയിട്ടുണ്ട്. വിവിധ
തരം പാത്രങ്ങളും കല്ല്, ചെമ്പ്, വെങ്കലം എന്നിവ കൊണ്ടുള്ള ഉപകര
ണങ്ങളും, കൊയ്ത്തുപകരണങ്ങൾ, ഭക്ഷ്യധാന്യങ്ങൾ എന്നിവയും
കണ്ടെത്തിയ അവശിഷ്ടങ്ങളിൽപ്പെടുന്നു. ശിലായുധങ്ങൾ ഉണ്ടാക്കുന്ന
വലിയൊരു ഫാക്ടറിയും കണ്ടെത്തിയിട്ടുണ്ട്. ബി സി 2600–ഓടെ
വികസിത നഗരസംസ്കാരഘട്ടം ആരംഭിച്ചുവെന്ന് അനുമാനിക്കാം.

നഗരകേന്ദ്രങ്ങൾ

സൈന്ധവസംസ്കാരകേന്ദ്രങ്ങൾ വൻനഗരങ്ങളായി പരിണമിച്ച
ഘട്ടമായിരുന്നു പൂർണ്ണവളർച്ചയെത്തിയ ഘട്ടം. നീണ്ടകാലത്തെ വളർച്ച
യിൽനിന്നും ഉണ്ടായതാവണം ഈ നഗരങ്ങൾ. കാർഷികമേഖലകളുടെ
കേന്ദ്രങ്ങളായിട്ടായിരിക്കാം നഗരങ്ങൾ രൂപപ്പെട്ടത്. സൈന്ധവജനത
മികച്ച സംസ്കാരവും പുരോഗതിയും കൈവരിച്ചത് ഈ കാലഘട്ടത്തി
ലാണ്. സൈന്ധവ ജനതയുടെ സംഭാവനകളിൽ ഏറെയും പ്രത്യക്ഷ
പ്പെടുന്നത് ഈ കാലഘട്ടത്തിലാണ്. ഫലഭൂയിഷ്ഠമായ മണ്ണിന്റേയും
സാങ്കേതികമികവിന്റേയും ഫലമായി ഉൽപ്പാദനത്തിന്റെ വൻശേഖരം
ഉണ്ടാക്കാൻ കഴിഞ്ഞു. ഗ്രാമങ്ങളിലെ ഉൽപ്പന്നങ്ങൾ നഗരങ്ങളിലേക്ക്
പ്രവഹിക്കുവാനും അതു നഗരങ്ങളിൽ ശേഖരിക്കുവാനും തുടങ്ങി. ഇത്ത
രത്തിൽ സംഭരിച്ചുവെച്ച അധികശേഖരം സൈന്ധവജനതയെ കാർഷി
കേതരതൊഴിലിലേക്ക് നയിച്ചു. ഇക്കാലത്ത് വിദൂരദേശങ്ങളുമായി അവർ
വ്യാപാരബന്ധം സ്ഥാപിച്ചു. ഇത് ക്രമേണ വൻനഗരങ്ങളുടെ ആവിർഭാവ
ത്തിന് പ്രേരകമായി. സൈന്ധവസംസ്കാരം പൂർണ്ണവളർച്ച പ്രാപിച്ച ഘട്ട
ത്തിലെ പ്രധാനവൻനഗരങ്ങൾ ഹാരപ്പ (Harappa)യും മോഹൻ

ജൊദാരോ(Mohanjodaro)യും ആയിരുന്നു. ഈ വൻനഗരങ്ങൾക്കു പുറമേ ലോതൽ, കാളിബംഗൻ, രൂപാർ, ചൻഹുദാരോ, റാഗ്പൂർ, കോട്ട്ഡിജി തുടങ്ങി നിരവധി നഗരങ്ങളും പൂർണ്ണവളർച്ച പ്രാപിച്ചിരുന്നു.

ഹാരപ്പ

പടിഞ്ഞാറൻ പഞ്ചാബിൽ മോണ്ട്ഗോമറി ജില്ലയിലെ രവിനദീതീര ത്താണ് ഹാരപ്പാ സ്ഥിതി ചെയ്യുന്നത്. 1921-ൽ ദയാറാം സാഹ്നിയാണ് ഇവിടെ ആദ്യമായി ഉൽഖനനം നടത്തിയത്. 'ഹരയുപയ' എന്നായിരുന്നു ഈ നഗരത്തിന്റെ പഴയ പേര്. പുരാവസ്തുഗവേഷകനായ മോർട്ടിമർ വീലർ ഇവിടെ വൻതോതിൽ ഉൽഖനനപ്രവർത്തനം നടത്തി. നന്നായി ആസൂത്രണം ചെയ്തു നിർമ്മിച്ച ഒരു നഗരമായിരുന്നു ഹാരപ്പ. ഹാരപ്പ യിലെ ഏറ്റവും ശ്രദ്ധേയമായ ഒരു കണ്ടെത്തലാണ് വലിയ കളപ്പുര (Great Granary). ഹാരപ്പയിലെ അന്തർനഗരത്തിൽ (Citadel) ആറ് കള പ്പുരകൾ കണ്ടെത്തിയിട്ടുണ്ട്. തൊഴിലാളികളുടെ വാസസ്ഥലങ്ങളും ഇവിടെ നിന്നും കണ്ടെത്തിയിട്ടുണ്ട്.

മോഹൻജോദാരോ

പടിഞ്ഞാറേക്കരയിലാണ് മോഹൻജോദാരോയുടെ സ്ഥാനം. സിന്ധ് (Sind)ലെ ലാർക്കാനാ (Larkana) ജില്ലയിൽ സ്ഥിതിചെയ്യുന്ന മോഹൻജോദാരോ 'പരേതരുടെ കുന്ന്' (Mount of the dead) എന്നാണ് അറിയപ്പെട്ടിരുന്നത്. 1922-ൽ ആർ ഡി ബാനർജിയാണ് ആദ്യമായി ഇവിടെ ഉൽഖനനം നടത്തിയത്. തുടർന്ന് പ്രശസ്ത പുരാവസ്തു ഗവേഷകരായ ഇ ജെ എച്ച് മാക്കേ, ജയിംസ് ഹർഗ്രീവ്സ്, എം എസ് വാട്ട്സ്, മോർട്ടിമർ വീലർ തുടങ്ങിയവർ അവിടെ ഉൽഖനനം നടത്തി. നഗരാസൂത്രണത്തിന്റേയും ഭവനനിർമ്മാണത്തിന്റേയും മറ്റും തെളിവുകളേറെയും ഇവിടെനിന്നാണ് ലഭിച്ചിട്ടുള്ളത്. ധാരാളം മുദ്രകളും ഇവിടെ നിന്നും ലഭിച്ചിട്ടുണ്ട്. വലിയ കുളം, കുളപ്പുര, സഭാമണ്ഡപം എന്നിവ ഈ നഗരത്തിൽ നിന്നും കണ്ടെ ടുത്തിട്ടുണ്ട്. വെങ്കലത്തിലുള്ള നൃത്തം ചെയ്യുന്ന പെൺകുട്ടിയുടെ രൂപം ഇവിടെനിന്നുമാണ് കണ്ടെത്തിയത്. തുന്നൽപ്പണി ചെയ്ത ഒരു പരുത്തി ത്തുണിയുടെ കഷണം ഇവിടെ നിന്നും ലഭിച്ചിട്ടുണ്ട്. എന്നാൽ ഈ നഗ രത്തിന്റെ താഴ്ന്ന സ്ഥലങ്ങൾ ചെളിയിൽപ്പെട്ടിരിക്കുന്നതിനാൽ പൂർണ്ണ മായും ഉൽഖനനം ചെയ്യപ്പെട്ടിട്ടില്ല. ഏതാണ്ട് 350 മൈൽ അകലത്തിൽ സ്ഥിതി ചെയ്യുന്ന നഗരങ്ങളാണെങ്കിലും ഹാരപ്പയിലേയും മോഹൻ ജോദാരോയിലേയും ഉൽഖനനവസ്തുക്കൾ സാദൃശ്യങ്ങളുള്ളവയാണ്.

രാജസ്ഥാനിലെ കാളിബംഗാനാണ് മറ്റൊരു പ്രധാനനഗരം. ഗാഗർ ഹക്ര (Ghagar Hakra) നദിയുടെ തീരത്തായിട്ടാണ് ഈ നഗരം സ്ഥിതി ചെയ്യുന്നത്. പുരാവസ്തുഗവേഷകരായ എ ഘോഷ്, ബി കെ ഥാപ്പർ, ബി ബി ലാർ എന്നിവർ ഇവിടെ ഉൽഖനനം നടത്തി. സിന്ധുനദീതടസം സ്കാരത്തിന്റെ പ്രാചീനവും വികസിതവുമായ ഘട്ടങ്ങളുടെ തെളിവു

കൾ ഇവിടെയുണ്ട്. ഹാരപ്പ, മോഹൻജൊദാരോ എന്നിവിടങ്ങളിലെ സംസ്കാരങ്ങളുമായി വളരെയേറെ സാമ്യം കാളിബംഗാനിലെ സംസ്കാരത്തിനുണ്ടായിരുന്നു.

ഗുജറാത്തിലെ ലോതൽ മറ്റൊരു പ്രമുഖനഗരമായിരുന്നു. അഹമ്മദാബാദ് ജില്ലയിൽ ഭോഗാവെ (Bhogao) നദീതീരത്താണ് ഈ നഗരം സ്ഥിതിചെയ്തിരുന്നത്. എസ് ആർ റാവുവാണ് ഇവിടെ ഉൽഖനനം നടത്തിയത്. ഇവിടെ ഒരു തുറമുഖമുണ്ടായിരുന്നുവെന്ന് കണ്ടെത്തിയിട്ടുണ്ട്. ഈ തുറമുഖം അന്നത്തെ പടിഞ്ഞാറൻ ഏഷ്യൻ സംസ്കാരങ്ങളുമായുള്ള കടൽവ്യാപാരത്തിന്റെ കേന്ദ്രമായിരുന്നു.

മക്രാൻ തീരത്തിനടുത്തുള്ള സുക്തഗെൻഡോർ ശിലാനിർമ്മിതമായ ഒരു കോട്ടയോടുകൂടിയ പട്ടണമായിരുന്നു. ഓറിൽസ്റ്റേൻ ആയിരുന്നു ആദ്യമായി ഈ നഗരം ഉൽഖനനം ചെയ്തത്. ചാൻഹുദാരോ, ബനാവലി(Banawali), ഗാങ്പുർ, സർക്കോട്ടഡ, കോട്ട്ഡിജി, ആലംജിർപുർ (Alamjirpur), അലിമുറാദ് തുടങ്ങിയ നഗരങ്ങളും സിന്ധുനദീതടസംസ്കാരത്തിന്റെ കേന്ദ്രങ്ങളായിരുന്നു.

നഗരാസൂത്രണവും ജീവിതരീതിയും

നാഗരികതയുടെ പ്രധാനപ്പെട്ട കേന്ദ്രങ്ങളായ ഹാരപ്പയും മോഹൻജൊദാരോയും ശ്രദ്ധയോടുകൂടി ആസൂത്രണം ചെയ്തവയായിരുന്നു. ഇവ രണ്ടും സമാനസ്വഭാവമുള്ളതുമാണ്. കവാടങ്ങളോടുകൂടിയ മതിലുകൾകൊണ്ട് സുരക്ഷിതമാക്കപ്പെട്ടവയാണ് നഗരങ്ങളിലധികവും. ചില നഗരങ്ങളിലുള്ള കവാടങ്ങളിൽ സുരക്ഷാമുറികളും പണിതിരുന്നതായി തെളിവുകൾ സൂചിപ്പിക്കുന്നു. തസ്കരശല്യം ഒഴിവാക്കുന്നതിനും സ്വകാര്യതയ്ക്കും വേണ്ടിയായിരുന്നു അവർ നഗരങ്ങളെ മതിലുകൾ കെട്ടി സംരക്ഷിച്ചിരുന്നത്.

അധിവാസകേന്ദ്രങ്ങളെ രണ്ടായി വേർതിരിച്ചിരിക്കുന്നു – അന്തർനഗരവും (citadel)വും അധോഭാഗനഗരവും (lower city). ഓരോ നഗരത്തിന്റേയും പശ്ചിമഭാഗത്ത് ഇഷ്ടികകൊണ്ട് നിർമ്മിച്ച ഒരു കൃത്രിമ പീഠഭൂമിയിലാണ് അന്തർനഗരം സ്ഥിതി ചെയ്യുന്നത്. അന്തർനഗരത്തിൽ ഭരണകേന്ദ്രങ്ങളായി പ്രവർത്തിക്കുന്ന അനേകം മന്ദിരങ്ങൾ ഉണ്ടായിരുന്നു. മോഹൻജൊദാരോയിലെ അന്തർനഗരത്തിൽ ശ്രദ്ധേയമായ പല മന്ദിരങ്ങളും കാണാൻ കഴിയും. വലിയകുളം(Great Bath), ധാന്യപ്പുര (Granary), സഭാമണ്ഡപം(Assembly Hall) എന്നിവ പ്രത്യേകം ശ്രദ്ധേയമാണ്.

അന്തർനഗരത്തിനു താഴെയുള്ള അധോഭാഗനഗരം ആസൂത്രിതമായ അധിവാസപ്രദേശമായിരുന്നു. നഗരം മുഴുവൻ ചതുരാകൃതിയിൽ പരസ്പരം ബന്ധിപ്പിക്കപ്പെട്ടിരുന്നു. നഗരംമുഴുവനും ബന്ധിപ്പിക്കുന്ന റോഡുകളുടെ ശൃംഖല സൈന്ധവസംസ്കാരത്തിന്റെ മാത്രം പ്രത്യേകതയായിരുന്നു. തെക്കുവടക്കായുള്ള പ്രധാനതെരുവിൽ ഉപതെരുവുകളും ഉണ്ടായിരുന്നു. നഗരത്തിനുള്ളിൽ ചെറിയ ഇടവഴികളും അതിനു

സമീപം നിരവധി ഗൃഹങ്ങളും പണിതിരുന്നു. കൃത്യമായ അളവുകളോടെ നിർമ്മിക്കപ്പെട്ട തെരുവിന്റെ സൂചനകളാണിതെല്ലാം. തെരുവിന്റെ ഓരോ ഭാഗത്തുനിന്നും കുറുകെയുള്ള പാതകൾ മിക്കവാറും വലതുകോണി ലൂടെ ആയിരുന്നു. നഗരവീഥികളിൽ വെളിച്ചം ലഭിക്കുന്നതിനായി വഴി വിളക്കുകൾ സ്ഥാപിച്ചിരുന്നു.

ലോതലിൽ വ്യത്യസ്തമായൊരു ക്രമമാണ് കാണുന്നത്. ദീർഘ ചതുരാകൃതിയിലുള്ള നഗരം പ്രത്യേകം വിഭജിക്കപ്പെട്ടിരുന്നില്ല. പൊതു മന്ദിരങ്ങളും വാസഗൃഹങ്ങളും സമീപസ്ഥലങ്ങളിലായി നിർമ്മിക്കപ്പെട്ടി രുന്നു. തുറമുഖവും വ്യവസായത്തിനുള്ള സൗകര്യവുമുണ്ട് എന്നതാണ് ഇവിടത്തെ പ്രത്യേകത. ധോൽവിറ (Dholvira)യിൽ നഗരത്തിനുള്ളിൽ വലിയ ജലസംഭരണികൾ നിർമ്മിച്ചിരുന്നു. കോട്ഡിജിയിലും അമ്രി യിലും കോട്ടകളോ നഗരവിഭജനമോ ഉള്ളതായി തെളിവുകളൊന്നും ലഭി ച്ചിട്ടില്ല.

വീടുകൾ

നഗരത്തിന്റെ അധോഭാഗത്താണ് വീടുകൾ നിർമ്മിച്ചിരിക്കുന്നത്. ചുടുകട്ടകൾകൊണ്ട് നിർമ്മിച്ചിരുന്ന വീടുകളുടെ വലിപ്പത്തിൽ വ്യത്യാസം കാണാം. വലുതും ചെറുതും ഇടത്തരത്തിലുള്ളതുമായി അനേകം വീടുകൾ ഉണ്ടായിരുന്നു. ഒറ്റമുറി ഗൃഹങ്ങളും കളിസ്ഥലത്തോ ടുകൂടിയ പന്ത്രണ്ട് മുറിവരെയുള്ള വലിയ ഭവനങ്ങളും ഇവിടെ ഉണ്ടാ യിരുന്നു. ഇവിടെ കാണുന്ന പടിക്കെട്ടുകളിൽനിന്ന് ഇരുനിലക്കെട്ടിടങ്ങളും ഉണ്ടായിരുന്നു എന്ന് ഊഹിക്കാം. വീടുകൾക്ക് ചതുരാകൃതിയിലുള്ള നടു മുറ്റവും ചുറ്റുമുറികളും എന്ന ഒരേ ഘടനയാണ് കാണുന്നത്. ഉള്ളിൽ കടക്കാൻ ഒറ്റവാതിൽ മാത്രം. ലോതൽ ഒഴിച്ച് മറ്റെല്ലാ നഗരങ്ങളിലും വീടുകളുടെ പ്രധാനകവാടം നഗരവീഥികളിലേക്ക് തുറന്നിരുന്നില്ല. മിക്ക വാറും വീടുകൾക്കും അകത്തു നടുമുറ്റവും വീട്ടിനുള്ളിൽ എല്ലാ സൗക ര്യങ്ങളും ഉണ്ട്. ഓരോ വീടിനും വൃത്തിയുള്ള മുറികൾ, കിടപ്പുമുറി, അടു ക്കള, കലവറ, കുളിമുറി, കളിസ്ഥലം, കക്കൂസ്, കിണർ എന്നിവ ഉണ്ടാ യിരുന്നു. അടുത്തടുത്തുള്ള വീടുകളെ ഒരു തുറന്ന സ്ഥലംകൊണ്ട് വേർതിരിച്ചിരുന്നു. വീടുകളിൽ നിന്നുള്ള മലിനജലം ഒഴുക്കുന്നതിനായി ഇഷ്ടികകൊണ്ട് നന്നായി മൂടിയ ഓടകൾ നിർമ്മിച്ചിരുന്നു. ഇവയെ തെരു വിലെ പ്രധാന ഓടയുമായി ബന്ധിപ്പിച്ചിരുന്നു. ഹാരപ്പയിലും മോഹൻ ജൊദാരോയിലും പരിചാരകർക്ക് താമസിക്കുവാനുള്ള കുടിലുകളും പണി കഴിച്ചിരുന്നു.

മലിനജല നിർഗ്ഗമനപദ്ധതി

പ്രാചീനസംസ്കാരങ്ങളിൽ മറ്റെങ്ങുമില്ലാത്തവിധം മികച്ച മലിന ജലനിർഗ്ഗമന സംവിധാനം (Drainage system) സൈന്ധവനഗരങ്ങളിലു ണ്ടായിരുന്നു. പ്രധാനനഗരവീഥികളിലും ഉപവീഥികളിലും അരമീറ്റർ

താഴ്ചയുള്ള അഴുക്കുചാലുകൾ ഉണ്ടായിരുന്നു. വീടുകളിൽനിന്നും വരുന്ന ഓവുചാലുകളെ പൊതുഓവുകളുമായി ബന്ധിപ്പിച്ചിരുന്നു. അഴുക്കുചാലുകൾ വൃത്തിയാക്കുന്നതിനുവേണ്ടി നിശ്ചിതദൂരപരിധിയിൽ മാൻഹോളുകൾ (Man holes) നിർമ്മിച്ചിരുന്നു. ശുചീകരണസംവിധാനത്തിന്റെ ഈ ഘടന അവിടത്തെ ആഭ്യന്തര ഭരണസംവിധാനത്തിന്റെ മികവിന് ഉദാഹരണമാണ്.

മഹാസ്നാനഘട്ടം (The Great Bath)

ഹാരപ്പ, മോഹൻജൊദാരോ, കാളിബംഗാൻ എന്നിവിടങ്ങളിലെ അന്തർനഗരങ്ങളിൽ പൊതുഉപയോഗത്തിനുള്ള കെട്ടിടങ്ങൾ ഉണ്ടായിരുന്നു. ഇവയിൽ ശ്രദ്ധേയമായത് മോഹൻജൊദാരോവിലെ 'വലിയ സ്നാനഘട്ട'മാണ്. പുരാവസ്തുഗവേഷകരുടെ ശ്രദ്ധ ഏറെ പിടിച്ചു പറ്റിയതാണ് ഇതിന്റെ നിർമ്മാണശൈലി. ചുറ്റും മുറികളുള്ളതും മധ്യത്തിൽ

മഹാ സ്നാനഘട്ടം

ചരുതാരകൃതിയിൽ 11.7 മീറ്റർ നീളവും 6.9 മീറ്റർ വീതിയും 2.4 മീറ്റർ താഴ്ചയുമുള്ള നീന്തൽക്കുളവും ഉൾപ്പെട്ടതാണ് ഇതിന്റെ ഘടന. ചുട്ടെടുത്ത ഇഷ്ടികകൊണ്ടാണ് ഇത് നിർമ്മിച്ചിരിക്കുന്നത്. തെക്കും വടക്കും ഭാഗത്തായി ഇതിന് രണ്ട് പടിക്കെട്ടുകളുമുണ്ട്. സ്നാനഘട്ടത്തിനു ചുറ്റും തുറന്ന വരാന്തയും മുറികളുമുണ്ട്. ഇതിനോട് ചേർന്ന വലിയൊരു കിണറിൽനിന്നാണ് നീന്തൽക്കുളത്തിലേക്ക് വെള്ളം എത്തിച്ചിരുന്നത്. തെക്കു പടിഞ്ഞാറു കോണിൽ ഉപയോഗിച്ച വെള്ളം ഒഴുകിപ്പോകുന്നതിനുള്ള ഓടയുമുണ്ടായിരുന്നു. ജലസംഭരണിയുടെ തറയും ഭിത്തികളും ചോർച്ച രഹിതമാക്കി സംരക്ഷിച്ചിരുന്നു.

ധാന്യക്കലവറ (The Granary)

മോഹൻജൊദാരോയിലെ മറ്റൊരു പ്രധാനസവിശേഷത അവിടത്തെ വലിയ ധാന്യക്കലവറയാണ്. നഗരത്തിന്റെ പ്രധാനസ്ഥലത്ത് വലിയ സ്നാനഘട്ടത്തിന് പടിഞ്ഞാറുഭാഗത്തായിരുന്നു ഇതിന്റെ സ്ഥാനം. കട്ട കൾകൊണ്ട് കെട്ടിയുണ്ടാക്കിയ ഇരുപത്തിയേഴ് തട്ടുകളുണ്ട് ഇതിന്. നഗ രവാസികൾക്കുള്ള ധാന്യങ്ങൾ ഇവിടെ ശേഖരിച്ചുവയ്ക്കുന്നു. വിദുരഗ്രാ മങ്ങളിൽനിന്നും കാളവണ്ടികളിലും മറ്റുമാണ് ധാന്യങ്ങൾ ഇവിടേക്ക് കൊണ്ടുവന്നിരുന്നത്. ഹാരപ്പയിലുള്ള ഏറ്റവും ശ്രദ്ധേയമായ കെട്ടിടവും ധാന്യപ്പുര തന്നെ. എന്നാൽ നഗരഭിത്തിക്കു പുറത്താണ് അവിടെ ധാന്യ ക്കലവറ നിർമ്മിച്ചിരുന്നത്. ഇത് ബോട്ടുകൾ വഴി ധാന്യങ്ങൾ എത്തിക്കു ന്നതിനുള്ള സൗകര്യത്തിനുവേണ്ടിയായിരിക്കാം. 51 മീറ്റർ നീളവും 41 മീറ്റർ വീതിയുമുള്ള ഈ ധാന്യക്കലവറയുടെ ഉൾഭാഗം ഒരേ വലിപ്പത്തി ലുള്ള രണ്ട് അറകളായി വിഭജിച്ചിരുന്നു. ഓരോ അറയിലും ആറ് മുറി കൾ ഉണ്ടായിരുന്നു. തറയിൽ പലക പാകിയിരുന്നു.

ഭരണകൂടത്തിന്റെ സ്വഭാവം

സൈന്ധവനഗരങ്ങളിൽ നിലനിന്നിരുന്ന ഭരണസംവിധാനത്തെക്കു റിച്ച് വ്യക്തമായ തെളിവുകളൊന്നും ലഭ്യമല്ല. ഇവിടെ ഒരു രാജഭരണം ഉണ്ടായിരുന്നതിനോ മറ്റു പ്രാചീന സംസ്കാരങ്ങളിലെപ്പോലെ രാഷ്ട്രവും മതവും തമ്മിൽ അടുത്ത ബന്ധം പുലർത്തിയിരുന്നതിനോ വിശ്വസനീ യമായ തെളിവുകൾ ഒന്നും തന്നെയില്ല. ഹാരപ്പയുടേയും മൊഹൻജൊ ദാരോയുടേയും മറ്റ് നഗരങ്ങളുടേയും സംവിധാനത്തിൽ കാണുന്ന വിസ്മ യകരമായ സാമ്യം ഒരു കേന്ദ്രീകൃത ഏജൻസിയുടെ സാന്നിധ്യത്തെ സൂചിപ്പിക്കുന്നു. ആസൂത്രിതമായ തൊഴിൽവിഭജനവും തൊഴിൽനിയ ന്ത്രണസംവിധാനവും സൈന്ധവനഗരങ്ങളിൽ ഉണ്ടായിരുന്നതായി അവി ടത്തെ നിർമ്മാണ പ്രവർത്തനം തെളിയിക്കുന്നു. ലോഹഉപകരണങ്ങളും ആയുധങ്ങളും നിലവാരമുള്ളവയായിരുന്നു. ആഭ്യന്തരവും ബാഹ്യവു മായ വ്യാപാരം വികസിച്ചിരുന്നു. നികുതി സമ്പ്രദായം നിലനിന്നിരുന്ന തായി ധാന്യക്കലവറകളുടെ കണ്ടെത്തൽ സൂചിപ്പിക്കുന്നു. അങ്ങനെ ആസൂത്രിതനഗരങ്ങൾ, വിശാലമായ നഗരവീഥികൾ, മനോഹരങ്ങളായ മാളികകൾ, കെട്ടിടനിർമ്മാണം, ഇഷ്ടികനിർമ്മാണം, കരകൗശലവസ്തു ക്കൾ, അളവും തൂക്കവും, മുദ്രകൾ എന്നിവയിലൊക്കെ ദൃശ്യമാകുന്ന സമാനത സുശക്തമായൊരു ഭരണസംവിധാനം നിലനിന്നിരുന്നതിന്റെ തെളിവുകളാണ്. വൃത്തിയുള്ള തെരുവുകളും കാര്യക്ഷമമായ ഡ്രെയി നേജ് സംവിധാനവും സുശക്തമായ ഒരു മുനിസിപ്പൽ ഭരണസംവിധാന ത്തിന്റെ സാന്നിധ്യത്തെ സൂചിപ്പിക്കുന്നു.

കൃഷി

സൈന്ധവഗ്രാമസമൂഹങ്ങൾ വിപുലമായ തോതിൽ കൃഷി നടത്തി

യിരുന്നതുകൊണ്ട്, ഭക്ഷ്യധാന്യങ്ങളുടേയും മറ്റ് കാർഷികോൽപ്പന്നങ്ങ ളുടേയും വമ്പിച്ച ശേഖരംതന്നെ അവർക്കുണ്ടായിരുന്നു. വെള്ളപ്പൊക്ക ത്തിലൂടെ നിക്ഷേപിക്കപ്പെടുന്ന എക്കൽമണ്ണിന് നല്ല വളക്കൂറുള്ളതിനാൽ കൃഷി വ്യാപിക്കുകയും മിച്ചോൽപ്പാദനത്തിന് കാരണമാവുകയും ചെയ്തു. മിച്ചംവരുന്ന ധാന്യം മോഹൻജൊദാരോ, ഹാരപ്പ തുടങ്ങിയ നഗരങ്ങളിലേക്കെത്തിച്ചിരുന്നു. കൃഷിക്കാരിൽനിന്നും നികുതിയായും ധാന്യം അവിടെ ശേഖരിച്ചിരുന്നു. ഇപ്രകാരമെത്തുന്ന ധാന്യങ്ങൾ അവി ടങ്ങെ ധാന്യക്കലവറകളിൽ സൂക്ഷിച്ചുവച്ചിരുന്നു. നഗരങ്ങളിലെ സാമ്പ ത്തികപ്രവർത്തനങ്ങളുടെ സിരാകേന്ദ്രം ഈ ധാന്യക്കലവറകളാണ്.

സൈന്ധവപ്രദേശങ്ങളിൽ ഗോതമ്പ്, ബാർലി, പരുത്തി തുടങ്ങി യവ വൻതോതിൽ ഉൽപ്പാദിപ്പിച്ചിരുന്നു. ഹാരപ്പയിലും മോഹൻജൊദാ രോയിലും നെൽകൃഷി നടത്തിയിരുന്നതിന് തെളിവൊന്നും ലഭിച്ചിട്ടില്ല. എന്നാൽ, ലോതൽ, റാങ്പൂർ എന്നിവിടങ്ങളിൽ നെൽകൃഷി ഉണ്ടായിരു ന്നുവെന്നതിന് തെളിവാണ് അവിടെനിന്നും കണ്ടുകിട്ടിയിട്ടുള്ള കളി മൺപാത്രങ്ങളിൽ പറ്റിപ്പിടിച്ചിരിക്കുന്ന അരിമണിയും ഉമിയും. ലോതലിൽ ചാമയും കൃഷി ചെയ്തിരുന്നു. കൂടാതെ കടുക്, ചണം, പയർ തുടങ്ങി യവയും സൈന്ധവനിവാസികൾ കൃഷിചെയ്തിരുന്നു. കാളിബംഗാനിൽ നിലമുഴുന്നതിനായി മരക്കലപ്പ ഉപയോഗിച്ചിരുന്നതിന് തെളിവുക ളുണ്ട്.

സൈന്ധവനിവാസികളുടെ കൃഷിയിൽ ഏറ്റവും ശ്രദ്ധേയമായത് പരുത്തിക്കൃഷിയായിരുന്നു. ലോകത്താദ്യമായി പരുത്തിത്തുണി നിർമ്മി ച്ചത് ഈ ജനതയായിരുന്നു എന്ന് വിശ്വസിക്കപ്പെടുന്നു. മോഹൻജൊദാ രോയിൽ നിന്നും ലഭിച്ച പരുത്തിത്തുണിയുടെ അവശിഷ്ടവും ഹാരപ്പ യിലെ കളിമൺരൂപങ്ങളിലെ സൂചനകളും ഇതിനെ സാധൂകരിക്കുന്നുണ്ട്.

മറ്റ് തൊഴിലുകൾ

കാർഷികവൃത്തിയോടനുബന്ധിച്ചുള്ള ഒരു ഉപവൃത്തിയെന്ന നിലയ്ക്ക് കാലിവളർത്തലിലും സിന്ധുനദീതടനിവാസികൾ ഏർപ്പെട്ടി രുന്നു. ഹാരപ്പയിലെ ഭൂരിഭാഗം കളിമൺ ശിൽപ്പങ്ങളിലും ആലേഖനം ചെയ്തിരിക്കുന്നത് വളർത്തു മൃഗങ്ങളെയാണ്. കാള, ആട്, പോത്ത്, ചെമ്മ രിയാട്, പന്നി എന്നിവയായിരുന്നു പ്രധാനവളർത്തുമൃഗങ്ങൾ. വണ്ടി വലിക്കുന്നതിനായി കാളകളെ ഉപയോഗിച്ചിരുന്നു. ഭാരം ചുമക്കുന്നതിന് കഴുതകളേയും ഒട്ടകങ്ങളേയുമാണ് ഉപയോഗിച്ചിരുന്നത്.

സൈന്ധവനിവാസികൾ മറ്റ് പലതരം തൊഴിലുകളിലും ഏർപ്പെട്ടി രുന്നു. ഇഷ്ടികനിർമ്മാണവും കെട്ടിടനിർമ്മാണവും വൻ തൊഴിൽമേഖ ലകളായിരുന്നു. കുശവചക്രം ഉപയോഗിച്ച് മൺപാത്രനിർമ്മാണം നടത്തി യിരുന്നു. ആഭരണനിർമ്മാണം, വസ്ത്രനിർമ്മാണം, പ്രതിമാനിർമ്മാണം, ആയുധനിർമ്മാണം തുടങ്ങി നാനാവിധതൊഴിലുകൾ അവർ ചെയ്തി രുന്നു.

സാമൂഹ്യജീവിതം

വളരെ ലളിതവും സമാധാനപൂർണ്ണവുമായ ജീവിതമാണ് അവർ നയിച്ചിരുന്നത്. ജാതിസമ്പ്രദായം നിലനിന്നിരുന്നതിന് തെളിവുകൾ ഒന്നും തന്നെയില്ല. എന്നാൽ, ഉദ്യോഗസ്ഥർ, വ്യാപാരികൾ, കൃഷിക്കാർ, കര കൗശലവിദഗ്ധർ, തൊഴിലാളികൾ എന്നിങ്ങനെ വിവിധവിഭാഗങ്ങൾ നില നിന്നിരുന്നതായി തെളിവുകൾ സൂചിപ്പിക്കുന്നു. നഗരാസൂത്രണവും നഗ രമാതൃകയും പരിശോധിച്ചാൽ സൈന്ധവസമൂഹത്തിൽ അസമത്വം നില നിന്നിരുന്നതായി കാണാൻ കഴിയും. ഉദ്യോഗസ്ഥരും ധനികരും വലിയ മാളികകളിൽ പാർത്തിരുന്നു. എന്നാൽ മോഹൻജൊദാരോയിലേയും ഹാരപ്പയിലേയും ധാന്യസംഭരണികളുടെ സമീപത്തായി കാണപ്പെട്ട കുടി ലുകൾ തൊഴിലാളികളുടെ പാർപ്പിടങ്ങളായി കരുതപ്പെടുന്നു. സൈന്ധവ നഗരങ്ങളിൽനിന്നും കണ്ടെടുത്തിട്ടുള്ള മുദ്ര (seals) സ്വകാര്യസ്വത്ത് നില നിന്നിരുന്നതിന്റെ തെളിവാണ്.

സൈന്ധവപ്രദേശത്തെ ജനതയുടെ മുഖ്യഭക്ഷണം ഗോതമ്പും ബാർലിയുമായിരുന്നു. പഴവർഗ്ഗങ്ങളും പച്ചക്കറികളും അവർ ഉപയോഗി ച്ചിരുന്നു. ഉൽഖനനത്തിൽ വീടുകൾ, തെരുവുകൾ എന്നിവിടങ്ങളിൽ നിന്ന് ലഭിച്ച മൃഗങ്ങളുടെ എല്ലുകളും മറ്റ് ശരീരാവശിഷ്ടങ്ങളും തെളി യിക്കുന്നത് അവർ മാംസഭുക്കുകൾ കൂടിയായിരുന്നു എന്നാണ്. ഗുജറാ ത്ത്, രാംഗ്പൂർ, സർകോട്ടഡ എന്നീ പ്രദേശങ്ങളിലെ ജനത അരിയും ചാമയും ഉപയോഗിച്ചിരുന്നതായി തെളിവുകളുണ്ട്.

മോഹൻജൊദാരോ, ഹാരപ്പ എന്നിവിടങ്ങളിൽ നിന്നും ലഭിച്ച പ്രതി മകളും മറ്റ് ഛായാചിത്രങ്ങളും സൂചിപ്പിക്കുന്നത് അവർ ധോത്തിയും ഷാളും ധരിച്ചിരുന്നു എന്നാണ്. എല്ലാ വിഭാഗത്തിൽപ്പെട്ട സ്ത്രീകളും പുരുഷന്മാരും ഒരേ രീതിയിലുള്ള വസ്ത്രങ്ങളാണ് ഉപയോഗിച്ചിരുന്നത്. പരുത്തി വസ്ത്രങ്ങളാണ് പൊതുവേ ഉപയോഗിച്ചിരുന്നത്. കമ്പിളിവ സ്ത്രങ്ങളും ഉപയോഗിച്ചിരുന്നു.

എല്ലാ വിഭാഗത്തിലുംപെട്ട പുരുഷന്മാരും സ്ത്രീകളും ആഭരണ ങ്ങൾ ധരിച്ചിരുന്നു. ദന്തം, വിലപിടിപ്പുള്ള മുത്തുകൾ, സ്വർണ്ണം, വെള്ളി, ചെമ്പ് എന്നിവ കൊണ്ടുള്ള മാല, കൈവള, മോതിരം തുടങ്ങിയ ആഭര ണങ്ങൾ അവർ അണിഞ്ഞിരുന്നു. കൂടാതെ സ്ത്രീകൾ അരഞ്ഞാണവും കമ്മലും മൂക്കുത്തിയും ധരിച്ചിരുന്നു. സുഗന്ധദ്രവ്യങ്ങൾ, കണ്ണാടി, ചീപ്പ്(comb), ഷേവിംഗ് കത്തികൾ, മറ്റ് സൗന്ദര്യോപാധികൾ തുടങ്ങി യവ അവരുടെ നിത്യോപയോഗത്തിൽപ്പെട്ടിരുന്നു.

വെങ്കലത്തിലും കല്ലിലുമുള്ള അനേകം ഉപകരണങ്ങൾ അവർ ഉപ യോഗിച്ചിരുന്നു. മോഹൻജൊദാരോയിൽനിന്നും മറ്റ് നഗരങ്ങളിൽനിന്നും വെങ്കലപണിയായുധശേഖരം കണ്ടെത്തിയിട്ടുണ്ട്. പരന്ന കോടാലികൾ, അരിവാൾ, കത്തികൾ, ഉളികൾ, അമ്പിൻ മുനകൾ, ചൂണ്ടകൾ, വാളു കൾ, ക്ഷൗരക്കത്തികൾ തുടങ്ങിയവ ഈ ശേഖരത്തിൽ ഉൾപ്പെടുന്നു. നീണ്ട ബ്ലേഡുകളും അലങ്കാരപ്പണിക്കുള്ള മുനയുള്ള വെങ്കലഉപകര

ണങ്ങളും അവർ ഉപയോഗിച്ചിരുന്നു. യുദ്ധോപകരണങ്ങൾ മിക്കവാറും ചെമ്പിലും വെങ്കലത്തിലും ചുരുക്കമായി കല്ലിലും നിർമ്മിച്ചിരുന്നു. പരി ചകളോ പടച്ചട്ടകളോ ഉപയോഗിച്ചിരുന്നതായി തെളിവില്ല.

ഈ ജനതയുടെ സാമൂഹ്യജീവിതത്തിൽ മൃഗപരിപാലനത്തിനും വിനോദത്തിനും സ്ഥാനമുണ്ടായിരുന്നു. ഭൂരിഭാഗം കളിമൺശിൽപ്പങ്ങ ളിലും ആലേഖനം ചെയ്തിരുന്നത് വളർത്തുമൃഗങ്ങളെയാണ്. ആട്, കാള, പോത്ത്, ചെമ്മരിയാട് എന്നിവയായിരുന്നു അവരുടെ പ്രധാന വളർത്തുമൃഗങ്ങൾ. മാൻ, കാണ്ടാമൃഗം, ആമ, ആന എന്നിവയുമായും അവർ ഇടപഴകിയിരുന്നു. കുതിരയെക്കുറിച്ച് അവർ അജ്ഞരായിരുന്നു.

പകിടക്കരുവിന്റെ കണ്ടെത്തലിൽ നിന്നും ചൂതുകളിക്കുണ്ടായിരുന്ന പ്രാധാന്യം വെളിവാകുന്നു. എങ്കിലും പ്രധാനവിനോദം നൃത്തവും പാട്ടു മായിരുന്നു. മോഹൻജൊദാരോയിൽനിന്നും കണ്ടെത്തിയ നർത്തകിയുടെ വെങ്കലപ്രതിമ ഇതിനെ സാധൂകരിക്കുന്നു. നായാട്ടും അവർ ഇഷ്ടപ്പെട്ടി രുന്നു. നായാട്ടിലേർപ്പെടുന്ന പുരുഷന്മാരുടെ ചിത്രങ്ങൾ ഇതിന് തെളി വാണ്. കുട്ടികളുടെ വിനോദത്തിന് അവർ വളരെ പ്രാധാന്യം നൽകിയി രുന്നു. ചലിപ്പിക്കാൻ കഴിയുന്ന കുരങ്ങന്മാരുടെ മനോഹരപ്രതിമകൾ, മറ്റ് കളിപ്പാട്ടങ്ങൾ, പക്ഷികളുടേയും മൃഗങ്ങളുടേയും രൂപത്തിലുള്ള കളി മൺപാവകൾ എന്നിവ സൂചിപ്പിക്കുന്നത് ഇതാണ്.

വ്യാപാരവും വാണിജ്യവും

സമ്പന്നമായൊരു സാമ്പത്തികക്രമമാണ് സൈന്ധവസംസ്കൃതിക്ക് ഉണ്ടായിരുന്നത്. നഗരങ്ങൾ തമ്മിലും അയൽപ്രദേശങ്ങളുമായും വിദൂര ദേശങ്ങളുമായും ഈ സംസ്കൃതിക്ക് ബന്ധമുണ്ടായിരുന്നു. ഈ പരസ്പരബന്ധം കൈമാറ്റ വ്യവസ്ഥയിലേക്കും ക്രമേണ വ്യാപാരത്തി ലേക്കും നയിച്ചു. ഇത്രയും വിപുലമായ തോതിലും വിസ്തൃതമായ പ്രദേ ശത്തും നടന്ന വ്യാപാരവിനിമയം സമകാലീനസംസ്കാരങ്ങളിൽ ഒന്നിൽപ്പോലും കാണാൻ കഴിയില്ല. ഏകീകൃത അളവുതൂക്കങ്ങൾ, വിദ ഗ്ധകൈവേലകൾ, നഗരങ്ങളിലെ ധാന്യക്കലവറകൾ, മുദ്രകൾ, തുറമുഖം എന്നിവ സമ്പന്നമായൊരു വ്യാപാരവ്യവസ്ഥയുടെ തെളിവുകളായി നില കൊള്ളുന്നു.

ഈ സംസ്കാരം വ്യാപിച്ചിരുന്ന നഗരങ്ങൾ തമ്മിലും അയൽപ്ര ദേശങ്ങളുമായും സജീവമായ വ്യാപാരബന്ധം ഉണ്ടായിരുന്നു. ലോഹ ങ്ങളുടേയും ധാതുക്കളുടേയും ആഭ്യന്തരവിനിമയം അനുവദനീയമായി രുന്നു. അടുത്തും അകലെയുമുള്ള പ്രദേശങ്ങൾ തമ്മിൽ ശില, ലോഹം, ഷെല്ലുകൾ, ധാന്യങ്ങൾ എന്നിവ വിനിമയം ചെയ്തിരുന്നു. വടക്കു പടി ഞ്ഞാറൻ അതിർത്തിപ്രദേശങ്ങളിൽനിന്നും 'ലാപിസ് ലസൂളി' (Lapislazuli)യും അമൂല്യമായ വൈഡൂര്യക്കല്ലുകളും ശേഖരിച്ചിരുന്നു. രാജസ്ഥാനിൽനിന്നും ടിന്നും ചെമ്പും കാശ്മീരിൽനിന്നും തടിയും ഗുജ റാത്തിൽനിന്നും കക്ക (sea shell)യും കർണ്ണാടക പ്രദേശങ്ങളിൽ നിന്നും

സ്വർണ്ണവും സൈന്ധവജനതയ്ക്ക് ലഭിച്ചിരുന്നു. ആഭ്യന്തര വ്യാപാരത്തി നായി ഇരുചക്ര കാളവണ്ടികളെയാണ് അവർ ഉപയോഗിച്ചിരുന്നത്.

അഫ്ഘാനിസ്ഥാൻ, ഒമാൻ, പേർഷ്യൻ ഗൾഫിലെ ഫാൽക്ക് (Failka), മെസൊപ്പൊട്ടേമിയ, ഈജിപ്ത്, ക്രീറ്റ് എന്നിവിടങ്ങളിലെ വാണി ജ്യകേന്ദ്രങ്ങളിൽ നിന്ന് സൈന്ധവ സംസ്കാരത്തിന്റെ ഉൽപ്പന്നങ്ങൾ കണ്ടെത്തിയിട്ടുണ്ട്. മെസൊപ്പൊട്ടേമിയയുമായുള്ള വാണിജ്യബന്ധമാണ് പ്രത്യേക ശ്രദ്ധയർഹിക്കുന്നത്. മെസൊപ്പൊട്ടേമിയൻ നഗരങ്ങളായ സുസ (Susa), ഉർ (Ur), കിഷ് (Kish), ലഗാഷ് (Lagash) എന്നിവിടങ്ങ ളിൽനിന്നും പേർഷ്യൻ ഗൾഫിലെ ഫാൽക്ക്, ബഹ്റൈൻ (Bahrain) എന്നിവിടങ്ങളിൽനിന്നും സൈന്ധവസംസ്കാരത്തിന്റെ മുദ്രകളുള്ള രണ്ടു ഡസനോളം വസ്തുക്കൾ കണ്ടുകിട്ടിയിട്ടുണ്ട്. മെസൊപ്പൊട്ടേമിയയിലെ നിപ്പർ (Nippur) നഗരത്തിൽനിന്നും കണ്ടെത്തിയ ഒരു മുദ്രയിൽ സൈന്ധവ ലിപിയും ഒറ്റക്കൊമ്പുള്ള മൃഗത്തിന്റെ (unicorn) ചിത്രവും കാണു ന്നുണ്ട്. സൈന്ധവ നഗരങ്ങളിൽ കാണപ്പെടുന്ന പ്രത്യേകതരത്തിലുള്ള കളിമൺരൂപങ്ങൾ നിപ്പർനഗരത്തിൽനിന്നും ലഭിച്ചിട്ടുണ്ട്. കൂടാതെ ഏകീകൃതവും നിശ്ചിതതോതിലുള്ളതുമായ ഒട്ടേറെ സൈന്ധവ തൂക്ക ക്കട്ടികളും മെസൊപ്പൊട്ടേമിയയിൽ കണ്ടെത്തിയിട്ടുണ്ട്.

പ്രധാന കയറ്റുമതി വസ്തുക്കളിൽ പരുത്തി വസ്ത്രങ്ങൾ, സുഗ ന്ധദ്രവ്യങ്ങൾ, ആനക്കൊമ്പ്, രുദ്രാക്ഷം, ശംഖ്, ചിപ്പി എന്നിവയും മയിൽ, കുരങ്ങ്, തുടങ്ങിയവയും ഉൾപ്പെട്ടിരുന്നു. മൂന്ന് മെസൊപ്പൊട്ടേമിയൻ 'സിലിണ്ടർ സീലു'കൾ മോഹൻജൊദാരോയിൽ നിന്ന് കണ്ടെത്തിയിട്ടു ണ്ട്. ഇതേതരത്തിലുള്ള സീലുകൾ ധാരാളമായി ബഹ്റൈൻ തുറമു ഖത്തു നിന്നും ലഭിച്ചിട്ടുണ്ട്. വിദൂരരാജ്യങ്ങളുമായുള്ള വ്യാപാരബന്ധ ത്തിലൂടെ സൈന്ധവജനത മുഖ്യമായി സമ്പാദിച്ചത് ചരക്കുൽപ്പാദന ത്തിന് ആവശ്യമായ അസംസ്കൃതവസ്തുക്കളാണ്. സൈന്ധവസംസ്കാ രത്തിന്റെ മുദ്രകളുള്ള കപ്പൽ, വഞ്ചി എന്നിവയും ലോതലിൽ നിന്നുള്ള കപ്പലിന്റെ ആകൃതിയിലുള്ള കളിമൺരൂപവും തെളിയിക്കുന്നത് ജലമാർഗ്ഗ ത്തിലൂടെ വിപുലമായി വ്യാപാരം നടന്നിരുന്നു എന്നതാണ്.

അളവും തൂക്കവും (Weights and Measures)

വ്യാപാരത്തിലും മറ്റും സ്ഥിരമായ അളവുതൂക്ക സമ്പ്രദായം നില നിന്നിരുന്നു. സൈന്ധവനഗരങ്ങളിലാകമാനം ഈ വ്യവസ്ഥ പാലിക്ക പ്പെട്ടിരുന്നു. അളവിൽ കൃത്യത പാലിച്ചിരുന്നു. ലോതലിൽ നിന്നും കണ്ടെ ടുത്ത ദന്തനിർമ്മിതമായ സ്കെയിലിൽ 1.704 മി മീ എന്ന കണക്കിന് അടയാളം നൽകിയിട്ടുണ്ട്. വെങ്കലയുഗസംസ്കാരങ്ങളിലെതന്നെ രേഖ പ്പെടുത്തിയിട്ടുള്ളതിൽ ഏറ്റവും ചെറിയ വിഭജനമാണിത്. ചെറിയ തുലാ സുകളും സൂക്ഷ്മമായ അളവുകട്ടികളും അന്നുണ്ടായിരുന്നു. പ്രധാന മായും പതിനാറും അതിന്റെ ഗുണിതങ്ങളുമാണ് അളവായി ഉപയോഗി ച്ചിരുന്നത്.

മുദ്രകൾ (Seals)

സൈന്ധവ ജനത 'സ്റ്റീറ്റൈറ്റ്' (Steatite) എന്ന ശിലാഖണ്ഡത്തിൽ തീർത്ത ധാരാളം മുദ്രകൾ ഉപയോഗിച്ചിരുന്നു. മൂവായിരത്തിലധികം മുദ്ര കൾ മോഹൻജൊദാരോ, ഹാരപ്പ, ചാൻഹുദാരോ, കാളിബംഗാൻ തുട ങ്ങിയ സൈന്ധവ നഗരങ്ങളിൽനിന്നും കണ്ടെടുത്തിട്ടുണ്ട്. ചതുരാകൃതി യിലും വൃത്താകൃതിയിലും ഉള്ളതാണ് ഈ മുദ്രകൾ. വസ്തുക്കളുടെ ഉടമസ്ഥത രേഖപ്പെടുത്തുന്നതിനാണ് ഇവ ഏറെയും ഉപയോഗിച്ചിരുന്നത്. മാത്രമല്ല, ദൂരദേശങ്ങളിലേക്ക് അയയ്ക്കുന്ന വസ്തുക്കളുടെ ഗുണമേ ന്മയും ഇവ ഉറപ്പുവരുത്തിയിരുന്നു. ഭൂരിഭാഗം മുദ്രകളിലും ചെറിയ ലിപി കൾ ആലേഖനം ചെയ്തിരിക്കുന്നതായി കാണാം. ചില മുദ്രകളിൽ മൃഗ രൂപങ്ങളും കാണാം. ആന, കാണ്ടാമൃഗം, കാട്ടുപോത്ത്, കാള എന്നീ മൃഗരൂപങ്ങളാണ് മുദ്രകളിൽ കാണുന്നത്. തലയുടെ മദ്ധ്യത്തിൽ കൊമ്പോടുകൂടിയ 'യൂനികോൺ' (Unicorn) എന്ന വിചിത്രമൃഗത്തിന്റെ രൂപം പല സീലുകളിലും കാണാം. സൈന്ധവജനതയുടെ മതാനുഷ്ഠാ നങ്ങളെക്കുറിച്ച് സൂചന നൽകുന്ന മുദ്രകളും ലഭിച്ചിട്ടുണ്ട്.

മൺപാത്രങ്ങൾ (Pottery)

മൺപാത്രനിർമ്മാണത്തിലും, അവ ചായക്കൂട്ടുപയോഗിച്ച് ഭംഗിയാക്കുന്നതിലും ഇവർ പ്രത്യേക വൈദഗ്ധ്യം പ്രകടിപ്പിച്ചിരുന്നതായി കാണാം. ഭംഗിയുള്ള ഈ പാത്രങ്ങളിൽ കൂടുതലും നിർമ്മിച്ചിരുന്നത് ഒരു തരം ചുവന്ന കളിമണ്ണ് കൊണ്ടായിരുന്നു. വീട്ടാവശ്യങ്ങൾക്കായുള്ള ജാറുകളിലും വലിയ പാത്രങ്ങളിലും ചിത്രപ്പണികൾ കാണാം. വളഞ്ഞ തും, തറയിൽ വയ്ക്കാൻ പാകത്തിലുള്ളതുമായ ചിലതരം പാത്രങ്ങൾ അവരുടെ നിർമ്മാണകൗശലത്തെ വിളിച്ചോതുന്നു. പാത്രങ്ങൾ മനോ ഹരമായി രൂപപ്പെടുത്തിയെടുക്കുന്നതിന് ചക്രങ്ങൾ ഉപയോഗിച്ചിരുന്നു. രാജസ്ഥാനിലേയും ഗുജറാത്തിലേയും നിർമ്മാണരീതികളിൽ ചില വ്യത്യാസമുണ്ടെങ്കിലും, പൊതുവേ സൈന്ധവപാത്രനിർമ്മാണത്തിന് ഏകീകൃതസ്വഭാവമാണുള്ളത്.

കലയും കരകൗശലവും

മോഹൻജൊദാരോയിൽ നിന്നും ലഭിച്ച വെങ്കലത്തിലുള്ള നർത്ത കീരൂപമാണ് സൈന്ധവസംസ്കൃതിയിലെ ഏറ്റവും മികച്ച കലാരൂപം. ഈ രൂപത്തിൽ വലതുകൈ പിൻഭാഗത്തുറപ്പിച്ചും, ഇടതുകൈ തൂക്കി യിട്ടുമാണ് ചിത്രീകരിച്ചിരിക്കുന്നത്. വെങ്കലം കൊണ്ടുള്ള പോത്തിന്റേയും ആണാടിന്റേയും ശിൽപ്പങ്ങൾ അവരുടെ കലാബോധത്തിന്റെ മികച്ച തെളിവുകളാണ്. ഹാരപ്പയിൽനിന്നും, ചാൻഹുദാരോയിൽനിന്നും ലഭിച്ച വെങ്കലത്തിലുള്ള രണ്ട് ചെറിയ വണ്ടികളുടെ രൂപങ്ങൾ വളരെ പ്രസിദ്ധമാണ്.

സൈന്ധവകലാകാരന്മാർ ശിലാപ്രതിമകൾ ഉണ്ടാക്കിയിരുന്നു. മോഹൻജൊദാരോയിൽനിന്നും കണ്ടെടുത്തിട്ടുള്ള താടിയുള്ള മനുഷ്യന്റെ

തലയുടെ രൂപം ഇതിനുദാഹരണമാണ്. മോഹൻജൊദാരോയിൽ നിന്നും കണ്ടെടുത്തിട്ടുള്ള ചുണ്ണാമ്പുകല്ലിൽ(lime stone) തീർത്ത രണ്ടു ശിൽപ്പ ങ്ങളിൽ ഒന്ന് ഒരു ശിരസ്സും, മറ്റൊന്ന് മണ്ണിൽ ഇരിക്കുന്ന പുരുഷന്റെ രൂപവുമാണ്. ചുട്ടകളിമണ്ണിൽ തീർത്ത രൂപങ്ങളും (Terracotta figurines) ഇവിടെ നിന്നും ലഭിച്ചിട്ടുണ്ട്. സ്ത്രീരൂപങ്ങളിൽ അധികവും ഒതുങ്ങിയ അരക്കെട്ടും വിരിഞ്ഞ നിതംബവും അരഞ്ഞാണവും ഉടയാടകളും ഉള്ള വയാണ്. ഒട്ടെറെ മാലകളണിഞ്ഞ ഇത്തരം സ്ത്രീരൂപങ്ങളെ മാതൃദേ വത(mother godess) യായിട്ടാണ് പുരാവസ്തുഗവേഷകർ പരിഗണിക്കു ന്നത്. കളിമണ്ണുകൊണ്ടുണ്ടാക്കിയ വിവിധതരത്തിലുള്ള വാഹനമാതൃ കകളും കണ്ടെത്തിയിട്ടുണ്ട്. കൂടാതെ വിവിധയിനം പക്ഷികൾ, കുരങ്ങ്, ആട്, നായ തുടങ്ങിയവയുടെ കളിമൺരൂപങ്ങളും ലഭിച്ചിട്ടുണ്ട്.

സൈന്ധവജനതയുടെ ഏറ്റവും മികച്ച കലാവൈഭവം പ്രകടമാ കുന്നത് അവരുടെ മുദ്ര (seals), നിർമ്മാണത്തിലാണ്. കളിമണ്ണുകൊണ്ടും ശിലകൾകൊണ്ടും മുദ്രകൾ നിർമ്മിച്ചിരുന്നു. മുദ്രകളിൽ മനുഷ്യന്റേയും മൃഗങ്ങളുടേയും മനോഹരരൂപങ്ങൾ പ്രത്യേക അടയാളങ്ങളെന്ന നില യിൽ കൊത്തിയിട്ടുണ്ട്. 'യൂനികോൺ' (unicorn), കാള, ആന, കാണ്ടാ മൃഗം, ആട്, പോത്ത് തുടങ്ങിയ മൃഗങ്ങളാണ് മുദ്രകളിൽ കൊത്തിവച്ചി രിക്കുന്നത്. കടുവ – മനുഷ്യൻ, ആന–കാള എന്നിങ്ങനെ ദ്വന്ദ്വസ്വഭാവ ങ്ങളുള്ള രൂപങ്ങളും കണ്ടെത്തിയിട്ടുണ്ട്.

വിലപിടിപ്പുള്ള പലതരം കല്ലുകൾകൊണ്ടും സ്വർണ്ണം, വെള്ളി തുട ങ്ങിയ ലോഹങ്ങൾകൊണ്ടും മനോഹരങ്ങളായ ആഭരണങ്ങൾ അവർ നിർമ്മിച്ചിരുന്നു. മോഹൻജൊദാരോയിൽ നിന്നും ലഭിച്ച തുന്നിയ പരുത്തി വസ്ത്രം വസ്ത്രനിർമ്മാണത്തിലെ അവരുടെ മികവ് തെളിയിക്കുന്നു. ബോട്ടുനിർമ്മാണം, ദന്തശിൽപ്പവേല, ലോഹനിർമ്മാണം, പ്രതിമാനിർമ്മാ ണം, മൺപാത്രനിർമ്മാണം തുടങ്ങി പല മേഖലകളിലും അവരുടെ കര വിരുത് ദൃശ്യമാണ്.

മതവിശ്വാസം

മോഹൻജൊദാരോയിലെ കൊട്ടാരസദൃശമായ കെട്ടിടം, മഹാസ്നാ നഘട്ടം, വലിയ ഹാൾ എന്നിവ അനുഷ്ഠാനപരമായ ചില പ്രത്യേകത കൾ ഉള്ളവയാണ് എന്ന് ചൂണ്ടിക്കാണിക്കപ്പെടുന്നുണ്ടെങ്കിലും, ക്ഷേത്ര ങ്ങളോ മതകർമ്മങ്ങൾക്കുള്ള സ്ഥലങ്ങളോ മതപരമായ പ്രതിഷ്ഠകളോ അവിടെ നിന്ന് കണ്ടെത്തിയിട്ടില്ല. സൈന്ധവജനത പ്രകൃതിയെ വിവിധ രൂപങ്ങളിൽ ആരാധിച്ചിരുന്നു. പ്രധാന ആരാധനാമൂർത്തി 'മാതൃദേ വത(mother goddess) ആയിരുന്നു. 'മാതൃദേവത'യുടെ ധാരാളം രൂപമാതൃകകൾ നഗരാവശിഷ്ടങ്ങളിൽ നിന്നും ലഭ്യമാണ്. പല കളി മൺപ്രതിമകളിലും മാലയും അരഞ്ഞാണവും കച്ചയും അണിഞ്ഞുള്ള സ്ത്രീരൂപം കാണാം. ഒരു മുദ്രാചിത്രത്തിൽ സ്ത്രീയുടെ ഉദരത്തിൽ

നിന്ന് മുളച്ചുവരുന്ന ചെടിയെയും രേഖപ്പെടുത്തിയിരിക്കു
ന്നു. ചില സന്ദർഭങ്ങളിൽ സ്ത്രീരൂപങ്ങളോടൊപ്പം
കുഞ്ഞുങ്ങളേയും കാണാം.

സൈന്ധവജനതയുടെ മതവിശ്വാസത്തിന്റെ
അടുത്ത പ്രധാനഘടകം പുരുഷാരാധനയുടെ
തുടക്കമാണ്. കണ്ടെടുത്ത ചില മുദ്രകളിൽ
നിന്നും കിട്ടുന്ന തെളിവനുസരിച്ച് കൊമ്പുള്ള
പുരുഷരൂപമാകാം പ്രധാന ആരാധനാമൂർത്തി. ധ്യാന
ത്തിൽ ഇരിക്കുന്ന ഒരു യോഗിയുടെ രൂപത്തിലുള്ളതും
ആന, കടുവ, കാണ്ടാമൃഗം, പോത്ത് എന്നിവ ചുറ്റും നിൽക്കു
ന്നതുമായ രൂപത്തിലാണ് പുരുഷദൈവം മുദ്രയിൽ കാണ
പ്പെടുന്നത്. ഈ മൂർത്തീരൂപത്തിന്റെ കാൽച്ചുവട്ടിൽ രണ്ട്
മാനുകളേയും ഭൂമിയുടെ നാല് ദിശകളിലേക്കും മുഖംതിരി
ച്ചിരിക്കുന്ന രീതിയിൽ നാല് മൃഗങ്ങളേയും കാണാം. ഈ
പുരുഷദൈവം ആദി–ശിവൻ (Proto Siva) അഥവാ പശു
പതിയാണെന്ന് ജോൺ മാർഷൽ അഭിപ്രായപ്പെടുന്നു.
ചില മുദ്രകളിൽ പശുപതിയുടെ കൊമ്പുകൾക്കിടയിൽ
ചെടി പടർന്നു നിൽക്കുന്നതും മറ്റ് ചിലതിൽ യോഗാ
സനത്തിൽ ഇരിക്കുന്ന രൂപത്തിനുചുറ്റും പാമ്പുക
ളേയും കാണാം. മറ്റൊരു മുദ്രയിൽ കൊമ്പുകളും,

മാതൃദേവതാരൂപം

പുഷ്പാവരണം ചെയ്ത തലമുടിയുമായി അരയാലിന്റെ ശിഖരങ്ങൾക്കി
ടയിൽ നഗ്നനായി നിൽക്കുന്ന ഒരു രൂപം കാണാം. ഈ രൂപത്തിനു മുന്നിൽ
ഒരു ഭക്തൻ പ്രണമിക്കുന്ന രൂപവും ഉണ്ട്. ഭക്തനുപിന്നിൽ ഏഴ് മനുഷ്യ
രൂപങ്ങളേയും കാണാം. ശക്തിയുടെ പ്രതീകമായ മാതൃദേവതയേയും
പുരുഷദൈവമായ ആദിശിവനേയും
അടിസ്ഥാനമാക്കിയുള്ള ഒരാരാധനാ
സമ്പ്രദായമാണ് സൈന്ധവസം
സ്കാരത്തിന്റെ അടിസ്ഥാനമെന്ന്
ഈ തെളിവുകൾ സൂചിപ്പിക്കുന്നു.
ശക്തിയെയും ശിവനേയും ഉൽപ്പാദ
നപ്രക്രിയയുടെ പ്രതിനിധികളായി
ട്ടാണ് അവർ ആരാധിച്ചിരുന്നത്.
സൈന്ധവജനതയുടെ ലിംഗാരാധന
ഇതിനെ സൂചിപ്പിക്കുന്നു. സൈന്ധ
വജനത വൃക്ഷം, മൃഗങ്ങൾ, മനുഷ്യ
രൂപം എന്നിവയെ ദൈവമായി ആരാ
ധിച്ചിരുന്നു എങ്കിലും ദേവതകളെ
ക്ഷേത്രങ്ങളിൽ പ്രതിഷ്ഠിച്ചിരുന്ന
തിന്റെ തെളിവുകളൊന്നുമില്ല.

പശുപതി മുദ്ര

എഴുത്തുവിദ്യ

ലോകത്തിലെതന്നെ നാല് പുരാതന ലിപികളിൽ ഒന്നാണ് സൈന്ധവ ലിപി. മാർദ്ദവമുള്ള ഒരുതരം കല്ലാണ് (steatite) അവർ മുദ്രകൾ പതി ക്കാനുപയോഗിച്ചിരുന്നത്. ഈ കല്ല് മുറിച്ച് ചെറിയ ഫലകങ്ങളാക്കി അവയിൽ രൂപങ്ങളും ചിത്രങ്ങളുമടങ്ങിയ അക്ഷരങ്ങൾ മുദ്ര കുത്തുകയാണ് ചെയ്തി രുന്നത്. നിർഭാഗ്യവശാൽ നമുക്കു ലഭിച്ചിട്ടുള്ള സൈന്ധവമുദ്രകളിലെ എഴുത്തുകൾ വായിച്ചറിയാൻ ഭാഷാപണ്ഡിതന്മാർക്ക് ഇനിയും കഴിഞ്ഞി ട്ടില്ല. സൈന്ധവലിപി പൂർണ്ണമായും ഒരു അക്ഷരലിപിയായിരുന്നില്ല. അവ ഒരു തരം ആശയചിത്രങ്ങളാണ്. സൈന്ധവലിപിയിൽ ഏതാണ്ട് നാനൂറോളം ചിഹ്നങ്ങളുള്ളതായി കണക്കാക്കുന്നു. മോഹൻജൊദാരോ, ലോതൽ എന്നീ നഗരങ്ങളിലെ അടുക്കടുക്കായുള്ള തെളിവുകൾ കാലാനുക്രമ മായ എഴുത്തുരീതി സൈന്ധവമുദ്രകളിലുള്ളതായി ബോധ്യപ്പെടുത്തുന്നു.

നിരവധി ഗവേഷകരും ഭാഷാപണ്ഡിതന്മാരും സൈന്ധവലിപി യെക്കുറിച്ച് പഠനം നടത്തിയിട്ടുണ്ട്. മുദ്രകളിൽ കാണുന്ന ചെറുലിഖിത ങ്ങൾ അവയുടെ വിശകലനത്തെ പ്രയാസകരമാക്കുന്നു. ജോൺ മാർഷൽ സൈന്ധവലിപികൾക്ക് അറിയപ്പെടുന്ന മറ്റ് ഇന്ത്യൻ ലിപികളുമായുള്ള അസമാനത ചൂണ്ടിക്കാണിക്കുന്നുണ്ട്. ഭാഷാപണ്ഡിതനായ ഫാദർ ഹെരാസ്(Fr Heras) സൈന്ധവലിപികളുടെ ക്രമമായ പഠനം നടത്തു കയും അവ ചിത്രാത്മകരചനകളാണെന്ന് അഭിപ്രായപ്പെടുകയും ചെയ്തു. ദ്രാവിഡഭാഷയുടെ ആദ്യരൂപമായി അദ്ദേഹം സൈന്ധവലിപി കളെ കാണുന്നു. ഗുർജി വി നൊറൊസോവ് (Gurji V Knorozov) ന്റെ നേതൃത്വത്തിലുള്ള റഷ്യൻ പണ്ഡിതന്മാരും പ്രാചീന തമിഴ് ഭാഷാപണ്ഡി തനായ ഇരവതം മഹാദേവനും (Iravatham Mahadevan) സൈന്ധവ ലിപി ദ്രാവിഡ കുടുംബത്തിൽപ്പെട്ടതാണെന്ന് വ്യക്തമാക്കുന്നു. സൈന്ധ വലിപികൾ വലത്തുനിന്നും ഇടത്തോട്ട് എഴുതുന്ന ക്രമത്തിലുള്ളതാണെ ന്നാണ് ഇരവതം മഹാദേവന്റെ അഭിപ്രായം.

വാൾട്ടർ എ ഫെയർ സർവീസ് (Walter A Fair Service), എ എൽ വാഡെൽഡ് (A L Waddeled), എസ് ലാങ്ഡൻ (S Langdon) തുടങ്ങിയ പണ്ഡിതന്മാരും സൈന്ധവലിപിയെക്കുറിച്ച് പഠനം നടത്തി. വാൾട്ടർ എ ഫെയർ സർവീസ് ദ്രവീഡിയൻ രീതിയിൽ വായിക്കാൻ ശ്രമിച്ചപ്പോൾ, എ എൽ വാഡെൽഡ് അതിന് സുമേറിയൻ ബന്ധവും ആര്യൻ ഉൽപ്പ ത്തിയും ഉള്ളതായി വാദിച്ചു. എസ് ലാങ്ഡൻ ഇൻഡോ – ജർമാനിക് വിഭാഗത്തിലാണ് സൈന്ധവലിപിയെ ഉൾപ്പെടുത്തിയത്. നിരവധി പഠ നങ്ങൾ നടന്നുകഴിഞ്ഞുവെങ്കിലും സൈന്ധവലിപികളെ പൂർണ്ണമായും വായിച്ചറിയാൻ ആർക്കും കഴിഞ്ഞിട്ടില്ല.

സൈന്ധവസംസ്കാരത്തിന്റെ തകർച്ച

ബി സി 1800-നുശേഷം സൈന്ധവനഗരങ്ങളുടെ തിരോധാനം സംഭ വിച്ചുതുടങ്ങി. മോഹൻജൊദാരോ, ഹാരപ്പ, കാളിബംഗാൻ തുടങ്ങിയ പ്രധാ നനഗരങ്ങൾ ക്രമേണ നഗരാസൂത്രണത്തിന്റേയും നിർമ്മാണത്തിന്റേയും

കാര്യത്തിൽ തകർച്ചയെ നേരിട്ടതായി പുരാവസ്തുശാസ്ത്രജ്ഞർ ചൂണ്ടിക്കാണിക്കുന്നു. സൈന്ധവനിവാസികളുടെ ആദ്യകാല സാമൂഹിക സാമ്പത്തിക അടിത്തറ ശിഥിലമാകാൻ തുടങ്ങി. മോഹൻജൊദാരോ, ഹാരപ്പ, കാളിബംഗാൻ തുടങ്ങിയ മഹാനഗരങ്ങൾ ചെറിയ ജനവാസ കേന്ദ്രങ്ങളായി മാറ്റുകയും ചെയ്തു. സൈന്ധവനഗരങ്ങൾ സംസ്കാര ത്തിന്റെ പൂർണ്ണതകർച്ചയ്ക്കു മുമ്പു തന്നെ ക്ഷയോന്മുഖമായിക്കഴിഞ്ഞി രുന്നു. പതനത്തിന്റേയും തകർച്ചയുടേയും തെളിവുകൾ ചാൻഹുദാരോ, ബഹാവൽപ്പൂർ തുടങ്ങിയ നഗരങ്ങളിൽ നിന്നും ലഭിച്ചിട്ടുണ്ട്. ലോതൽ, അമ്രി എന്നിവിടങ്ങളിലെ ഉൽഖനനങ്ങളും സൈന്ധവനഗരങ്ങളുടെ തകർച്ചയെയാണ് വെളിപ്പെടുത്തുന്നത്.

സിന്ധുനദീതടനഗരങ്ങൾ നീണ്ടുനിന്ന വെള്ളപ്പൊക്കത്തിന്റെ ഫല മായി തകർന്നതാകാമെന്ന് ചില പണ്ഡിതന്മാർ അഭിപ്രായപ്പെടുന്നു. മോഹൻജൊദാരോയിലെ തെരുവുകളിലും കെട്ടിടങ്ങളിലും കാണുന്ന എക്കൽമണ്ണിന്റെ സാന്നിദ്ധ്യം ഇതിനു തെളിവായി ചൂണ്ടിക്കാണിക്കുന്നു. ഇ ജെ എച്ച് മാക്കേ (E J H Mackay) ചാൻഹുദാരോയിൽ നടത്തിയ ഗവേഷണങ്ങളും സിന്ധുനദിയിലെ വെള്ളപ്പൊക്കത്തേയും തൽഫലമാ യുള്ള നാശത്തേയും കുറിച്ച് വ്യക്തമായ സൂചന നൽകുന്നു. എസ് ആർ റാവു (S R Rao) സൈന്ധവസംസ്കാരത്തിന്റെ തകർച്ചയ്ക്ക് വെള്ള പ്പൊക്കം കാരണമായിരിക്കാമെന്ന് വാദിക്കുന്നു. പ്രശസ്ത ഹൈഡ്രോള ജിസ്റ്റ് ആർ എൽ റെയ്ക്സും (R L Raikes) ഈ വാദത്തെ പിന്തുണ യ്ക്കുന്നു. ഭൂചലനവും വെള്ളപ്പൊക്കവും സൈന്ധവനഗരങ്ങളുടെ തകർച്ചയ്ക്കു കാരണമാണെന്ന് അദ്ദേഹം വാദിക്കുന്നു. സിന്ധുനദിയുടെ ഗതിമാറ്റമാണ് സൈന്ധവസംസ്കാരത്തിന്റെ തകർച്ചയ്ക്കു കാരണമാ യതെന്ന് എച്ച് ടി ലാംബ്രിക് (H T Lambrik) അഭിപ്രായപ്പെടുന്നു.

'ഗാഘർഹക്ര' (Ghaggar Hakra) നദിയുടെ ജലശോഷണവും തമ്മൂ ലമുണ്ടായ വരൾച്ചയുമാണ് സൈന്ധവനഗരങ്ങളുടെ തകർച്ചയ്ക്കുകാരണ മെന്ന് ഡി പി അഗർവാൾ (D P Agarwal) കരുതുന്നു. പാരിസ്ഥിതിക അസ ന്തുലന (echological imbalance)മാണ് സൈന്ധവനഗരങ്ങളുടെ തകർച്ചയ്ക്കു കാരണമായതെന്ന് ഫെയർ സർവീസിനെപ്പോലുള്ള പണ്ഡി തന്മാർ അഭിപ്രായപ്പെടുന്നു. നഗരങ്ങളുടെ ആവശ്യകതയും ഭൂമിയുടെ ഉൽപ്പാദനക്ഷമതയും തമ്മിലുള്ള പൊരുത്തക്കുറവാണ് ഇതിൽ പ്രധാനം.

സൈന്ധവനഗരങ്ങളുടെ തകർച്ചയ്ക്കു പ്രധാനകാരണമായി മോർട്ടി മർ വീലർ (Mortimer Wheeler) ചൂണ്ടിക്കാണിക്കുന്നത് ആര്യൻ ആക്ര മണത്തെയാണ്. സൈന്ധവനഗരങ്ങളുടെ പൂർണ്ണമായ തിരോധാനത്തി നുമുമ്പ് തന്നെ വ്യത്യസ്തസംസ്കാരമുള്ള ഒരു പുതിയ ജനവിഭാഗം അവിടെ എത്തിച്ചേർന്നതായി തെളിവുകൾ സൂചിപ്പിക്കുന്നു. മോഹൻജൊ ദാരോയിലെ പ്രധാനവീഥികളിൽ നിന്നും ലഭിച്ച മനുഷ്യാസ്ഥികൂടങ്ങൾ ഒരു കൂട്ടക്കൊലയുടെ തെളിവായി വീലർ ചൂണ്ടിക്കാണിക്കുന്നു. എന്നാൽ ആര്യൻ ആക്രമണസിദ്ധാന്തത്തിന് പൊതുസ്വീകാര്യത ലഭിച്ചിട്ടില്ല. ആര്യന്മാരുടെ വരവിന് മുമ്പുതന്നെ സൈന്ധവസംസ്കാരം ക്ഷയോന്മുഖമായിക്കഴിഞ്ഞി രുന്നു. എന്നതിനോട് ഭൂരിഭാഗം ചരിത്രകാരന്മാരും യോജിക്കുന്നു.

4

ചൈനീസ് സംസ്കാരം

മറ്റു നാഗരികതകളിൽനിന്ന് ചൈനീസ് സംസ്കാരത്തെ വേറിട്ട താക്കുന്നത് ഇന്നും തുടർച്ചയേൽക്കാത്ത അതിന്റെ നൈരന്തര്യമാണ്. സ്വർഗ്ഗത്തിനു താഴെയുള്ള രാജ്യം എന്നർത്ഥമുള്ള തിൻഹ (Tien-hua) ലോകത്തിന്റെ മദ്ധ്യകേന്ദ്രം എന്നർത്ഥമുള്ള ചുങ്-ഹൊ (Chung-hue), നാലു കടലുകൾക്കിടയിലുള്ള രാജ്യമെന്ന് അർത്ഥം വരുന്ന സ്-ഹൈയ് (Sz-haid), ജനങ്ങളാകുന്ന പൂക്കളുടെ രാജ്യം എന്നർത്ഥം വരുന്ന ചുൻ-ഹൊമിൻ-കൊ (Chung-huo-min-Kuo) എന്നൊക്കെ പല പേരുകൾ ചൈനയ്ക്കുണ്ടായിരുന്നു. ബി സി രണ്ടാം സഹസ്രാബ്ദത്തിൽ ചൈന യിൽ വസിച്ചിരുന്ന ഷാങ് ജനത തങ്ങളുടെ രാജ്യത്തെ ചുങ്-ഹൊ എന്ന് വിളിച്ചിരുന്നു. വിദേശ സമ്പർക്കം പരിമിതമായതിനാൽ ചൈനീസ് സംസ്കാരത്തിൽ വൈദേശിക സ്വാധീനം വളരെ കുറവാണ്. ചൈന യുടെ നേരെയുള്ള വൈദേശികാക്രമണങ്ങളും കുറവായിരുന്നു. ചൈനീസ് സംസ്കാരത്തിന്റെ അടിസ്ഥാനം അതിന്റെ സവിശേഷത യാർന്ന അനന്യതയാണ്. ലോകത്തിന് വിലപ്പെട്ട സംഭാവനകൾ നൽകാൻ ചൈനീസ് സംസ്കാരത്തിനു കഴിഞ്ഞു.

ഭൂപ്രദേശം

ചൈനീസ് നാഗരികത രൂപപ്പെടുത്തുന്നതിൽ അതിന്റെ ഭൂപ്രകൃ തിക്ക് അതിപ്രധാനമായ സ്ഥാനമാണുള്ളത്. അതിവിശാലമായൊരു ഭൂവി ഭാഗമാണ് ചൈനയുടേത്. കിഴക്കും തെക്കും പസഫിക് സമുദ്രവും പടിഞ്ഞാറ് തിബ്ബത്തൻ പീഠഭൂമിയും വടക്ക് മരുഭൂമിയും ചൈനയ്ക്കു സ്ഥിരമായൊരു സുരക്ഷിതത്വവും സ്വയംപര്യാപ്തതയും പ്രദാനം ചെയ്തു. വളരെക്കാ ലത്തേക്ക് മറ്റ് ജനസമൂഹങ്ങളിൽനിന്നും ഒറ്റപ്പെട്ടുകൊണ്ടുള്ള ജീവിതം നയിക്കുന്നതിന് ഈ ഭൂപ്രകൃതി ചൈനീസ് ജനതയെ സഹായിച്ചിട്ടുണ്ട്.

വൈവിദ്ധ്യമാർന്ന ഭൂപ്രകൃതിയാണ് ചൈനയുടേത്. മരുഭൂമികൾ, പർവ്വതങ്ങൾ, താഴ്വരകൾ, വലിയ തടാകങ്ങൾ, കടലോരസമതലങ്ങൾ, വിശാലമായ പുൽമേടുകൾ, പീഠഭൂമികൾ, ഫലഭൂയിഷ്ഠമായ നദീതട ങ്ങൾ എന്നിവ ചൈനയുടെ സവിശേഷതകളാണ്. ചൈനയുടെ വടക്കും പടിഞ്ഞാറും വരണ്ട പ്രദേശങ്ങളാണ്. അവിടെ ജലദൗർലഭ്യം അനുഭവ പ്പെട്ടിരുന്നു. തെക്കൻ പ്രദേശമാകട്ടെ ഫലഭൂയിഷ്ഠമാണ്. വടക്കൻ സമ തലങ്ങളിലാണ് ഏറ്റവും പഴക്കം ചെന്ന ചൈനീസ് സംസ്കാരം ജനിച്ചത്. ഉത്തരസമതലത്തിന്റെ വടക്കും പടിഞ്ഞാറുമായി സ്ഥിതി ചെയ്യുന്ന മല കളിൽനിന്നും ഒഴുകിവരുന്ന ചെറുനദികൾ ഈ പ്രദേശത്തെ കൃഷിക്കു പയുക്തമാക്കിയിരുന്നു.

ചൈനീസ് നാഗരികതയേയും അതിന്റെ വികാസത്തേയും നിർണ്ണ യിക്കുന്നതിൽ നദികൾ നിർണ്ണായക പങ്കുവഹിച്ചിരുന്നു. രാഷ്ട്രീയ സാംസ്കാരിക ഐക്യം നേടുന്നതിനും നദികൾ ചൈനയെ സഹായി ച്ചു. ചൈനയിലെ ഏറ്റവും പ്രധാനപ്പെട്ട നദികൾ ഹാങ്ഹോ, യാങ്ട്സി, സിക്കിയാങ് എന്നിവയാണ്. ചൈനയുടെ പടിഞ്ഞാറൻ പർവ്വതനിരക ളിൽ നിന്നുമാണ് ഇവയുടെ ഉത്ഭവം. ഹാങ്ഹോ നദിക്ക് മഞ്ഞനദി എന്നും പേരുണ്ട്. മഞ്ഞനദീതീരം ഫലഭൂയിഷ്ഠമായിരുന്നു. ചൈനയിൽ സംസ്കാരത്തിന്റെ ആവിർഭാവത്തിന് ഈ നദിയുടെ സംഭാവന അതു ല്യമാണ്. എന്നാൽ ഇടയ്ക്കിടക്ക് പ്രളയംകൊണ്ട് ജനലക്ഷങ്ങളെ വലയ് ക്കുന്നതുകൊണ്ട് മഞ്ഞനദിയെ ചൈനയുടെ ദുഃഖം എന്ന് വിളിക്കുന്നു. മദ്ധ്യചൈനയിലെ പ്രധാന ജലസ്രോതസ്സും ഗതാഗതമാർഗ്ഗവും യാങ്ട്സി നദിയാണ്. ഈ നദീതീരത്ത് രൂപംകൊണ്ട വ്യാപാരനഗരങ്ങളും വ്യവ സായകേന്ദ്രങ്ങളും ചൈനീസ് സംസ്കാരത്തെ സമ്പന്നമാക്കി. ദക്ഷിണ ചൈനയിലുള്ള സിക്കിയാങ് നദിയും ചൈനീസ് സംസ്കാരത്തെ വള രെയേറെ സ്വാധീനിച്ചിരുന്നു.

ജനത

ഏറ്റവും പുരാതനമായ മനുഷ്യവർഗ്ഗത്തിൽപ്പെട്ട പീക്കിംഗ് മനു ഷ്യന്റെ വാസസ്ഥലമായിരുന്നു ചൈന. എന്നാൽ ചൈനീസ് സംസ്കാര ത്തിന്റെ ശില്പ്പികളായിട്ടുള്ള ജനത എവിടെനിന്ന് എപ്പോൾ ചൈനയിൽ എത്തിച്ചേർന്നവരാണ് എന്നതിന് തെളിവുകളൊന്നും ഇല്ല. ചൈനക്കാർ മംഗളോയിഡ് വർഗ്ഗത്തിൽപ്പെട്ടവരായിരുന്നു. പരുക്കൻ മുടിയും ചെരിഞ്ഞ കണ്ണുകളും ഉന്തിയ താടിയെല്ലും കുറുകിയ കൈകാലുകളും വട്ടമുഖ വും ഉരുണ്ട തലയോടും, തടിച്ച ശരീരവും ഉള്ളവരാണ് മംഗോളിയർ. ചൈനീസ് സംസ്കാരത്തിൽ ആദ്യന്തം മംഗോളിയൻ സംസ്കാരമാണ് കാണാനാവുന്നത്.

കാലഘട്ടം

ചൈനീസ് സംസ്കാരത്തിന്റെ വികാസം പല ഘട്ടങ്ങളിലായി സംഭ വിച്ചതാണ്. ബി സി 8000-ത്തോടുകൂടി ചൈനയിൽ കൃഷി ആരംഭി

ചിരിക്കാം. ബി സി 6000-നും 5000-നും ഇടയിൽ ഉത്തരചൈനയിൽ ചാമ കൃഷിചെയ്തിരുന്നതിന് തെളിവുകളുണ്ട്. ഈ കാലഘട്ടത്തിൽ മഞ്ഞ നദി (Yellow river), യാങ്ട്സി(Yangtze), തെക്ക് കിഴക്ക് സമുദ്രതീരം എന്നിവിടങ്ങൾ കേന്ദ്രീകരിച്ച് കാർഷികസമൂഹങ്ങൾ നിലവിൽ വന്നി രുന്നു. വെങ്കലയുഗക്കാലത്ത് മെസൊപ്പൊട്ടേമിയ, ഈജിപ്ത്, ഇന്ത്യ എന്നിവിടങ്ങളിൽ ഉണ്ടായതുപോലെ നാഗരികത ചൈനയിലും ദൃശ്യമാ യി. ഉൽഖനനത്തിന്റെ ഫലമായി കണ്ടെത്തിയ അവശിഷ്ടങ്ങളുടെ പഠ നത്തിൽനിന്നും വെങ്കലസംസ്കാരം വളർച്ച പ്രാപിച്ചത് ഷാങ് കാല ഘട്ടത്തിലായിരുന്നു എന്നു കരുതാം. അതായത് ബി സി 1765 മുതൽ 1122 വരെയുള്ള ഷാങ് കാലഘട്ടം കലയുടേയും കരകൗശലത്തിന്റേയും എഴുത്തുവിദ്യയുടേയും വികാസത്തിന്റെ കാലഘട്ടമായിരുന്നു. ചെറുഭ രണ പ്രദേശങ്ങളുടെ ശൃംഖല, നിരവധി തദ്ദേശീയ സംസ്കാരങ്ങൾ എന്നിവ ഈ കാലഘട്ടത്തിന്റെ പ്രത്യേകതയാണ്. തുടർന്നുള്ള ചൗ, ചിൻ, ഹാൻ കാലഘട്ടം സംസ്കാരത്തിന്റെ വളർച്ചയുടേയും വികാസ ത്തിന്റേയും കാലമായിരുന്നു. രാഷ്ട്രീയ കേന്ദ്രീകരണം, പുതിയ ആയു ധങ്ങൾ, വാർപ്പിരുമ്പുപകരണങ്ങൾ, പ്രായോഗികകലകൾ, തത്വചിന്ത, വാണിജ്യാഭിവൃദ്ധി, ചൈനീസ് രാഷ്ട്രങ്ങളുടെ ഏകീകരണം, അളവു തൂക്കങ്ങൾ, ലിപിവ്യവസ്ഥയുടെ ഏകീകരണം തുടങ്ങിയവ ഈ കാല ഘട്ടത്തിന്റെ സംഭാവനകളാണ്. ബി സി 202 മുതൽ എ ഡി 220 വരെ യുള്ള ഹാൻ കാലഘട്ടം ചൈനയുടെ സുവർണ്ണകാലഘട്ടമായി അറിയ പ്പെടുന്നു. ഹാൻ കാലഘട്ടത്തിനുശേഷം 1279 വരെ തങ്, സുങ് രാജവം ശക്കാരുടെ ഭരണകാലഘട്ടമായിരുന്നു. ഈ കാലഘട്ടത്തിലും ചൈനീസ് സംസ്കാരത്തിന് ശ്രദ്ധേയമായ നേട്ടങ്ങൾ കൈവരിക്കാൻ സാധിച്ചി രുന്നു.

ഭരണകൂടം
നഗരരാഷ്ട്രകാലഘട്ടം

ഹാങ്ഹോ നദിയുടെ വടക്കൻ സമതലമായിരുന്നു അതിപുരാതന ചൈനയിലെ പ്രധാന ജനവാസകേന്ദ്രം. ഈ നദിയിലുണ്ടാകുന്ന വെള്ള പ്പൊക്കം ആ പ്രദേശത്തെ കൃഷിയേയും ജലസേചനത്തിനും ജലനിയ ന്ത്രണത്തിനുമുള്ള ചാനൽ ശൃംഖലയേയും അപ്പാടെ തകർത്തിരുന്നു. ഒരു കേന്ദ്രഭരണകൂടത്തിന്റെ ആവശ്യകതയെക്കുറിച്ച് ജനങ്ങളെ ചിന്തി പ്പിച്ചത് വെള്ളപ്പൊക്കനിയന്ത്രണശ്രമങ്ങളായിരുന്നു. ചൈനയിലെ ഭരണ കൂടചരിത്രം ഷാങ് ഭരണത്തോടെ ആരംഭിക്കുന്നു. പ്രാചീന ചൈന നഗ രരാഷ്ട്രങ്ങളുടെ രാജ്യമായിരുന്നു. ആദ്യത്തെ നഗരരാഷ്ട്രമായിരുന്നു ഷാങ് നഗരം. താങ് സ്ഥാപിച്ച രാജവംശമായിരുന്നു ഷാങ് രാജവംശം. ഷാങ് വംശത്തിലെ രാജാവ് വാങ് (Wang) എന്ന സ്ഥാനപ്പേരിൽ അറി യപ്പെട്ടിരുന്നു. കുതിര വലിക്കുന്ന രഥങ്ങൾ ഉപയോഗിച്ച് അവർ സൈനി കശക്തി വർദ്ധിപ്പിക്കുകയും ചുറ്റുമുള്ള പ്രദേശങ്ങൾ കീഴടക്കുകയും

ചെയ്തു. തങ്ങൾ ദൈവപുത്രൻമാരാണെന്ന് അവർ വിശ്വസിക്കുന്നു. പ്രധാന പുരോഹിതനും രാജാവ് തന്നെയായിരുന്നു.

ഷാങ് രാജവംശഭരണത്തെ തുടർന്ന് ചൗ(Chau) രാജവംശം ഭര ണമാരംഭിച്ചു. ഷാങ് രാജാവായ സിമിനെ പരാജയപ്പെടുത്തി 'വു' ആണ് ചൗ രാജവംശം സ്ഥാപിച്ചത്. ബി സി 1122 മുതൽ 221 വരെയായിരുന്നു അവരുടെ ഭരണകാലഘട്ടം. പുതിയ ഭരണകൂടത്തിന്റെ ആവിർഭാവം നില വിലുണ്ടായിരുന്ന ഭരണസംവിധാനത്തിൽ യാതൊരു മാറ്റവും വരുത്തി യില്ല. ചൗ രാജാക്കന്മാരും 'വാങ്' എന്ന സ്ഥാനപ്പേര് സ്വീകരിച്ചിരുന്നു. പടിഞ്ഞാറൻ 'വെയ്' (Wei) താഴ്വരയായിരുന്നു ചൗ രാജ്യത്തിന്റെ കേന്ദ്രം. വലിയൊരു സൈന്യത്തെ നിലനിർത്തുകയും അവരുടെ ആധി പത്യം യാങ്ട്സി താഴ്വര വരെ വ്യാപിപ്പിക്കുകയും ചെയ്തു. ഉദ്യോഗ സ്ഥർക്ക് അവരുടെ ഭരണമേഖലയിൽ നിയമാനുസൃതമായ പൂർണ്ണ അധി കാരം നൽകിയിരുന്നു. ജനസേവനം രാജാവിന്റെ ചുമതലയായി ചൗ രാജാക്കന്മാർ കണക്കാക്കിയിരുന്നു.

നഗരരാഷ്ട്രകാലഘട്ടത്തിൽ രാജാവിന്റെ പ്രധാന ഉത്തരവാദിത്തം കാർഷിക പ്രവർത്തനങ്ങളെ പരസ്പരം ബന്ധിപ്പിക്കുകയും ജലത്തിന്റെ ഉപയോഗം നിയന്ത്രിക്കുകയുമായിരുന്നു. വെള്ളപ്പൊക്കത്തിനുശേഷമുള്ള എക്കൽമണ്ണ് മാറ്റുന്നതും കനാലുകൾ നിർമ്മിക്കുന്നതും ഭരണകൂടത്തിന്റെ ഉത്തരവാദിത്തമായിരുന്നു. അളവു തൂക്കങ്ങളെ നിയന്ത്രിക്കുക, ഏകീ കൃത നികുതി സമ്പ്രദായം നിലവിൽ വരുത്തുക എന്നിവയും ഭരണകൂട ത്തിന്റെ ചുമതലയായിരുന്നു. ചൗ രാജാക്കന്മാർ പ്രാന്തപ്രദേശങ്ങളുടെ ഭരണച്ചുമതല വഹിച്ചിരുന്ന പ്രഭുക്കന്മാരിൽനിന്നും നികുതി പിരിച്ചി രുന്നു.

ഫ്യൂഡൽ കാലഘട്ടം

ചൗ രാജാക്കന്മാർ പ്രാദേശിക ഭരണം രാജകുടുംബത്തിലെ തന്നെ അംഗങ്ങളായ പ്രഭുക്കന്മാരെ ഏൽപ്പിച്ചിരുന്നു. പ്രഭുക്കന്മാർക്ക് അവരുടെ ഭരണമേഖലയിൽ സൈനികവും നിയമപരവുമായ അധികാരങ്ങളോടു കൂടിയ ഭരണസ്വാതന്ത്ര്യം നൽകിയിരുന്നു. തങ്ങളുടെ അധികാര പരിധി യിൽ വരുന്ന ഭൂവിഭാഗത്തിൽനിന്നും കരംപിരിച്ച് രാജാവിനെ ഏൽപ്പിച്ചി രുന്നു. ഈ പ്രഭുക്കന്മാർ അവരവരുടെ എസ്റ്റേറ്റിന്റെ ആസ്ഥാനത്ത് താമ സിച്ചിരുന്നു. അവർ ജനങ്ങളിൽ നിന്നും ധാന്യങ്ങൾ, വസ്ത്രം, മറ്റ് അവശ്യ സാധനങ്ങൾ എന്നിവ കപ്പമായി സ്വീകരിച്ചിരുന്നു. സുഖലോ ലുപമായ ജീവതമായിരുന്നു പ്രഭുക്കന്മാർ നയിച്ചിരുന്നത്.

ബി സി എട്ടാം നൂറ്റാണ്ടോടുകൂടി ചൗ ഭരണത്തിന്റെ ശക്തി ക്ഷയി ക്കാൻ തുടങ്ങി. ബി സി 771-ഓടുകൂടി പടിഞ്ഞാറൻ ചൗ ഭരണം അവ സാനിക്കുകയും 771-ൽ ആരംഭിച്ച കിഴക്കൻ ചൗ ഭരണം ബി സി 250 വരെ നിലനിൽക്കുകയും ചെയ്തു. ഇക്കാലത്ത് ചൈന രാഷ്ട്രീയ അനൈ ക്യത്തിന്റേയും ആഭ്യന്തര യുദ്ധത്തിന്റേയും പിടിയിലായി. നൂറുകണക്കിന്

ചൈനീസ് നാട്ടുരാജ്യങ്ങൾ ഏതാണ്ട് നിരന്തരമായ യുദ്ധത്തിൽ ഏർപ്പെ ട്ടിരുന്നു. ചൗ രാജാവിന്റെ അധികാരസീമ ചെറിയൊരു മേഖലയിൽ ഒതു ങ്ങി. ബി സി ആറാം നൂറ്റാണ്ടായപ്പോഴേക്കും, ചൈന സ്വതന്ത്രഭരണാധി കാരികൾ ഭരിക്കുന്ന ഒരു കോൺഫെഡറേഷനായി മാറി. ഈ സ്വതന്ത്ര ഭരണാധികാരികൾ പരസ്പരം കലഹിച്ചുകൊണ്ടിരുന്നു. ഫ്യൂഡലിസ്റ്റ് സമ്പ്രദായത്തിലുള്ള ഭരണമായിരുന്നു അന്ന് നിലനിന്നിരുന്നത്. ഇത്തരം സ്വതന്ത്രരാജ്യങ്ങളിൽ ഒന്നായിരുന്നു 'ലു.' 'ലു' എന്ന നാട്ടുരാജ്യത്തെ പ്പറ്റി കൺഫ്യൂഷ്യസ് അദ്ദേഹത്തിന്റെ *വസന്തശരത്ക്കാലാഖ്യാനങ്ങൾ* എന്ന കൃതിയിൽ വിവരിക്കുന്നുണ്ട്. ഫ്യൂഡൽ പ്രഭുക്കന്മാരുടെ സങ്കുചിത മനഃസ്ഥിതിയും ജനങ്ങളുടെ അന്ധവിശ്വാസങ്ങളും ഫ്യൂഡൽ വ്യവസ്ഥയെ ശക്തിപ്പെടുത്തിയിരുന്നു.

സാമ്രാജ്യകാലഘട്ടം

നീണ്ടകാലത്തെ രാഷ്ട്രീയ അനൈക്യത്തിനും ആഭ്യന്തരയുദ്ധ ങ്ങൾക്കും ശേഷം ചിൻ ഭരണകാലം ചൈനയുടെ ഏകീകരണ കാലഘ ട്ടമായി മാറി. ശക്തമായൊരു ഐക്യം നിലനിർത്തുന്നതിനായി ചൈന ഉണർന്നു പ്രവർത്തിച്ചത് ഇക്കാലത്താണ്. ചെറിയൊരു കാലഘട്ടം മാത്രം നിലനിന്നിരുന്ന ചിൻ സൈനിക മേധാവിത്വം ഫലപ്രദമായി ഫ്യൂഡൽ പ്രഭുക്കന്മാരെ അമർച്ച ചെയ്യുന്നതിൽ വിജയിച്ചു. ഏകദേശം മുപ്പത്തഞ്ചു വർഷം നീണ്ടുനിന്ന ഫ്യൂഡൽ പ്രഭുക്കന്മാർക്കെതിരായ സംഘടിത യുദ്ധ ത്തിനുശേഷം 'ചിൻ' വംശം ചൈനയുടെ അധികാരം പിടിച്ചെടുത്തു. ചിൻ ഭരണകാലത്ത് ചൈന ഒരു സാമ്രാജ്യമായി മാറി. ബി സി 221-ൽ ചക്രവർത്തിയായ ചെങ് ആദ്യചക്രവർത്തി എന്ന അർത്ഥം വരുന്ന 'ഷി ഹാങ്തി' എന്ന പേരു സ്വീകരിച്ചു. അദ്ദേഹം ഫ്യൂഡലിസത്തെ തകർക്കു കയും ശക്തമായൊരു കേന്ദ്രീകൃത ഭരണം സ്ഥാപിക്കുകയും ചെയ്തു. നാടുവാഴിപ്രഭുക്കന്മാരുടെ അന്ത്യം കുറിച്ച ഷിഹാങ്തി, ഹാൻ, ചാവോ, വെയ്, യെൻ, ചി എന്നിവ കീഴ്പ്പെടുത്തി സാമ്രാജ്യം വിപുലപ്പെടുത്തി. അതിശക്തമായ കുതിരപ്പടയുടെ സഹായത്തോട സാമ്രാജ്യം യാങ്ട്സി നദിക്കപ്പുറംവരെ വ്യാപിപ്പിച്ചു.

വൻമതിൽ (Great Wall of China)

ഫ്യൂഡൽ നാട്ടുരാജ്യങ്ങളെ അമർച്ച ചെയ്തുകൊണ്ട് ചൈനയുടെ അതിർത്തി യാങ്ട്സിക്കപ്പുറത്തേക്ക് വ്യാപിപ്പിച്ച ഷിഹാങ്തി ഹൂണ ന്മാരുടെ ആക്രമണത്തേയും ചെറുത്തു തോൽപ്പിച്ചു. ഭാവിയിൽ ഉണ്ടാ കാവുന്ന വിദേശാക്രമണങ്ങളിൽനിന്നും പ്രത്യേകിച്ച് ഹൂണന്മാരുടെ ആക്രമണങ്ങളിൽ നിന്നും ചൈനയെ രക്ഷിക്കാനായി 'ചൈനാവൻമതിൽ' നിർമ്മിക്കുകയും ചെയ്തു. 2250 കി മീ നീളവും ഏഴുമീറ്റർ ഉയരവും 6 മീറ്റർ വീതിയുമുള്ള ഈ വൻമതിൽ സംഘടിത മനുഷ്യപ്രയത്നത്തിന്റെ ഉത്തമമാതൃകയാണ്. മലകൾ, താഴ്വരകൾ, പാറക്കെട്ടുകൾ, കാടുകൾ തുട

വൻമതിൽ

ങ്ങിയ ദുർഘടങ്ങളായ പ്രദേശങ്ങളിൽ കൂടി കടന്നുപോകുന്ന വൻമതിലിന്
അവിടവിടെയായി 25,000-ഓളം കാവൽ ഗോപുരങ്ങളുണ്ട്.

ഹാൻ രാജവംശം

സാമ്രാജ്യകാലഘട്ടത്തിൽ, ചിൻ ഭരണത്തിനുശേഷം വീണ്ടുമൊരു
ആഭ്യന്തരയുദ്ധത്തിന് ചൈന വേദിയായി. ആഭ്യന്തരയുദ്ധത്തിൽ വിജ
യിച്ച ലിയുപാങ് ബി സി 202-ഓടു കൂടി ഹാൻ ഭരണം സ്ഥാപിച്ചു.
കായോസു എന്ന പേരിലാണ് അദ്ദേഹം ഭരണം നടത്തിയത്. ഹാൻ വംശ
ത്തിലെ ഏറ്റവും ശക്തനായ ഭരണാധികാരി 53 വർഷം സാമ്രാജ്യം ഭരിച്ച
വൂതി (Wuti) ആയിരുന്നു. ശക്തരായ ഹൂണന്മാരെ അദ്ദേഹം പരാജയ
പ്പെടുത്തുകയും നിരവധി യുദ്ധങ്ങളിലൂടെ സാമ്രാജ്യവിസ്തൃതി വർദ്ധി
പ്പിക്കുകയും ചെയ്തു. മദ്ധ്യേഷ്യയുമായി വൂതി ഉണ്ടാക്കിയ സഖ്യം
ചൈനക്ക് പാശ്ചാത്യസംസ്കാരവുമായി ബന്ധപ്പെടാൻ സഹായകമായി.
വൂതിയുടെ മരണശേഷം സാമ്രാജ്യം ക്ഷയിച്ചു. പിൻഗാമികളായ ഏഴു
ചക്രവർത്തിമാരിൽ ആരും സമർത്ഥരായിരുന്നില്ല. തുടർന്ന് ഷാങ്
കുടുംബം ഭരണം പിടിച്ചെടുത്തു. വാങ്മാങ് ആയിരുന്നു ഇവരിൽ പ്രധാ
നി. വാങ്മാങ് എ ഡി 23-ൽ വധിക്കപ്പെട്ടതിനുശേഷം ഹാൻ വംശം
വീണ്ടും അധികാരത്തിലെത്തി. തുടർന്ന് പൂർവ്വഹാൻ ഭരണം ആരംഭി
ച്ചു. പൂർവ്വഹാനിന്റെ ആദ്യചക്രവർത്തി ക്വാങ്വു ആയിരുന്നു. അദ്ദേഹ
ത്തിനുശേഷം സാമ്രാജ്യം ഛിന്നഭിന്നമാകാൻ തുടങ്ങുകയും എ ഡി
220-ൽ ഹാൻ ഭരണം അവസാനിക്കുകയും ചെയ്തു.

താങ് വംശവും സുങ് വംശവും

ഹാൻ വംശത്തിനുശേഷം താങ് (Tang) രാജവംശം എ ഡി 608
മുതൽ 907 വരെയും, സുങ് (Sung) രാജവംശം 960 മുതൽ 1279 വരെയും

ചൈന ഭരിച്ചു. തായ്സുങ് ചക്രവർത്തിയുടെ നേതൃത്വത്തിലുള്ള താങ്
ഭരണം സാമ്രാജ്യത്തിന്റെ ഏകീകരണത്തിന് സഹായകരമായി. മഞ്ചൂ
റിയ, തെക്കൻ തിബത്ത്, വടക്കൻ കൊറിയ എന്നിവ സാമ്രാജ്യത്തോട്
കൂട്ടിച്ചേർത്തു. താങ് വംശത്തിലെ മറ്റൊരു മികച്ച ചക്രവർത്തിയായി
രുന്നു മിങ് ഹാങ്. തായ്സു ആയിരുന്നു സുങ് ഭരണസ്ഥാപകൻ.
'സൈനിക ചക്രവർത്തി' എന്നാണ് അദ്ദേഹത്തെ വിളിച്ചിരുന്നത്. വാങ്
ആൻഷി ആയിരുന്നു ഏറ്റവും ശ്രദ്ധേയനായ സുങ് ചക്രവർത്തി. 1279-ൽ
അവസാനത്തെ സുങ് രാജാവ് വധിക്കപ്പെട്ടതോടുകൂടി ഒരു കാലഘട്ടം
തന്നെ അവസാനിച്ചു.

ഭരണകൂടത്തിന്റെ സവിശേഷത

ഒരു രാഷ്ട്രീയസ്ഥാപനമെന്ന നിലയ്ക്കുള്ള ഫ്യൂഡലിസത്തിന്റെ
തകർച്ചക്കും രാജവാഴ്ച നേതൃത്വം കൊടുക്കുന്ന ഉദ്യോഗസ്ഥ ഭരണ
സംവിധാനത്തിന്റെ ആവിർഭാവത്തിനും സാമ്രാജ്യകാലഘട്ടം സാക്ഷ്യം
വഹിച്ചു. ഹാൻ ഭരണകാലഘട്ടത്തിൽ രാജ്യസേവനത്തിന് ഗുമസ്തന്മാർ
തുടങ്ങി മന്ത്രിമാർ വരെ പന്ത്രണ്ട് ഗ്രേഡുകൾ ഉണ്ടായിരുന്നു. ഭരണസം
വിധാനത്തിന് വ്യത്യസ്ത വകുപ്പുകളും ഓരോ വകുപ്പിന്റേയും ഭരണ
മേൽനോട്ടത്തിനു വ്യത്യസ്ത മന്ത്രിമാരും ഉണ്ടായിരുന്നു. ഹാൻ കാല
ഘട്ടത്തിലെ രാഷ്ട്രീയ തത്ത്വങ്ങളേയും പ്രായോഗിക രാഷ്ട്രീയത്തേയും
സ്വാധീനിച്ചിരുന്നത് കൺഫ്യൂഷ്യൻ ആശയങ്ങളായിരുന്നു. രണ്ട്
സൈനികമേധാവികളെ നിയമിച്ചുകൊണ്ട് സൈനികഭരണനിർവ്വഹണ
ത്തിൽ ഒരു അധികാരകേന്ദ്രം എന്നതിനു പകരം രണ്ട് അധികാരകേന്ദ്ര
ങ്ങൾ സൃഷ്ടിച്ചിരുന്നു.

ചിൻ കാലഘട്ടത്തിൽ പ്രാദേശിക ഭരണസംവിധാനം വികാസം
പ്രാപിച്ചിരുന്നു. ഹാൻ കാലഘട്ടത്തിലും അതു തുടർന്നു പോന്നു. ജന
ങ്ങളുടേയും ഭൂമിയുടേയും കണക്കെടുപ്പിന്റെ ചുമതല പ്രാദേശിക ഭര
ണകൂടത്തിനായിരുന്നു. ജനസംഖ്യാ രജിസ്റ്ററും, ഭൂമിയുടേയും വിള
വിന്റേയും രജിസ്റ്ററും പ്രത്യേകം പ്രത്യേകം സൂക്ഷിച്ചിരുന്നു. ജനങ്ങളിൽ
നിന്നും പ്രധാനമായും രണ്ടുതരം നികുതികൾ പിരിച്ചെടുത്തിരുന്നു. ഭൂനി
കുതിയും ആൾ നികുതിയും. ഭൂനികുതി ഉൽപ്പാദനത്തിന്റെ $^{1}/_{30}$ ആയിരു
ന്നു. ചിലപ്പോഴൊക്കെ $^{1}/_{15}$ഉം പിരിച്ചെടുത്തിരുന്നു. ആൾ നികുതി ലിംഗ
പ്രായവ്യത്യാസമനുസരിച്ച് വ്യത്യാസപ്പെട്ടിരുന്നു. ഭൂനികുതി സാധനമാ
യും ആൾനികുതി പണമായും സ്വീകരിച്ചിരുന്നു. ധനികരിൽ നിന്നും ധന
നികുതിയും പിരിച്ചിരുന്നു.

പുരോഗമനപരമായ പല പരിഷ്കാരങ്ങളും സാമ്രാജ്യകാലഘട്ടത്തി
ലുണ്ടായി. ചൈനയുടെ പ്രകൃതിവിഭവങ്ങൾ ഭരണകൂടത്തിന്റെ നിയന്ത്ര
ണത്തിലായിരുന്നു. ഹാൻ ഭരണാധിപനായിരുന്ന വുതി പ്രകൃതി വിഭവ
ങ്ങളെ ദേശസാത്കരിച്ചു. കാർഷികവിളകളുടേയും മറ്റ് സാധനങ്ങളുടെ
യും വില നിയന്ത്രിക്കുന്നതിന്റെ ഭാഗമായി വിഭവങ്ങളുടെ വില കുറയു

മ്പോൾ വിഭവങ്ങൾ സർക്കാർ വാങ്ങി സംഭരിക്കുകയും പൊതു കമ്പോ
ളത്തിൽ വില കൂടുമ്പോൾ സർക്കാരിൽനിന്ന് മിതവിലയ്ക്ക് അവശ്യസാ
ധനങ്ങൾ വിതരണം ചെയ്യുകയും ചെയ്തിരുന്നു.

സർക്കാർ ഉദ്യോഗത്തിന് നിയമനം ലഭിക്കുന്നതിന് പ്രത്യേക
പരീക്ഷാസമ്പ്രദായം ഏർപ്പെടുത്തി. കൺഫ്യൂഷ്യൻ സിദ്ധാന്തങ്ങൾ പരീ
ക്ഷയിൽ വിഷയമായിരുന്നു. ഉദ്യോഗാർത്ഥികളെ പരിശീലിപ്പിക്കുന്നതി
നുവേണ്ടി പ്രത്യേക പരിശീലനശാലകൾ രാജ്യമെങ്ങും തുടങ്ങി. ഇത്ത
രത്തിൽ രാജ്യസേവനത്തിൽ പ്രവേശിക്കുന്ന പണ്ഡിത ഉദ്യോഗസ്ഥർ
(scholar officials) ഒരു പുതിയ ഭരണവർഗ്ഗമായി മാറി. ഉദ്യോഗസ്ഥരെ
വിദ്യാഭ്യാസത്തിന്റേയും കഴിവിന്റേയും അടിസ്ഥാനത്തിൽ പൊതുപരീ
ക്ഷയിൽകൂടി തെരഞ്ഞെടുത്തിരുന്ന സംസ്കാരം ചൈനയുടേതാണ്.

പാലങ്ങൾ പണിതും ജലസേചനത്തിനു തോടുകൾ നിർമ്മിച്ചും
മറ്റു പൊതുമരാമത്ത് പണികളിലൂടെയും തൊഴിലവസരങ്ങൾ സൃഷ്ടി
ച്ചിരുന്നു. ഭൂമിയുടെ ദേശസാത്ക്കരണം നടത്തിയ ഭരണാധികാരിയായി
രുന്നു വാങ്മാങ്. അദ്ദേഹം ഭൂരഹിതരായ കർഷകർക്ക് കൃഷിഭൂമി
വീതിച്ചു നൽകിയിരുന്നു. അടിമ സമ്പ്രദായം അദ്ദേഹം അവസാനിപ്പി
ച്ചു. വധശിക്ഷ നടപ്പിലാക്കിയതും ജയിൽ ഭരണവും കോടതി ഭരണവും
പരിഷ്കരിച്ചതും മിങ്ഹങ് ആയിരുന്നു. ചുരുക്കത്തിൽ സാമ്രാജ്യകാല
ഘട്ടം പുരോഗമന ഭരണപ്രക്രിയയുടെ കാലഘട്ടം കൂടിയായിരുന്നു.

സാമൂഹ്യഘടന

പുരാതനചൈനയിൽ സമൂഹം പല തട്ടുകളായി വിഭജിക്കപ്പെട്ടിരു
ന്നു. സാമൂഹികസമത്വം പുരാതന ചൈനയിലെ ഒരു കാലഘട്ടത്തിലും
ഉണ്ടായിരുന്നില്ല. ഉയർന്നവരും താഴ്ന്നവരും തമ്മിലുള്ള വിഭജനം വളരെ
പ്രകടമായിരുന്നു. സമൂഹത്തിലെ ഏറ്റവും ഉന്നതസ്ഥാനം അലങ്കരിച്ചി
രുന്നത് രാജാവായിരുന്നു. പ്രഭുക്കന്മാർ സമൂഹത്തിൽ രണ്ടാം സ്ഥാന
ക്കാരായിരുന്നു. സമൂഹത്തിൽ ഉന്നതസ്ഥാനത്തിരിക്കുന്ന പ്രഭുക്കന്മാരിൽ
പലരും രാജാവിന്റെ അടുത്ത ബന്ധുക്കളായിരുന്നു. ഭൂമിയുടെ ഉടമസ്ഥത
രാജാവിനായിരുന്നു എങ്കിലും രാജാവ് ഭൂമി പ്രഭുക്കന്മാർക്ക് വീതം വച്ചു
നൽകിയിരുന്നു. പകരം അവർ യുദ്ധത്തിൽ രാജാവിനെ സഹായിച്ചിരു
ന്നു. കാലക്രമത്തിൽ കൂടുതൽ അധികാരം പ്രഭുക്കന്മാരിൽ എത്തിച്ചേ
രുകയും അത് ചൈനയിൽ ഫ്യൂഡൽസമ്പ്രദായത്തിന്റെ ആവിർഭാവത്തിന്
വഴിതെളിക്കുകയും ചെയ്തു. ധിഷണാശാലികളായ പുരോഹി
തന്മാർക്കും സമൂഹത്തിൽ ഉന്നതസ്ഥാനം നൽകിയിരുന്നു. പൗരോഹി
ത്യത്തിനു പുറമേ ഭാവി പ്രവചനവും അവർ നിർവഹിച്ചിരുന്നു. ബുദ്ധി
ജീവികളേയും എഴുത്തുകാരേയും സമൂഹത്തിൽ ഏറ്റവും ആരാധ്യരായ
വിഭാഗമായി കണക്കാക്കിയിരുന്നു. കച്ചവടക്കാരും കരകൗശലക്കാരുമാ
യിരുന്നു സാമൂഹ്യശ്രേണിയിലെ അടുത്ത വിഭാഗക്കാർ. ചൈനീസ് ജന
തയിൽ ബഹുഭൂരിപക്ഷവും കർഷകരായിരുന്നു. സൈന്യത്തിലെ അംഗ

ങ്ങളധികവും സാധാരണ കർഷകരായിരുന്നു. സമൂഹത്തിലെ ഏറ്റവും താഴ്ന്ന വിഭാഗമായിരുന്നു അടിമകൾ. മറ്റേതൊരു സംസ്കാരത്തിലും ഉള്ളതുപോലെ ചൈനയിലും യുദ്ധത്തടവുകാരായിരുന്നു അടിമകളിൽ അധികവും.

സമൂഹത്തിന്റെ അടിസ്ഥാനഘടകം കുടുംബമായിരുന്നു. കുടുംബ ബന്ധം വളരെ ശക്തമായിരുന്നു. ഏകഭാര്യാത്വമാണ് പൊതുവെ അംഗീ കരിച്ചിരുന്നത്. എങ്കിലും രാജാവും പ്രഭുക്കന്മാരും ബഹുഭാര്യാത്വം അനു വർത്തിച്ചിരുന്നു.

കൃഷി

മറ്റ് സംസ്കാരങ്ങളിലെന്ന പോലെ ചൈനയിലും സംസ്കാര ത്തിന്റെ അഭിവൃദ്ധി കൃഷിയെ ആശ്രയിച്ചായിരുന്നു. വളരെ പുരാതന കാലത്തുതന്നെ ചൈനയിൽ വിപുലമായൊരു കൃഷിസമ്പ്രദായം നില വിലുണ്ടായിരുന്നു. മണ്ണും മനുഷ്യനും തമ്മിലുള്ള ബന്ധം ചൈനയിൽ വളരെ ദൃഢമായിരുന്നു. ചൈനയുടെ എല്ലാ ഭാഗങ്ങളും ജലസമൃദ്ധമാ യിരുന്നില്ല. ജലസേചനസൗകര്യങ്ങളുടെ അപര്യാപ്തത മൂലം ആദ്യം വരണ്ട ഭൂമിയിലായിരുന്നു കൃഷി. കഠിനമായ വരൾച്ചയും വെള്ളപ്പൊ ക്കവും ചൈനയിൽ സർവ്വസാധാരണമായിരുന്നു. അതിനാൽ ഇവയെ നിയന്ത്രിച്ച് കൃഷിക്കുപയുക്തമാക്കാനുള്ള ശ്രമങ്ങൾ സംസ്കാരത്തിന്റെ ആദ്യഘട്ടത്തിൽത്തന്നെ ആരംഭിച്ചിരുന്നു. ജലസേചനത്തിനും ജലനിർഗ മനത്തിനും വേണ്ടിയുള്ള തോടുകളുടെ ഒരു ശൃംഖല തന്നെ അവർ നിർമ്മിച്ചിരുന്നു. മഞ്ഞനദിക്കും അതിന്റെ പോഷകനദിയായ ഹൈവ നദിക്കും തെക്കു ഭാഗത്തുള്ള എക്കൽമണ്ണ് നിറഞ്ഞ സമതലപ്രദേശവും യാങ്ട്സി നദീതടവും കൃഷിക്കേറെ ഉപയുക്തമായ പ്രദേശങ്ങളായിരു ന്നു. കലപ്പയുടെ ഉപയോഗവും കാർഷികപുരോഗതിയെ ത്വരിതപ്പെടുത്തിയി രുന്നു.

ആദ്യകാലത്തെ പ്രധാനകൃഷി ചോളമായിരുന്നു. പിന്നീട് നെൽകൃ ഷിയും ഗോതമ്പുകൃഷിയും ആരംഭിച്ചു. തിന, ബാർലി, സോയാബീൻ, വൻപയർ എന്നിവയും അവർ കൃഷി ചെയ്തിരുന്നു. ഭൂമിയുടെ ഫല പുഷ്ടി നഷ്ടപ്പെടാതിരിക്കുന്നതിനുവേണ്ടി കാർഷികവിളകൾ മാറി മാറി കൃഷിചെയ്തിരുന്നു. കാർഷികോൽപ്പന്നങ്ങളുടെ അമിതോൽപ്പാദനം ചൈനയെ പുരോഗതിയിലേക്കു നയിച്ചു.

ജീവിതരീതി

പരിസ്ഥിതിയോടിണങ്ങിയുള്ള ജീവിതരീതിയായിരുന്നു പ്രാചീന ചൈനക്കാരുടേത്. കളിമണ്ണും തടിയുമുപയോഗിച്ചുള്ള വീടുകളായിരുന്നു ചൈനക്കാർ നിർമ്മിച്ചിരുന്നത്. മണ്ണ് ചവിട്ടിക്കുഴച്ചുണ്ടാക്കിയ പീഠത്തിൽ മരംകൊണ്ട് നിർമ്മിച്ച വീടുകളിലാണ് സമ്പന്നർ താമസിച്ചിരുന്നത്. എന്നാൽ കുറ്റമറ്റരീതിയിലുള്ളൊരു നഗരാസൂത്രണം അക്കാലത്തുണ്ടാ

യിരുന്നു എന്നതിന് തെളിവുകളില്ല. പുരാതനകാലം മുതൽക്കേ ചൈനീസ് ജനത ലിനൻ വസ്ത്രങ്ങൾ ഉപയോഗിച്ചിരുന്നു. ഷാങ് ജനത യുടെ കാലം മുതൽക്കേ ചൈനക്കാർ സിൽക്ക് ഉപയോഗിച്ചിരുന്നു. സസ്യാഹാരത്തിനുപുറമേ മത്സ്യമാംസാദികൾ ചൈനക്കാർ ധാരാളമായി കഴിച്ചിരുന്നു. ശംഖുകൊണ്ടുള്ള വിവിധതരം ആഭരണങ്ങൾ അവർ ധരി ച്ചിരുന്നു. സംഗീതവും നൃത്തവും അവരുടെ പ്രധാനപ്പെട്ട വിനോദമായി രുന്നു. മതപരമായ ആചാരാനുഷ്ഠാനങ്ങൾക്ക് സംഗീതം വളരെ പ്രധാ നപ്പെട്ടതായിരുന്നു. സിത്താർ, മൗത്ത് ഓർഗൺ, ഫ്ളൂട്ട്, ഡ്രം ഇങ്ങനെ വിവിധതരം സംഗീതോപകരണങ്ങൾ അവരുപയോഗിച്ചിരുന്നു. താങ് രാജ വംശഭരണാധികാരി മിങ് ഹാങ് ഒരു സംഗീതകലാലയവും സ്ഥാപിച്ചി രുന്നു. 5000 വർഷം പഴക്കമുള്ള ഒരു കളിമൺപാത്രത്തിൽ ചിത്രണം ചെയ്യപ്പെട്ടിരുന്ന പതിനഞ്ച് നർത്തകിമാരുടെ ചിത്രം ചൈനക്കാർക്ക് നൃത്തത്തിലുള്ള താൽപ്പര്യം സൂചിപ്പിക്കുന്നു.

കരകൗശലത്തൊഴിലുകൾ

പുരാതന ചൈനക്കാർ വിവിധതരം കരകൗശലവേലകളിൽ ഏർപ്പെ ട്ടിരുന്നു. അവരുടെ പ്രധാനകൈത്തൊഴിൽ ആശാരിപ്പണിയായിരുന്നു. കെട്ടിടനിർമ്മാണത്തിനായി അവർ വൻതോതിൽ തടി ഉപയോഗിച്ചിരു ന്നതിനുപുറമേ തടികൊണ്ടുള്ള വിവിധതരം വീട്ടുപകരണങ്ങളും അവർ നിർമ്മിച്ചിരുന്നു. കൊത്തുപണി ചെയ്ത തടിയിൽ ദന്തം പതിപ്പിച്ച് അതി മനോഹരമാക്കിയിരുന്നു. കളിമൺപാത്ര നിർമ്മാണം മറ്റൊരു പ്രധാന കരകൗശലത്തൊഴിലായിരുന്നു. പിഞ്ഞാണപാത്ര നിർമ്മാണവും വളരെ യേറെ വികസിച്ചിരുന്നു. ലോഹപ്പണിയായിരുന്നു മറ്റൊരു പ്രധാനതൊ ഴിൽ. സ്വർണ്ണം, വെള്ളി, പിത്തള, ഓട് എന്നീ ലോഹങ്ങൾകൊണ്ട് വിവി ധതരം ആഭരണങ്ങളും മറ്റ് ഉപകരണങ്ങളും നിർമ്മിച്ചിരുന്നു. പ്രാചീന ചൈനക്കാർ നിർമ്മിച്ച ലോഹവസ്തുക്കൾ മേൽത്തരമായിരുന്നു. രത്ന ക്കല്ലിൽ കൊത്തുപണിയോടുകൂടിയ ആഭരണങ്ങൾ അവർ നിർമ്മിച്ചിരു ന്നു. സ്ഫടികം കൊണ്ടുള്ള കൗതുകവസ്തുക്കളും അവർ നിർമ്മിച്ചിരു ന്നു. കടലാസുനിർമ്മാണം മറ്റൊരു തൊഴിലായിരുന്നു. പട്ടുനൂൽപ്പുഴുക്കളെ വളർത്തുകയും സിൽക്കുൽപ്പാദിപ്പിക്കുകയും ചെയ്തിരുന്നു. നൂൽനൂൽപ്പും നെയ്ത്തും വ്യാപകമായിരുന്നു.

കല

മൺപാത്രനിർമ്മാണം ശിൽപ്പനിർമ്മാണം, ചിത്രകല, വെങ്കല ത്തിലും മരത്തിലുമുള്ള കൊത്തുപണികളും കലാസൃഷ്ടികളും തുട ങ്ങിയതൊക്കെയും ചൈനയുടെ കലാപാരമ്പര്യത്തിനുദാഹരണമാണ്. പാത്രനിർമ്മാണവും കൊത്തുപണികളും ഷാങ്വംശക്കാലത്തുതന്നെ വളർച്ച പ്രാപിച്ചിരുന്നു. ജന്തുക്കളുടേയും മറ്റും രൂപങ്ങൾകൊണ്ട് അലം കൃതങ്ങളായ അനേകം ഓട്ടുപാത്രങ്ങൾ ലഭ്യമാണ്. യാഗാദികർമ്മ

ങ്ങൾക്കുപയോഗിച്ചിരുന്ന വെള്ളോട്ടുപാത്രങ്ങൾ ചിത്രപ്പണികളാൽ അലം കൃതങ്ങളാണ്. ബി സി 2000ത്തോടുകൂടി പാത്രങ്ങൾക്ക് കാവിയിടുന്ന മൗലികവിദ്യ ചൈനയിൽ വികസിതമായിരുന്നു. ബി സി ആയിരത്തോ ടുകൂടി വെങ്കലം വാർക്കൽ പരിപൂർണ്ണത പ്രാപിച്ചു. തടിയിലെ കൊത്തു വേല, തുണിത്തരങ്ങളിലെ അലങ്കാരപ്പണികൾ എന്നിവയിലും ആന ക്കൊമ്പ്, മുത്തുച്ചിപ്പി മുതലായവകൊണ്ടുള്ള കലാവേലകളിലും പ്രാചീന ചൈന മികവ് കാട്ടിയിരുന്നു.

ഷാങ് കാലഘട്ടത്തിൽത്തന്നെ വിപുലമായ ശിലാശിൽപ്പങ്ങൾ ഉണ്ടായിരുന്നു. കടുവകൾ, ആനകൾ, പന്നികൾ, മൂങ്ങകൾ തുടങ്ങിയവ യുടെ രൂപങ്ങൾ കണ്ടെടുത്തിട്ടുണ്ട്. ചൈനീസ് ശിൽപ്പകലയുടെ ശാശ്വ തികസ്വഭാവം ബി സി 14-ാം നൂറ്റാണ്ടിൽത്തന്നെ രൂപംകൊണ്ടതായും ഷാങ് വെങ്കലരൂപങ്ങളും ഷാങ് ശിൽപ്പങ്ങളും മികച്ച സാങ്കേതികനില വാരം പുലർത്തിയതായും കാണാം. ശിൽപ്പകലയുടെ വികാസം ചൗ രാജവംശകാലഘട്ടത്തിലാണ് പ്രകടമാകുന്നത്. ശിലയിൽ ചെയ്തിട്ടുള്ള ഏതാനും ശിൽപ്പങ്ങളുടെ മാതൃകകൾ കണ്ടുകിട്ടിയിട്ടുണ്ട്. താങ് രാജ വംശക്കാലത്താണ് പ്രതിമാനിർമ്മാണത്തിന്റെ പൂർണ്ണവികാസം ഉണ്ടാ യത്. യുവതികൾ, നർത്തകികൾ, സേനാനികൾ, മല്ലന്മാർ തുടങ്ങി അനേകം രൂപങ്ങൾ കൊത്തിവച്ചിട്ടുള്ള ശിൽപ്പങ്ങൾ ലഭിച്ചിട്ടുണ്ട്. ഇക്കാ ലത്ത് കലകളിൽ ബുദ്ധമതസ്വാധീനം ദർശിക്കാവുന്നതാണ്.

നെയ്തെടുത്ത പട്ടുതുണികളിൽ ജലച്ചായം കൊണ്ട് ചിത്രങ്ങൾ വരച്ചിരുന്നു. താമര, വ്യാളി, കുതിര എന്നിവ ചിത്രരചനയിലെ മുഖ്യഘ ടകങ്ങളായിരുന്നു. ശവക്കല്ലറകളും ഗുഹാഭിത്തികളും ചിത്രങ്ങൾകൊണ്ട് അലങ്കരിക്കുന്നതിൽ ഹാൻ രാജവംശക്കാലത്തെ കലാകാരന്മാർ പ്രത്യേകം പ്രാവീണ്യം പ്രകടിപ്പിച്ചിരുന്നു. പ്രകൃതി ദൃശ്യങ്ങൾ ചിത്ര ചനയ്ക്ക് വിഷയമായത് സുങ് രാജവംശക്കാലത്തായിരുന്നു. ഭാവ ങ്ങൾക്കും ആശയങ്ങൾക്കും ഊന്നൽ കൊടുത്തിട്ടുള്ള അനേകം ചിത്ര ങ്ങളേയും കാണാം. ചൈനീസ് കലകളിൽ ഏറ്റവും പഴക്കം ചെന്നതാണ് എഴുത്തുവിദ്യ. ഇതിന് ചിത്രകലയുമായി അടുത്ത ബന്ധമുണ്ട്.

വാസ്തുവിദ്യ

പ്രാചീന ചൈനീസ് ജനത സാമ്രാജ്യഘട്ടങ്ങളിൽ അനേകം കൊട്ടാ രങ്ങളും പഗോഡകളും പണിതിരുന്നു. ശവകുടീരങ്ങൾക്കും പഗോഡ കൾക്കും പ്രതിരോധമതിലുകൾക്കും കല്ലുകൾ ഉപയോഗിച്ചിരുന്നു. എങ്കിലും പരമ്പരാഗത നിർമ്മാണവസ്തു തടിയായിരുന്നു. തടികൊ ണ്ടാണ് മിക്ക വീടുകളും പണിതിരുന്നത്. ഒരു ചൈനീസ് തടിമന്ദിര ത്തിന്റെ അടിസ്ഥാനഘടകങ്ങൾ കല്ലിലോ തറയോടിലോ ഉള്ള അടിത്ത റയും ദണ്ഡുകളും ഉത്തരങ്ങളുമുള്ള ചട്ടവും തട്ടുപടികളുടെ സമുച്ചയ വും നല്ല തോതിൽ ഓടുപാകിയ മേൽക്കുരയുമാണ്. വക്രാകൃതിയിലുള്ള ചെരിഞ്ഞു നിൽക്കുന്ന ഗൃഹശീർഷങ്ങളാണ് അവർ പണിതിരുന്നത്.

വിചിത്രാകൃതിയുള്ള മേൽക്കൂരകളോടുകൂടിയ അനേകം നിലകളോടു കൂടിയ ക്ഷേത്രഗോപുരങ്ങൾ പ്രാചീന ചൈനീസ് വാസ്തുവിദ്യയുടെ എടുത്തുപറയേണ്ട ഉദാഹരണമാണ്. എന്നാൽ ചൈനീസ് വാസ്തുവിദ്യയുടെ ഏറ്റവും അദ്ഭുതകരമായ നേട്ടം എന്ന് വിശേഷിപ്പിക്കാവുന്നത് അവരുടെ വൻമതിലാണ്. കല്ലുകൊണ്ടും മണ്ണുകൊണ്ടും നിർമ്മിച്ച ഈ മഹത്തായ സ്മാരകം ലാളിത്യവും ഗാംഭീര്യവും ഒത്തിണങ്ങിയ സൃഷ്ടി യാണ്.

എഴുത്തുവിദ്യ

ചൈനക്കാർ എഴുത്തുവിദ്യ ആരംഭിക്കുന്നത് ചിത്രലിപിയായിട്ടാണ്. മൃദുലമായ പ്രതലത്തിൽ ലഘുചിത്രങ്ങൾ വരച്ച് അവർ ചിത്രമാലയു ണ്ടാക്കി. ചിത്രമാലയിലെ ഓരോ ചിത്രവും ഓരോ പദത്തെ പ്രതിനിധീ കരിച്ചിരുന്നു. അടയാളങ്ങളും ചിത്രങ്ങളുംകൊണ്ട് ആശയങ്ങളെ സൂചി പ്പിക്കുന്ന രീതി പിന്നീട് നിലവിൽവന്നു. ചിൻ രാജവംശക്കാലത്ത് ചൈനീസ് ലിപികൾ ക്രമീകരിക്കപ്പെടുകയും ഏകദേശം 3300 ലിപികൾ (ചിഹ്നങ്ങൾ) പരിഷ്കരിക്കുകയും ചെയ്തു. ചൈനീസ് ഭാഷ അടിസ്ഥാ നപരമായി ഏകസ്വരവ്യഞ്ജനാധിഷ്ഠിതമാണ്. ചീനയിൽനിന്നും ലഭി ച്ചിട്ടുള്ള ഏറ്റവും പഴയ ലിഖിതങ്ങൾ വെങ്കലപ്പാത്രങ്ങളിൽ കൊത്തിവ ച്ചിട്ടുള്ളതാണ്. വെങ്കലംകൊണ്ടുള്ള ഒരു പ്രത്യേകതരം ഉപകരണമാണ് അക്ഷരം കൊത്താൻ ഉപയോഗിച്ചിരുന്നത്. വെളിപാട് എല്ലുകളും (oracle bones) കൽച്ചെണ്ടകളും (ston drums) ആമയുടെ പുറംതോടും ചൈന ക്കാർ എഴുതാനായി ഉപയോഗിച്ചിരുന്നു. മുളയുടെ പാളികളിൽ എഴു താൻ മുളങ്കമ്പുകൾ കൂർപ്പിച്ച് ഉപയോഗിച്ചിരുന്നു. ബി സി 3-ാം നൂറ്റാ ണ്ടുമുതൽ ബ്രഷുപയോഗിച്ച് പട്ടുതുണികളിലെഴുതാൻ തുടങ്ങി. എ ഡി 105-ലാണ് ചൈനയിൽ കടലാസിന്റെ ആവിർഭാവം. കയ്യെഴുത്തു കല (calligraphy) ചീനഭാഷയുടെ പ്രത്യേകതയായി മാറി. ഈജിപ്തിൽ ലേഖനവിദ്യ പുരോഹിതവർഗ്ഗത്തിന്റേതായിരുന്നു. മതപരമായ ആവശ്യ ങ്ങൾക്കായിട്ടാണ് പ്രധാനമായും അതുപയോഗിച്ചിരുന്നത്. സുമേറിയക്കാർ വ്യാപാരാവശ്യങ്ങളെ ലക്ഷ്യമാക്കിയാണ് എഴുത്തുവിദ്യ കണ്ടുപിടിച്ചത്. ചൈനയിലാകട്ടെ അഭിജാതവർഗ്ഗത്തിൽപ്പെട്ട എല്ലാവർക്കും എഴുതാനും വായിക്കാനും കഴിയുമായിരുന്നു. ലേഖനവിദ്യ ഒരു സുകുമാരകലയായി ചൈനക്കാർ കരുതി.

വ്യാപാരം

നഗരരാഷ്ട്രങ്ങളുടെ കാലഘട്ടത്തിൽത്തന്നെ ഷാങ് ജനത മറ്റുപ്രദേ ശങ്ങളുമായി വ്യാപാരബന്ധത്തിൽ ഏർപ്പെട്ടിരുന്നു. തോടുകൾ വഴിയും മറ്റ് ജലമാർഗ്ഗങ്ങൾ വഴിയുമായിരുന്നു ആഭ്യന്തര വ്യാപാരത്തിലേറെയും നടന്നിരുന്നത്. സാമ്രാജ്യകാലഘട്ടത്തിൽ നിർമ്മിച്ച റോഡുകളും വ്യാപാരം ശക്തമാക്കി. ചൈനയുടെ വിദേശവ്യാപാരക്കുത്തക ഭരണകൂടത്തിനാ യിരുന്നു. ഷാങ് കാലഘട്ടം മുതൽക്കേ ചൈനയിൽ വിദേശവ്യാപാരം

നിലവിലുണ്ടായിരുന്നു. സെൻട്രൽ ഏഷ്യയുമായി ചൈന വ്യാപാരബന്ധം സ്ഥാപിച്ചിരുന്നു. ചൗ-ഹാൻ രാജവംശക്കാലത്ത് വിദേശവ്യാപാരം അഭിവൃദ്ധിപ്പെട്ടിരുന്നു. ഹാൻ രാജാവായ വൂതിയുടെ ഭരണകാലത്ത് ചൈനയുടെ നിയന്ത്രണം കൊറിയ, മഞ്ചൂറിയ, ഇന്തോചൈന, തുർക്കിസ്ഥാൻ എന്നീ രാജ്യങ്ങളിലേക്ക് വ്യാപിച്ചു. ഇത് ഇന്ത്യയും മറ്റു രാജ്യങ്ങളുമായി വ്യാപാരബന്ധം സ്ഥാപിക്കാൻ ചൈനയെ സഹായിച്ചു. ചൈനയുടെ മധ്യേഷ്യൻ ആക്രമണങ്ങൾ ഗ്രീക്ക് പ്രവിശ്യയായ ബാക്ട്രിയയുമായി ബന്ധം സ്ഥാപിക്കാൻ സഹായിച്ചു.

ചൈനയുടെ ഏറ്റവും പ്രധാനപ്പെട്ട വരുമാനമാർഗമായിരുന്നു സിൽക്ക് വ്യാപാരം. പ്രാചീനചൈനയേയും റോമാസാമ്രാജ്യത്തേയും തമ്മിൽ ബന്ധിപ്പിക്കുന്ന ഒരു പാതയായിരുന്നു 'സിൽക്ക് റൂട്ട്.' ചൈനയിൽ നിന്നും മറ്റ് രാജ്യങ്ങളിലേക്ക് സിൽക്ക് എത്തിക്കാനുള്ള ഒരു പാതയായിരുന്നു ഇത്. 4022 കി മീറ്ററാണ് ഈ പാതയുടെ നീളം. റോമിൽ മാത്രമല്ല മറ്റ് രാജ്യങ്ങളിലും ചൈനയിൽനിന്നുള്ള സിൽക്ക് പ്രചരിച്ചിരുന്നു. സിൽക്ക് കൂടാതെ ഇരുമ്പുകൊണ്ടുള്ള സാധനങ്ങൾ, കളിമൺ പാത്രങ്ങൾ, കരകൗശലവസ്തുക്കൾ തുടങ്ങിയവ കയറ്റുമതി ചെയ്യുകയും സ്വർണ്ണം, വെള്ളി തുടങ്ങിയവ തിരിച്ചു സ്വീകരിക്കുകയും ചെയ്തിരുന്നു. വ്യാപാരത്തിനുവേണ്ടി ചെമ്പുനാണയങ്ങളാണ് ഉപയോഗിച്ചിരുന്നത്.

മതവിശ്വാസം

മറ്റ് സംസ്കാരങ്ങളിലേതുപോലെ പ്രാചീന ചൈനയിലും ജനങ്ങൾ പ്രകൃതിശക്തികളെ ആരാധിച്ചിരുന്നു. ഭൂമി, നദി, മഴ, കാറ്റ് എന്നിവയെയെല്ലാം അവർ ആരാധിച്ചിരുന്നു. ഷാങ് കാലഘട്ടത്തിൽ ദേവപ്രീതിക്കായി ബലി നടത്തിയിരുന്നു. മൃഗങ്ങളുടെ മാംസവും ഒരുതരം വീഞ്ഞും ദൈവപ്രീതിക്കുവേണ്ടി സമർപ്പിച്ചിരുന്നു. നരബലിയും നടത്തിയിരുന്നതായി തെളിവുകൾ സൂചിപ്പിക്കുന്നു. തടവുകാരെയായിരുന്നു ബലിക്കുവേണ്ടി ഉപയോഗിച്ചിരുന്നത്. ചൗ രാജവംശകാലഘട്ടത്തോടുകൂടി സ്വർഗ്ഗം, ഭൂമി, പൂർവ്വികർ എന്നിവയെ ആരാധിക്കാൻ ആരംഭിച്ചു. സ്വർഗ്ഗം ഒരു സ്ഥലമായിട്ടല്ല ദൈവഹിതമായിട്ടാണ് അവർ കണക്കാക്കിയിരുന്നത്. ചക്രവർത്തി സ്വർഗ്ഗപൈതൃകം അവകാശപ്പെട്ടിരുന്നു. നരബലി ക്രമേണ അപ്രത്യക്ഷമാകുകയും പകരം മൃഗങ്ങളും കാർഷികോൽപ്പന്നങ്ങളും മദ്യവും ദൈവത്തിന് സമർപ്പിക്കുന്ന രീതി പ്രചാരത്തിലാവുകയും ചെയ്തു. ചൈനയിലെ പുരോഹിതന്മാർ ആദരണീയരായ ഒരു വിഭാഗം ആയിരുന്നില്ല.

ഭാവിയെക്കുറിച്ച് ഉൽക്കണ്ഠയുള്ളവരായിരുന്നു പ്രാചീനചൈനക്കാർ. അതിനാലവർ ഭാവിപ്രവചനങ്ങൾ നടത്താൻ കഴിവുള്ള പുരോഹിതന്മാരെ സമീപിച്ച് തങ്ങളുടെ ഭാവിയെക്കുറിച്ച് ആരാഞ്ഞിരുന്നു. ഭാവിയെപ്പറ്റിയുള്ള ജനങ്ങളുടെ സംശയങ്ങൾക്കുള്ള മറുപടി പുരോഹിതന്മാർ നൽകിയിരുന്നത് പ്രത്യേകരീതിയിലായിരുന്നു. വെങ്കലംകൊണ്ടുള്ള നാരായം പഴുപ്പിച്ച് മൃഗങ്ങളുടെ അസ്ഥിയിൽ പ്രയോഗിക്കുമ്പോൾ അത്

പൊട്ടിയും വിണ്ടുകീറിയും ചില രൂപങ്ങൾ ഉണ്ടാവുന്നു. ഈ പൊട്ടലു കൾ വ്യാഖ്യാനിച്ചാണ് പുരോഹിതന്മാർ ഭാവി പ്രവചനം നൽകുന്നത്. 'ദീർഘദർശനത്തിന്റെ അസ്ഥികൾ' എന്നാണ് വെളിപാട് നടത്തുന്നതി നായി ഉപയോഗിച്ചിരുന്ന അസ്ഥിക്ക് പറഞ്ഞിരുന്നത്.

പൂർവ്വികാരാധനയും ശവസംസ്കാരവും

പൂർവ്വികാരാധന ചൈനീസ് മതവിശ്വാസത്തിന്റെ പ്രധാനഘടക മായിരുന്നു. പരേതാത്മാക്കൾ അമാനുഷശക്തിക്കുടമകളാണെന്നും കുടും ബത്തിന് സമൃദ്ധിയും ഐശ്വര്യവും കൊണ്ടുവരാൻ കഴിവുള്ളവ രാണെന്നും അവർ വിശ്വസിച്ചിരുന്നു. സദ്യകൾ നടത്തി മരിച്ചവരുടെ സ്മര ണ നിലനിർത്തിയിരുന്നു. മരിച്ച വ്യക്തിയെ അടക്കം ചെയ്യുന്നതിന് മുമ്പ് പായയിൽ പൊതിഞ്ഞിരുന്നു. സാധാരണക്കാർപോലും വിലപിടിപ്പുള്ള വസ്തുക്കൾ ശവശരീരത്തോടൊപ്പം വച്ചിരുന്നു. തടിയിലുള്ള വീട്ടുസാ മാനങ്ങൾ, കളിമൺപാത്രങ്ങൾ, വെങ്കലപാത്രങ്ങൾ തുടങ്ങിയവ ഇവയിൽ ഉൾപ്പെടുന്നു. രാജാക്കന്മാരുടെ ഭീമാകാരങ്ങളായ ശവകുടീരങ്ങൾ ചിത്ര പ്പണികളും മറ്റലങ്കാരങ്ങളുംകൊണ്ട് മനോഹരമാക്കിയവയായിരുന്നു.

തത്ത്വചിന്ത

മനുഷ്യസമൂഹത്തിന്റെ നിലനിൽപ്പിനെക്കുറിച്ചും സമൂഹത്തെ സ്ഥിരതയോടെ നയിക്കുന്ന നിയമസംവിധാനത്തെക്കുറിച്ചും ചിന്തിച്ച ചൈനീസ് ദാർശനികരിൽ പ്രധാനികളായിരുന്നു ലാവോട്സെ (Lao-tse), കൺഫ്യൂഷ്യസ് (Confucius), മെൻസിയസ് (Mencius) എന്നിവർ.

ബി സി 604 മുതൽ 517 വരെയാണ് ലാവോട്സെയുടെ ജീവിത കാലം. ലാവോട്സെ എന്ന വാക്കിനർത്ഥം 'പഴയ ആചാര്യൻ' എന്നാ ണ്. ചൈനയിലെ പലമതങ്ങളിൽ ഒന്നായ ടാവോയിസത്തിന്റെ ഉപജ്ഞാ താവാണ് ലാവോട്സെ. ടാവോയിസത്തിന് ബുദ്ധമതവുമായി ചില സാമ്യ ങ്ങൾ കാണാനാവും. ലളിത ജീവിതത്തിന്റെ നന്മയെക്കുറിച്ചും സ്വാർത്ഥത കൈവിടേണ്ട ആവശ്യത്തെക്കുറിച്ചും അദ്ദേഹം ജനങ്ങളെ ഉദ്ബോധി പ്പിച്ചു. ബി സി 551 മുതൽ 497 വരെ ചൈനയിൽ ജീവിച്ചിരുന്ന ഏറ്റവും പ്രശസ്തനായ ദാർശനികനായിരുന്നു കൺഫ്യൂഷ്യസ്. 'കുംഗ്ഫ്യൂട്സെ' എന്നായിരുന്നു അദ്ദേഹത്തിന്റെ ചൈനീസ് നാമം. വടക്കൻ ചൈനയിലെ 'ലു' എന്ന പ്രദേശത്താണ് അദ്ദേഹത്തിന്റെ ജനനം. യഥാർത്ഥപേര് കുങ്ഫു-ത്സു. സർക്കാരിന് സ്ഥിരത നൽകുന്നതും ജനങ്ങൾക്ക് സമാ ധാനവും നീതിയും ഉറപ്പുവരുത്തുന്നതുമായ ഒരു രാഷ്ട്രസംവിധാനം കൺഫ്യൂഷ്യസ് നിർദേശിച്ചു. സത്യസന്ധതയും നീതിനിഷ്ഠയുമുള്ള ഭര ണാധികാരികളാണ് ചൈനക്കാവശ്യം എന്നദ്ദേഹം വിശ്വസിച്ചു. മതേതര ചിന്താഗതിക്കാരനായിരുന്നു കൺഫ്യൂഷ്യസ്. അച്ചടക്കമുള്ള കുടുംബ ത്തിൽ വളർന്ന അച്ചടക്കമുള്ള വ്യക്തിയാണ് സമൂഹത്തിന്റെ അടി സ്ഥാനം എന്നതായിരുന്നു അദ്ദേഹത്തിന്റെ കാഴ്ചപ്പാട്. *പെരുമാറ്റ*

മര്യാദയുടെ ഗ്രന്ഥം (Book of Etiquette) തന്റെ ദർശനങ്ങളെ അടി സ്ഥാനമാക്കി അദ്ദേഹം രചിച്ചതാണ്. മനുഷ്യൻ അടിസ്ഥാനപരമായി നല്ല വനാണെന്ന് അദ്ദേഹം വിശ്വസിച്ചു. അഞ്ചു ബന്ധങ്ങൾ (five relations) വളരെ പ്രധാനപ്പെട്ടവയാണെന്ന് അദ്ദേഹം കരുതി. ഭരണാധിപനും പ്രജയും തമ്മിലും അച്ഛനും മകനും തമ്മിലും ഭർത്താവും ഭാര്യയും തമ്മിലും മൂത്തവനും ഇളയവനും തമ്മിലും സുഹൃത്തും സുഹൃത്തും തമ്മിലുമാണ് ആ ബന്ധങ്ങൾ. കൺഫ്യൂഷ്യസിന്റെ ചിന്തകളും ദർശന ങ്ങളും അനേകം അനുയായികളെ സൃഷ്ടിച്ചു. ചൈനക്കാരെ സംബന്ധി ച്ചിടത്തോളം കൺഫ്യൂഷനിസം ഒരു മതം എന്നതിനുപരി ഒരു ജീവിതം തന്നെയാണ്. ബി സി 372 മുതൽ 288 വരെ ചൈനയിൽ ജീവിച്ചിരുന്ന ചിന്തകനായിരുന്നു മെൻസിയസ് (Mencius). മെങ്ത്സേ എന്നാണ് അദ്ദേ ഹത്തിന്റെ ചൈനീസ് നാമം. *മെൻസിയസിന്റെ ഗ്രന്ഥം (Book of Mencius)* ശ്രേഷ്ഠമായൊരു ദാർശനിക കൃതിയായി ഇന്നും അംഗീകരി ക്കപ്പെടുന്നു. തന്റെ ഗുരുവായ കൺഫ്യൂഷ്യസിനെപ്പോലെ മനുഷ്യനന്മ യിൽ അടിയുറച്ച വിശ്വാസം മെൻസിയസിനും ഉണ്ടായിരുന്നു. മനുഷ്യ നന്മയെ പരിപോഷിപ്പിക്കുന്ന മാതൃകാപരമായ നേതൃത്വം സമൂഹത്തിന് ആവശ്യമാണെന്ന് അദ്ദേഹം വിശ്വസിച്ചു. ഭരണകൂടം ഒരു ധാർമികസ്ഥാ പനമാണെന്ന് അദ്ദേഹം പറഞ്ഞു. നീതിയുക്തമായ ഭരണത്തെക്കുറിച്ച് അദ്ദേഹം ചിന്തിച്ചു.

മനുഷ്യന്റെ പരലോകവാസത്തെ കുറിച്ചല്ല ഇഹലോകവാസം എങ്ങനെ സുഖകരമാക്കാം എന്നതിനെക്കുറിച്ചാണ് ചൈനീസ് തത്ത്വ ചിന്തകന്മാർ ചിന്തിച്ചത്. പൗരസ്ത്യനാഗരികതയുടെ മാഹാത്മ്യത്തിന് ഉത്തമദൃഷ്ടാന്തമാണ് ചൈനീസ് തത്ത്വചിന്ത.

ശാസ്ത്രം

അക്കാലത്ത് ചൈനീസ് ജ്യോതിശാസ്ത്രം വളരെയേറെ പുരോ ഗതി പ്രാപിച്ചിരുന്നു. ഗ്രഹണങ്ങളുണ്ടാകുന്നത് എങ്ങനെയെന്ന് അവർക്ക റിയാമായിരുന്നു. ചന്ദ്രഗ്രഹണം മുൻകൂട്ടി അറിയുന്നതിനുള്ള ശാസ്ത്ര വിജ്ഞാനവും അവർക്കുണ്ടായിരുന്നു. ഗ്രഹനില ഗണിക്കുകയും, നക്ഷ ത്രങ്ങളുടെ ഒരു ലിസ്റ്റ് തയ്യാറാക്കുകയും ചെയ്തിരുന്നു. എ ഡി ഒന്നാം നൂറ്റാണ്ടിൽത്തന്നെ 320 നക്ഷത്രങ്ങളുടെ സ്ഥാനങ്ങൾ അടയാളപ്പെടു ത്തിയ ഒരു പടം തയ്യാറാക്കിയിരുന്നു. സൂര്യനും ചന്ദ്രനും നക്ഷത്രങ്ങളും ബഹിരാകാശത്ത് സ്വതന്ത്രമായി ഒഴുകി നടക്കുന്നതായി അവർ വിശ്വ സിച്ചു. മഴ, മേഘം, കാറ്റ്, കാലാവസ്ഥ എന്നിവയെക്കുറിച്ചൊക്കെ പഠനം നടത്തിയിരുന്നു. ഈ അന്തരീക്ഷപഠനത്തിന്റെ അടിസ്ഥാനത്തിൽ മഴ യുടെ അളവ്, വരൾച്ച, വെള്ളപ്പൊക്കം എന്നിവയുടെ തോത് അവർ രേഖ പ്പെടുത്തിയിരുന്നു. ഒരു ജലഘടികാരവും അവർ കണ്ടുപിടിച്ചിരുന്നു. ഗണിതശാസ്ത്രത്തിലും ചൈനക്കാർ മുൻപന്തിയിലായിരുന്നു. പുരാ തനചൈനയിലെ ഗണിതശാസ്ത്രജ്ഞന്മാർക്ക് ജ്യാമിതീയ സിദ്ധാന്ത

ത്തെപ്പറ്റി അറിവുണ്ടായിരുന്നു. ദശാംശസമ്പ്രദായത്തെക്കുറിച്ച് അവർക്ക് അറിവുണ്ടായിരുന്നു. π (പൈ)യുടെ മൂല്യം കണക്കാക്കുന്നതിനും അവർക്കു കഴിഞ്ഞിരുന്നു. അവരുടെ സംഖ്യാവ്യവസ്ഥ ഗുണനക്രമത്തി ലായിരുന്നു. ചൈനക്കാരുടെ ശ്രദ്ധേയമായൊരു നേട്ടം കടലാസ് കണ്ടു പിടിച്ചതാണ്. മെഡിറ്ററേനിയൻ മേഖലയിൽ പ്രചരിച്ചിരുന്ന പേപ്പിറസ് ചൈനയിൽ എത്തിയിരുന്നില്ല. എങ്കിലും കടലാസ് നിർമ്മാണത്തിന് തന തായൊരു രീതി അവർ വികസിപ്പിച്ചെടുത്തിരുന്നു. കനാലുകളുടെ നിർമ്മാണം പ്രാചീനചൈനീസ് എഞ്ചിനീയറിംഗ് വൈദഗ്ദ്ധ്യത്തിന് ഉത്ത മദൃഷ്ടാന്തമാണ്. അവർ ഭൂമികുലുക്കത്തെക്കുറിച്ച് പഠനം നടത്തുകയും ഭൂകമ്പമാപിനി കണ്ടുപിടിക്കുകയും ചെയ്തു. ഭൂകമ്പത്തെ കൃത്യമായി രേഖപ്പെടുത്തുകയും ചെയ്തിരുന്നു. ഇരുമ്പിന്റെ മാഗ്നറ്റിക് സ്വഭാവത്തെ ക്കുറിച്ചും അവർക്കറിയാമായിരുന്നു. പ്രാചീനചൈനക്കാർ വെള്ളം, അഗ്നി, തടി, സ്വർണ്ണം, ഭൂമി എന്നിവ മൂലപദാർത്ഥങ്ങളായി കണക്കാക്കിയിരു ന്നു. ശരീരശാസ്ത്രത്തെക്കുറിച്ചും രോഗനിർണ്ണയം, ചികിത്സാരീതി, ഔഷ ധങ്ങളുടെ ശാസ്ത്രീയപ്രയോഗം എന്നിവയെക്കുറിച്ചും അവർക്ക് നല്ല അറിവുണ്ടായിരുന്നു.

ചൈനീസ് സാഹിത്യം

ചൈനീസ് സാഹിത്യത്തിലെ ഏറ്റവും പ്രാചീനമായ ഗ്രന്ഥം ഷിഹ്ചിങ് ഗാനമാലകളാണ്. 305 നാടൻ സാഹിത്യഗാനങ്ങളുടെ സമാ ഹാരമാണിത്. മറ്റൊരു ഗാനസമാഹാരമായ പുസുവിൽ 73 ഗാനങ്ങളുണ്ട്. ഏതാണ്ട് ബി സി 200 മുതൽ കവിതാസാഹിത്യം പ്രത്യക്ഷപ്പെട്ടുതുട ങ്ങി. തവോചി, തവോചിയാൻ, യുജൻചി എന്നിവരായിരുന്നു പ്രാചീന കാലത്തെ പ്രസിദ്ധരായ കവികൾ. താങ് രാജവംശക്കാലം കവിതയുടെ സുവർണ്ണകാലമായി കണക്കാക്കപ്പെടുന്നു. വാങ്വെയ്, ലിപോ, സുംചിൻമോ തുടങ്ങിയവർ ഇക്കാലത്തെ പ്രമുഖകവികളായിരുന്നു. ഗദ്യ സാഹിത്യത്തിൽ ഏറ്റവും പ്രധാനപ്പെട്ടത് കൺഫ്യൂഷ്യൻ കൃതികളാണ്. അദ്ദേഹത്തിന്റെ *പെരുമാറ്റ മര്യാദയുടെ ഗ്രന്ഥം* (*Book of the Ettiquette*) വളരെ പ്രസിദ്ധമാണ്.

ചരിത്രസംഭവങ്ങൾ രേഖപ്പെടുത്തുന്നതിൽ ചൈനീസ് രാജാക്കന്മാർ തൽപ്പരരായിരുന്നു. ഓരോ രാജവംശവും അവരവരുടെ ചരിത്രമെഴുതാൻ പ്രത്യേകം ശ്രദ്ധിച്ചിരുന്നു. കിഴക്കിന്റെ ചരിത്രകാരനെന്ന് വിശേഷിപ്പിക്ക പ്പെടുന്ന സു–മാ–ചിയൻ (Su-ma-chien) രചിച്ച പുസ്തകമാണ് *ഷീ–ച്ചീ* (Shi-chi). ബി സി രണ്ടാം നൂറ്റാണ്ടിലാണ് ഇദ്ദേഹം ജീവിച്ചിരുന്നത്. അക്കാലത്തെ രാഷ്ട്രീയസംഭവങ്ങൾ, യുദ്ധങ്ങൾ, രാജാക്കന്മാരുടെ പേരു വിവരങ്ങൾ സാമ്പത്തികകാര്യങ്ങൾ മുതലായവ ഈ ഗ്രന്ഥത്തിൽ പരാ മർശിച്ചിട്ടുണ്ട്. സു–മാ–ചിയൻ ചൈനയുടെ ഹെറോഡോട്ടസ് എന്നാണ റിയപ്പെടുന്നത്. ഹാൻ ഭരണകാലം ചരിത്രരചനയുടെ കാലഘട്ടമായിരു ന്നു. ഈ കാലഘട്ടത്തിലെ പ്രധാനപ്പെട്ട രണ്ടു ചരിത്രകൃതികളാണ് ഹാൻ

-ഷു(Han-shu), ഹൻ-ചി (Han-chi) എന്നിവ.

മനുഷ്യജീവിതത്തിന്റെ നാനാവശങ്ങളെയും സ്പർശിക്കുന്ന മഹ
ത്തായ ഈ സംസ്കൃതി വലിയൊരു ജനവിഭാഗത്തിന് പ്രകാശ സ്രോത
സ്സായി ഇന്നും തുടരുന്നു. പ്രാചീന ചൈനീസ് ജനതയുടെ ശാസ്ത്രം,
കലകൾ, എഴുത്തു സമ്പ്രദായം, സാഹിത്യം, തത്ത്വചിന്ത എല്ലാം ഇന്നു
നിലനിൽക്കുന്നുണ്ട്. ഏറ്റവും പഴക്കം ചെന്ന എഴുത്തു സമ്പ്രദായവും
സാഹിത്യപാരമ്പര്യവും അവകാശപ്പെടാവുന്ന ഒരു സംസ്കാരമാണ്
ചൈനയുടേത്. പ്രാചീന ചൈനീസ് ജനത നിർമ്മിച്ച വൻകോട്ടകളും,
വൻകിട ജലസേചന പദ്ധതികളും അവരുടെ എഞ്ചിനീയറിംഗ് വൈദ
ഗ്ദ്ധ്യത്തിന് തെളിവുകളാകുന്നു. സംഘടിത മനുഷ്യപ്രയത്നത്തിന്റെ
ഉത്തമ മാതൃകയായ ചൈനയിലെ വൻമതിൽ ഇന്നും ലോകാത്ഭുതങ്ങ
ളിൽ ഒന്നായി നിലകൊള്ളുന്നു. മറ്റേതൊരു തത്ത്വചിന്തയെക്കാളും
സൃഷ്ടിപരവും സാമൂഹ്യമാറ്റത്തിന് ഉതകുന്നതുമായിരുന്നു ചൈനീസ്
തത്ത്വചിന്ത. പട്ടുവസ്ത്രനിർമ്മാണം, തേയിലയുടെ ഉപയോഗം, കടലാസ്
നിർമ്മാണം, അച്ചടിവിദ്യ, വടക്കുനോക്കിയന്ത്രം, വെടിമരുന്ന് എന്നിവ
യുടെ കണ്ടുപിടുത്തം തുടങ്ങി പല സംഭാവനകളും ലോകസംസ്കാര
ത്തിന് ആദ്യമായി നൽകിയത് ചൈനീസ് സംസ്കാരമാണ്.

5

ഗ്രീക്ക് സംസ്കാരം

തെക്കേ യൂറോപ്പിൽ, ബാൾക്കൻ ഉപദ്വീപിന്റെ തെക്കേയറ്റത്ത് ഏകദേശം 25000 ചതുരശ്രമൈൽ വിസ്തീർണ്ണത്തിൽ സ്ഥിതിചെയ്യുന്ന ഒരു മെഡിറ്ററേനിയൻ രാജ്യമാണ് ഗ്രീസ്. പർവ്വതങ്ങൾ, നദികൾ, താഴ്വ രകൾ എന്നിവകൊണ്ട് സമ്പന്നമാണീ ഭൂപ്രദേശം. തെക്കുകിഴക്കായി നീണ്ടുകിടക്കുന്ന പിൻഡസ് പർവ്വതനിര കിഴക്ക് ഈജിയൻ സമുദ്രം വരെ നീണ്ടുകിടക്കുന്നു. ഈജിയൻ സമുദ്രം ഗ്രീസിനെ ഏഷ്യാമൈന റിൽ നിന്നും വേർതിരിക്കുന്നു. മനുഷ്യജീവിതത്തിന് വളരെയേറെ അനു യോജ്യമായ കാലാവസ്ഥയാണ് ഗ്രീസിലുള്ളത്. ജനസമൂഹങ്ങളെ ഇങ്ങോട്ട് ആകർഷിച്ച പ്രധാന സവിശേഷതയും ഇതുതന്നെയാണ്. പർവ്വ തനിരകളോടനുബന്ധിച്ചുള്ള താഴ്വരകളിൽ ജനസമൂഹങ്ങൾ തിങ്ങി പ്പാർത്തു. ഗ്രീസിലെ ഏറ്റവും ഉയരമുള്ള പർവ്വതം ഒളിമ്പസ് പർവ്വതമാ ണ്. ജനവാസകേന്ദ്രങ്ങളുടെ സമുദ്രസാമീപ്യം തുറമുഖസൗകര്യങ്ങൾ വർദ്ധിപ്പിച്ചു. ഇത് ഗ്രീക്കുകാരെ നല്ല നാവികരായി വളരുന്നതിന് സഹാ യിച്ചു. പർവ്വതങ്ങൾക്കും സമുദ്രത്തിനും ഇടയിൽ സ്ഥിതി ചെയ്യുന്ന ഈ പ്രദേശത്തെ മണ്ണിന് ഫലപുഷ്ടി വളരെ കുറവായിരുന്നു. കെട്ടിടനിർമ്മാ ണത്തിനും കൊത്തുപണികൾക്കും പ്രയോജനപ്പെടുന്ന തരത്തിലുള്ള ശിലകളാൽ സമ്പന്നമായിരുന്നു ഗ്രീസ്. ഏതൻസിന് വടക്കുള്ള പെന്തി ലിക്കസ് പർവ്വതത്തിൽ വെള്ള മാർബിൾ കല്ലുകൾ സുലഭമായിരുന്നു. കളിമൺപാത്രനിർമ്മാണത്തിനാവശ്യമായ നേർത്ത കളിമൺ നിക്ഷേ പവും ഗ്രീസിൽ ധാരാളമായുണ്ടായിരുന്നു. കടലും മലയുമായി മല്ലടി ക്കേണ്ടിവന്ന സാഹചര്യം ഗ്രീക്കുകാരിൽ സ്വാതന്ത്ര്യമനോഭാവം വളർത്തി. ഗ്രീസിലെ ഓരോ ചെറിയ ഭൂപ്രദേശവും സ്വതന്ത്രമായി നില കൊണ്ടു. ഭൂപ്രദേശങ്ങൾ തമ്മിലുള്ള സമ്പർക്കം പ്രയാസമേറിയതായി

രുന്നു. ഗ്രീസിൽ പ്രാദേശിക സ്വാതന്ത്ര്യം വളർന്നുവരുന്നതിന് ഇത് കാര ണമായി. എന്നാൽ, പ്രാദേശിക ഐക്യബോധത്തോടൊപ്പം ദേശീയ ഐക്യവും ഗ്രീക്കുകാരിൽ ശക്തമായിരുന്നു എന്നത് ആ മഹത്തായ സംസ്കാരത്തിന്റെ മറ്റൊരു സവിശേഷതയാണ്. ഏതൻസ്, കൊറിന്ത്, ഈഗോസ്, തീബ്സ്, സ്പാർട്ട, മിലെറ്റസ്, പൈലോസ്, റോസസ് എന്നീ നഗരങ്ങൾ ഗ്രീക്കുസംസ്കാരത്തിന്റെ കേന്ദ്രങ്ങളായിരുന്നു.

ജനത

അതിപ്രാചീനകാലത്തുതന്നെ വിവിധ ജനസമൂഹങ്ങൾ ഗ്രീസിൽ എത്തിച്ചേർന്നിരുന്നു. യൂറോപ്പിലെ ഡാന്യൂബ് (Danube) നദീതടത്തിൽ നിന്നും ഇന്റോ – യൂറോപ്യൻ ഭാഷാകുടുംബത്തിൽപ്പെട്ട ഒരു ജനവി ഭാഗം ഗ്രീസിലേക്ക് കുടിയേറി. ഗോത്രസംസ്കാരത്തിന്റെ ഉടമസ്ഥരായ ഇവർ പുതിയ മേച്ചിൽപ്പുറങ്ങളും പാർപ്പിടമേഖലയും തേടി ഗ്രീസിലെ ത്തിച്ചേരുകയും അവിടെ സ്ഥിരതാമസമാക്കുകയും ചെയ്തു. ഇൻഡോ –യൂറോപ്യൻ ഗോത്രക്കാരുൾപ്പെടെ പിൽക്കാലത്ത് ഇവിടെ എത്തിച്ചേർന്ന അനേകം ജനവിഭാഗങ്ങളുടെ സങ്കരത്തിൽ നിന്നുമുണ്ടായ ജനതയാണ് ഗ്രീക്കുകാരെന്ന് വിശ്വസിക്കപ്പെടുന്നു. ആധുനികഗവേഷണങ്ങൾ പൗര സ്ത്യപ്രദേശങ്ങളുമായുള്ള ഗ്രീക്കുകാരുടെ ബന്ധത്തെപ്പറ്റി സൂചനകൾ നൽകുന്നുണ്ട്.

ആദ്യമായി ഗ്രീസിലെത്തിച്ചേർന്ന ജനസമൂഹങ്ങൾ ഈജിയൻ നാഗ രികതയുമായി ബന്ധപ്പെടുകയും അവരുടെ സ്വാധീനത്തിന് വിധേയരാ കുകയും ചെയ്തു. 'അയോണിയർ' എന്നറിയപ്പെടുന്ന ഒരു ജനവിഭാഗ മാണ് ആദ്യമായി ഗ്രീസിൽ എത്തിയത്. ഇക്കൂട്ടർ ക്രീറ്റുമായി ബന്ധം സ്ഥാപിക്കുകയും സംസ്കാരം പടുത്തുയർത്തുകയും ചെയ്തു. ഗ്രീക്കു നഗരരാഷ്ട്രമായ ഏതൻസ് അയോണിയൻ പൈതൃകം അവകാശപ്പെ ട്ടിരുന്നു. തുടർന്നു വന്നവരായിരുന്നു 'അക്കേയർ'. അക്കേയരിൽ നിന്നാണ് 'ഗ്രീക്' എന്ന പദം ഉത്ഭവിച്ചതെന്നു വിശ്വസിക്കപ്പെടുന്നു. മൂന്നാമതായി എത്തിച്ചേർന്നവരായിരുന്നു 'ഡോറിയർ.' അയോണിയരും അക്കേയരും ഡോറിയരും സംയുക്തമായി ഗ്രീക്കുകാർ എന്നപേരിൽ അറിയപ്പെട്ടു. ഗ്രീസിലേക്ക് കടന്നുവന്ന ഈ ജനത പിൽക്കാലത്ത് പൗരസ്ത്യനാടുക ളുടെ സ്വാധീനത്തിനു വിധേയമാവുകയും അവയുടെ സാംസ്കാരിക പൈതൃകം ഉൾക്കൊള്ളുകയും ചെയ്തു. പൗരസ്ത്യസംസ്കാരത്തിന്റെ ചുവടുപിടിച്ച് മഹത്തായ ഗ്രീക്കു സംസ്കാരത്തിന് ഇവർ രൂപം നൽകി. ഇവർ ഹെലൻസ് എന്നും ചരിത്രത്തിൽ അറിയപ്പെടുന്നു.

കാലഘട്ടം

ഗ്രീക്കുസംസ്കാരത്തിന്റെ കാലപ്പഴക്കം വ്യക്തമായി നിർണ്ണയി ക്കാൻ സാധ്യമല്ല. എങ്കിലും ബി സി ആറായിരത്തോടുകൂടി കാർഷികജീവിതം ഗ്രീസിൽ നിലവിൽ വന്നതായി അനുമാനിക്കാം. ഇക്കാ

ലത്തെ കർഷകരുടെ മൺപാത്രങ്ങൾ ഗ്രീസിലും ക്രീറ്റിലും മറ്റ് ഈജിയൻ ദ്വീപുകളിലും കണ്ടെത്തിയിട്ടുണ്ട്. ഏതാണ്ട് ബി. സി. മൂവായിരത്തോടെ ഗ്രീസ് ഒരു സാംസ്കാരികമേഖലയായി മാറി. ബി. സി. 2300 മുതൽ ട്രോയ് പോലുള്ള വ്യാപാരകേന്ദ്രങ്ങളും ഗ്രീസിൽ പ്രത്യക്ഷപ്പെട്ടു തുടങ്ങി. ബി. സി. 3000–2000 കാലഘട്ടത്തിൽ, ലെംനോസ് ദ്വീപിലും ട്രോയിയിലും പിച്ചളപ്പാത്രങ്ങളും മാർബിൾ പ്രതിമകളും നിർമ്മിക്കപ്പെട്ടിരുന്നു. ക്രീറ്റൻ സംസ്കാരത്തിനുശേഷം ബി. സി. 1400 മുതൽ 1200 വരെയുള്ള കാലഘട്ടം മൈസീനിയൻ കാലഘട്ടം എന്നറിയപ്പെടുന്നു. ഗ്രീസിലുള്ള പെലപ്പൊനേഷ്യൻ ഉപദ്വീപിൽ ഏറ്റവും കിഴക്കായി സ്ഥിതിചെയ്യുന്ന മൈസീനിയ കേന്ദ്രീകരിച്ചാണ് മൈസീനിയൻ സംസ്കാരം വളർന്നുവന്നത്. ക്രീറ്റൻ സംസ്കാരമാതൃകയിലുള്ള കലകളും കരകൗശലങ്ങളും ഇവിടേയും ദൃശ്യമായിരുന്നു. ബി. സി. 1200–നോടു കൂടി മൈസീനിയൻ പ്രതാപം അവസാനിച്ചു.

ബി. സി. 1200 മുതൽ ബി. സി. 900 വരെയുള്ള ഗ്രീക്ക് ചരിത്രം ഹോമറിക് കാലഘട്ടം എന്നറിയപ്പെടുന്നു. ബി. സി. 800 മുതൽ ഗ്രീസിൽ നഗര രാഷ്ട്രങ്ങളുടെ കാലഘട്ടം തുടങ്ങുന്നു. പിന്നീടങ്ങോട്ടുള്ള ഗ്രീസിന്റെ ചരിത്രം നഗരരാഷ്ട്രങ്ങളുടെ ചരിത്രമായാണറിയപ്പെടുന്നത്. ഈ കാലഘട്ടത്തിലാണ് ഗ്രീക്ക് സംസ്കാരം അതിന്റെ ഔന്നത്യത്തിൽ എത്തുന്നത്. നഗരരാഷ്ട്രങ്ങളുടെ കാലഘട്ടം ഗ്രീക്ക് സംസ്കാരത്തിന്റെ സുവർണ്ണകാലഘട്ടമെന്നറിയപ്പെടുന്നു. ബി. സി. നാനൂറിനുശേഷം നഗര രാഷ്ട്രങ്ങളുടെ അധഃപതനം ആരംഭിച്ചു.

നഗര രാഷ്ട്രങ്ങളും ഭരണകൂടവും

ഗ്രീക്കുസംസ്കാരത്തിന്റെ പ്രധാന സവിശേഷത നഗര രാഷ്ട്രങ്ങളായിരുന്നു. ഒരു പട്ടണവും അതിനുചുറ്റും ഏതാനും കാർഷിക ഗ്രാമങ്ങളും ചേർന്നതായിരുന്നു ഒരു നഗരരാഷ്ട്രം. ഈജിപ്ത്, മെസൊപ്പൊട്ടേമിയ, ചൈന എന്നീ പ്രാചീന സംസ്കാരങ്ങളിലും നഗരങ്ങളിലായിരുന്നു സംസ്കാരം ഉടലെടുത്തത്. ഈ സംസ്കാരങ്ങളിൽ നഗരങ്ങൾ വളർന്ന് സാമ്രാജ്യങ്ങളായി മാറുകയാണുണ്ടായത്. എന്നാൽ പ്രാചീന ഗ്രീസ് അനേകം സ്വതന്ത്ര നഗരരാഷ്ട്രങ്ങളുടെ നാടായി നിലകൊണ്ടു. ഗ്രീക്കുജനത ആദ്യകാലത്ത് ഗ്രാമീണ ജീവിതമായിരുന്നു നയിച്ചിരുന്നതെങ്കിലും, ശത്രുക്കളുടെ ആക്രമണങ്ങളിൽ നിന്നും രക്ഷ നേടുന്നതിനായി പല ഗ്രാമങ്ങളിലെയും ജനങ്ങൾ ഒത്തുചേർന്ന് ഒരു ജനതയായി സംഘടിച്ചു. അങ്ങനെ 'പോലിസ്' അഥവാ നഗരരാഷ്ട്രം ആവിർഭവിച്ചു. ബി. സി. 800 മുതൽ കൂടുതൽ വിസ്തൃതമായ നഗരങ്ങൾ ആവിർഭവിച്ചു. ഗ്രീസിന്റെ തെക്കേയറ്റത്തുള്ള യുറോടാസ് നദീതീരത്ത് സ്ഥിതിചെയ്തിരുന്ന സ്പാർട്ടയും ഗ്രീസിന്റെ ആറ്റിക്ക എന്ന പ്രദേശത്ത് സ്ഥിതിചെയ്തിരുന്ന ഏതൻസുമാണ് ഏറ്റവും പ്രധാനപ്പെട്ട രണ്ടു നഗര രാഷ്ട്രങ്ങൾ. സ്വാതന്ത്ര്യവും, സ്വന്തം വ്യക്തിത്വവും കാത്തുസൂക്ഷിച്ചിരുന്ന നഗ

രരാഷ്ട്രങ്ങൾ പലപ്പോഴും യുദ്ധത്തിൽ ഏർപ്പെട്ടിരുന്നു. നഗരരാഷ്ട്രങ്ങ ളിലെ പൗരന്മാർ രാഷ്ട്രവുമായി താദാത്മ്യം പ്രാപിച്ചുകൊണ്ടാണ് ജീവി ച്ചിരുന്നത്. അനൈക്യത്തിനിടയിലും ഗ്രീക്കു സംസ്കാരത്തിന്റെ പൊതു സ്വഭാവവും, ശക്തമായ ദേശസ്നേഹവും അവർ നിലനിർത്തിയിരുന്നു. പേർഷ്യൻ ആക്രമണത്തെ ഗ്രീക്കു നഗരരാഷ്ട്രങ്ങൾ ഏതൻസിന്റെ നേതൃ ത്വത്തിൽ ഒരുമിച്ച് നിന്ന് നേരിട്ടു. ചരിത്ര പ്രസിദ്ധമായ മാരത്തോൺ യുദ്ധത്തിൽ (ബി സി 490) ഗ്രീക്കുകാർ പേർഷ്യക്കാരെ പരാജയപ്പെടു ത്തി. എങ്കിലും അധികം താമസിയാതെ സൈനികഭരണസംവിധാനം നിലനിർത്തിയിരുന്ന സ്പാർട്ടയും, ജനാധിപത്യത്തിൽ ഉറച്ചുനിന്നിരുന്ന ഏതൻസും തമ്മിൽ ശക്തമായ പോരാട്ടത്തിൽ ഏർപ്പെട്ടു. ഈ നഗരരാ ഷ്ട്രങ്ങൾ തമ്മിൽ നടന്ന പെലൊപ്പൊനീഷ്യൻ യുദ്ധത്തിൽ ഏതൻസ് പരാജയപ്പെട്ടു. ഏതൻസിനും സ്പാർട്ടക്കും ശേഷം മാസിഡോണിയ പ്രധാന ശക്തിയായി വളർന്നു.

എല്ലാ നഗരരാഷ്ട്രങ്ങളിലും പൊതുവെ ഐകരൂപ്യമാർന്ന ഭരണ ക്രമമായിരുന്നു നിലവിലുണ്ടായിരുന്നത്. തുടക്കത്തിൽ രാജവാഴ്ചയാ യിരുന്നു എല്ലാ നഗരരാഷ്ട്രങ്ങളിലും നിലനിന്നിരുന്നത്. ക്രമേണ അഭി ജാത ഭരണവും (Aristocracry), പ്രഭുത്വ ഭരണവും (Oligarchy) നില വിൽ വന്നു. എന്നാൽ സ്പാർട്ടയിൽ രാജവാഴ്ച തുടർന്നു കൊണ്ടിരു ന്നു. ജനവിരുദ്ധ പ്രഭുത്വ ഭരണത്തിലുള്ള ജനവികാരം ഏകാധിപത്യഭര ണത്തിലേക്കും, സ്വേച്ഛാധിപത്യത്തിലേക്കും നയിച്ചു. സ്വേച്ഛാധിപത്യ ഭര ണസമ്പ്രദായത്തിനുശേഷം ഗ്രീസ് ജനാധിപത്യ ഭരണക്രമത്തിന്റെ വേദി യായി. ആധുനിക ജനാധിപത്യം പൗരന്മാർക്കു തുല്യതയും ഭരണപങ്കാ ളിത്തവും ഉറപ്പുവരുത്തുന്നുണ്ടെങ്കിലും, ഗ്രീക്ക് ഡെമോക്രസി പൊതുവെ സങ്കുചിതമായിരുന്നു. ജനസമൂഹത്തിൽ ചെറിയൊരു വിഭാഗം പൗര ന്മാർക്കു മാത്രമേ ഭരണത്തിൽ പങ്കാളിത്തം ഉണ്ടായിരുന്നുള്ളൂ. ഭൂരിഭാഗം വരുന്ന അടിമകൾക്കു രാഷ്ട്രീയവകാശം നിഷേധിക്കപ്പെട്ടിരുന്നു. ഓരോ നഗരരാഷ്ട്രവും അവരവരുടെ നിയമവ്യവസ്ഥയ്ക്കനുസൃതമായിട്ടാണ് ഭരണം നടത്തിയിരുന്നത്. ഗ്രാക്കേയൻ നിയമസംഹിതയും സോഷൻ നിയമസംഹിതയുമാണ് ഏറ്റവും പ്രധാനപ്പെട്ട രണ്ട് നിയമസംഹിതകൾ. ഗ്രാക്കേയൻ നിയമം കർക്കശമായിരുന്നെങ്കിൽ സോളൻ നിയമസംഹിത വളരെയേറെ മാനുഷികമായിരുന്നു. ഗ്രീസിലെ നഗരരാഷ്ട്രങ്ങളിലെ പ്രധാന ഘടകങ്ങൾ ന്യായാധികാരി, സെനറ്റ്, അസംബ്ലി എന്നിവയായിരുന്നു. പെരിക്ലിസിന്റെ ഭരണകാലഘട്ടം ഗ്രീക്കുസംസ്കാരത്തിന്റെ പുരോഗതി യുടെയും ശ്രദ്ധേയമായ പല നേട്ടങ്ങളുടെയും ഒരു കാലഘട്ടമായിരുന്നു.

സാമൂഹ്യഘടന

ഗോത്രസംസ്കാരമാണ് ഗ്രീസിൽ ആദ്യകാലത്ത് നിലനിന്നിരുന്ന ത്. സമൂഹത്തിൽ ഉന്നത സ്ഥാനം വഹിച്ചിരുന്നത് രാജാവായിരുന്നു. യുദ്ധ ത്തിൽ നഗരത്തെ നയിച്ചിരുന്നതിനു പുറമേ, മതകാര്യങ്ങളുടേയും നീതി

നിർവ്വഹണത്തിന്റേയും നിയന്ത്രണവും രാജാവിൽ നിക്ഷിപ്തമായിരുന്നു. നഗരരാഷ്ട്രകാലഘട്ടത്തിൽ സ്പാർട്ട പോലുള്ള നഗരരാഷ്ട്രങ്ങളിൽ രാജ വാഴ്ച തുടർന്നിരുന്നു. സമൂഹത്തിന്റെ നിയന്ത്രണവും ഭൂമിയുടെ ഉടമ സ്ഥാവകാശവും പ്രഭുവർഗ്ഗത്തിനായിരുന്നു. സമൂഹത്തിന്റെ സാമ്പത്തിക പ്രവർത്തനങ്ങൾ പ്രഭുവർഗ്ഗത്തിന്റെ നിയന്ത്രണത്തിലായിരുന്നു. നഗര രാഷ്ട്ര കാലഘട്ടത്തിൽ മതകാര്യങ്ങളുടേയും നീതിനിർവ്വഹണ ത്തിന്റേയും മേൽനോട്ടം അവർ വഹിച്ചിരുന്നു. പ്രഭുവർഗ്ഗത്തിനു താഴെ സാധാരണക്കാരായ മധ്യവർഗ്ഗമായിരുന്നു ഉണ്ടായിരുന്നത്. സ്പാർട്ടയിൽ അവർ പെരിയോസി (Perioci) എന്നാണ് അറിയപ്പെട്ടിരുന്നത്. കൃഷി, കച്ചവടം, വ്യവസായം എന്നിവയിലേർപ്പെട്ടിരുന്ന ഇവർ ഭരണവർഗ്ഗ ത്തിനും അടിമവർഗ്ഗത്തിനും ഇടയിലുള്ള മധ്യവർഗ്ഗമായിരുന്നു. സാമൂ ഹ്യശ്രേണിയിലെ ഏറ്റവും താഴെത്തട്ടിലെ വിഭാഗം അടിമകളായിരുന്നു. 'ഹെലട്ടുകൾ' (helots) എന്നാണ് സ്പാർട്ടയിൽ ഇവർ അറിയപ്പെട്ടിരുന്ന ത്. കൊടിയ ചൂഷണത്തിനും അപമാനത്തിനും ഇവർ വിധേയരായിരു ന്നു. പ്രഭുവർഗ്ഗത്തിന്റെ സ്വകാര്യസ്വത്തായിരുന്നു അടിമവർഗ്ഗം. ഇക്കാ ലത്ത് ഗ്രീസിൽ സാമൂഹ്യസമത്വം ഉണ്ടായിരുന്നില്ല. ഗോത്രവർഗ്ഗപാര മ്പര്യം പിന്തുടരുന്ന ഒരു സാമൂഹ്യക്രമം അനുവർത്തിച്ചിരുന്നതിനാൽ, സ്ത്രീപുരുഷ സമത്വവും നിലവിലുണ്ടായിരുന്നില്ല. സമൂഹം സ്ത്രീകൾക്ക് ഉന്നതസ്ഥാനങ്ങൾ വഹിക്കുന്നതിനുള്ള അർഹത അംഗീ കരിച്ചിരുന്നില്ല. പൗരത്വമോ മറ്റ് രാഷ്ട്രീയ അവകാശങ്ങളോ അവർക്ക് അനുവദിച്ചിരുന്നുമില്ല.

ഏതാണ്ട് ബി സി 1800നും 500നും ഇടയ്ക്കുള്ള കാലഘട്ടം നഗര രാഷ്ട്രങ്ങളുടെ വികാസകാലഘട്ടമായിരുന്നു. ഈ കാലഘട്ടത്തിൽ ഗ്രീസ് മെഡിറ്ററേനിയൻ സമുദ്രത്തിന്റെ പലഭാ ഗങ്ങളിലായി നിരവധി കോളനികൾ സ്ഥാപിച്ചു. കോളനിവൽക്കരണ കാലഘ ട്ടത്തിൽ ഗ്രീസിൽ കച്ചവടക്കാരുടെ എണ്ണം വർദ്ധിച്ചു. കപ്പൽ നിർമ്മാണം, തുറമുഖനിർമ്മാണം, കരകൗശലപ്പണി കൾ, മറ്റ് നിർമ്മാണത്തൊഴിലുകൾ തുടങ്ങി വിവിധ തൊഴിൽ മേഖലകൾ തുറക്കപ്പെട്ടു. പ്രഭുവർഗ്ഗവുമായുള്ള സാധാരണക്കാരുടെ ബന്ധം ശിഥിലമാ കാൻ തുടങ്ങി. ജനാധിപത്യനഗരരാഷ്ട്ര മായ ഏതൻസിൽ ഇത് മർദ്ദിതരും മർദ്ദ കരും തമ്മിലുള്ള പോരാട്ടത്തിലേക്ക് നയിച്ചു. കാലക്രമത്തിൽ തൊഴിലാളിയും അടിമയും തങ്ങളുടെ അവകാശങ്ങളെ പ്പറ്റി ബോധവാന്മാരായി. മറ്റ് പ്രദേശങ്ങ

ക്ലെസ്തനിസ്സ്

ളുമായുള്ള ബന്ധവും കൂടുതൽ സ്വാതന്ത്ര്യത്തിന് വേണ്ടിയുള്ള അഭി ലാഷവും സാമൂഹ്യമാറ്റത്തിന് വേണ്ടിയുള്ള പോരാട്ടത്തിന് ശക്തിപ കർന്നു. ഈ കാലഘട്ടത്തിലെ സാമൂഹിക പോരാട്ടം രഞ്ജിപ്പിലെ ത്തിക്കാൻ ഭരണതന്ത്രജ്ഞനായ ഡ്രാക്കോയും (Dracco) സോളനും (Solan) ക്ലൈസ്തനിസ്സും (Cleisthenes) പരിശ്രമിച്ചു. അവരുടെ ഭരണ പരിഷ്കാരങ്ങളും നിയമാവലികളും ഗ്രീക്ക് നഗരരാഷ്ട്രങ്ങളെ ജനാധി പത്യഭരണത്തിലേക്ക് നയിച്ചു.

ജീവിതരീതി

സാമാന്യം മെച്ചപ്പെട്ട ജീവിതരീതിയായിരുന്നു ഗ്രീക്കുകാരുടേത്. ലളിതവും സംശുദ്ധവുമായ ജീവിതക്രമമായിരുന്നു ഗ്രാമീണരുടേത്. സുഖസൗകര്യങ്ങളും അൽപ്പം ആർഭാടവും നഗരജീവിതത്തിൽ ദൃശ്യ മാണ്. മൺകട്ടകൾകൊണ്ട് പണിത ലളിതമായ വീടുകളിലായിരുന്നു ഗ്രാമ വാസികൾ ജീവിച്ചിരുന്നത്. നഗരവാസികൾ സൗകര്യങ്ങൾ ഏറെയു ള്ളതും മനോഹരവുമായ വീടുകളിൽ താമസിച്ചിരുന്നു. നാലുകെട്ട് മാതൃ കയിലുള്ളതായിരുന്നു നഗരങ്ങളിലെ വീടുകൾ. മുറ്റവും പൂന്തോട്ടവും വീടിനുള്ളിൽത്തന്നെയായിരുന്നു. മൃഗങ്ങളുടേയോ മനുഷ്യരുടേയോ മുഖാ കൃതിയിലുള്ള ഓടുകൾ ധനികർ വീടുമേയാൻ ഉപയോഗിച്ചിരുന്നു. ഗോതമ്പും ബാർലിയും കൊണ്ടുള്ള റൊട്ടി പ്രധാന ഭക്ഷണമായിരുന്നു. മാംസവും മത്സ്യവും ഭക്ഷണത്തിനുപയോഗിച്ചിരുന്നു. ആട്ടിൻപാൽ, വെണ്ണ, പരിപ്പ്, കാബേജ്, നിലക്കടല എന്നിവയും ഭക്ഷണത്തിനുപയോ ഗിച്ചിരുന്നു. കോഴിമുട്ട അവരുടെ പ്രധാന ഭക്ഷ്യവസ്തുവായിരുന്നു.

ശുചിത്വബോധവും നല്ല വസ്ത്രധാരണവും ഗ്രീക്കുജനതയുടെ ജീവിതക്രമത്തിന്റെ എടുത്തുപറയത്തക്ക പ്രത്യേകതയാണ്. കുളിക്കാ നുപയോഗിച്ചിരുന്ന വലിയ തൊട്ടികൾ കണ്ടെടുത്തിട്ടുണ്ട്. സ്ത്രീകളു ടേയും പുരുഷന്മാരുടേയും വസ്ത്രധാരണം ഏതാണ്ട് ഒരുപോലെയാ യിരുന്നു. ശരീരത്തിന്റെ മുന്നിലും പിന്നിലും തൂക്കിയിടുന്ന രണ്ടു വലിയ തുണികളായിരുന്നു ഗ്രീക്കുകാരുടെ പ്രധാനവേഷം. ചുമലിനു മുകൾഭാ ഗത്തായി രണ്ടു തുണികളും ബന്ധിപ്പിക്കും. അരയുടെ ഭാഗം ഒരു നാടകൊണ്ടും കെട്ടും. മടക്കുകളുള്ള വസ്ത്രങ്ങളാണ് മിക്കപ്പോഴും ഉപ യോഗിച്ചിരുന്നത്. സാധാരണക്കാർ ആട്ടിൻരോമം കൊണ്ടുള്ള വസ്ത്ര ങ്ങളും ചണനാരുകൊണ്ടുള്ള വസ്ത്രങ്ങളും ഉപയോഗിച്ചിരുന്നു. നഗര ത്തിലെ സമ്പന്നർ സിൽക്കുവസ്ത്രം ഉപയോഗിച്ചിരുന്നു. സ്വർണ്ണം, വെള്ളി എന്നിവകൊണ്ടുള്ള ആഭരണങ്ങൾ ധരിച്ചിരുന്നു. ആഭരണങ്ങൾ സാമ്പ ത്തിക നിലയുടെ അടയാളം കൂടിയായിരുന്നു. ചെരിപ്പ്, സുഗന്ധദ്രവ്യ ങ്ങൾ എന്നിവയും ഉപയോഗിച്ചിരുന്നു.

പ്രാചീന ഗ്രീക്കുജനത അവരുടെ ഒഴിവുസമയം പലതരം വിനോദ ങ്ങൾക്കായി ഉപയോഗിച്ചിരുന്നു. കായികമത്സരങ്ങൾ, ഗുസ്തി, സംഗീ തം, നൃത്തം തുടങ്ങി വിവിധതരം വിനോദങ്ങളിൽ അവരേർപ്പെട്ടിരുന്നു.

ഗ്രീക്കുചരിത്രത്തിൽ കായികവിനോദത്തിന് പ്രത്യേക സ്ഥാനമുണ്ടായിരുന്നു. ലോകത്തിലെ തന്നെ ഏറ്റവും പ്രധാനപ്പെട്ട കായികമേളയായ ഒളിമ്പിക്സ് ഗ്രീസിലാണ് ആരംഭിച്ചത്. ബി സി 776–ൽ ആരംഭിച്ച ഈ മത്സരം വെറു മൊരു ഓട്ടമത്സരമായിട്ടാണ് തുടങ്ങിയത്. 'ഒളിമ്പിയ' എന്ന സ്ഥലമായി രുന്നു മത്സരവേദി. ഗുസ്തിയും മറ്റൊരു കായികവിനോദമായിരുന്നു. കായി കമത്സരങ്ങൾ പുരുഷന്മാരുടെ കുത്തകയായിരുന്നെങ്കിലും സ്ത്രീകളും അതിൽ പങ്കെടുത്തിരുന്നു. ചരടുചുറ്റിയ പമ്പരം എറിഞ്ഞുള്ള ഒരുതരം കായികവിനോദത്തിൽ സ്ത്രീകൾ ഏർപ്പെട്ടിരുന്നു. സംഗീതം മറ്റൊരു വിനോദമായിരുന്നു. അവർ വിവിധതരം സംഗീതോപകരണങ്ങൾ ഉപയോ ഗിച്ചിരുന്നു. ഏറ്റവും പ്രധാനപ്പെട്ട സംഗീതോപകരണം വീണയായിരുന്നു.

സ്ത്രീകളുടെ മറ്റൊരു പ്രധാന വിനോദമാണ് നൃത്തം. ബി സി 1400 മുതൽക്കേ ഗ്രീസിൽ നൃത്തം ആരംഭിച്ചുവെന്ന് കരുതുന്നു. കന്യക മാർ ദേവപ്രീതിക്കായി നൃത്തം ചെയ്തിരുന്നു. ഡയോണിഷ്യൻ പാരമ്പ ര്യവുമായി ബന്ധപ്പെട്ട് ഒട്ടനവധി നൃത്തങ്ങൾ പുരാതന ഗ്രീസിൽ ഉണ്ടാ യിരുന്നു. നൃത്തങ്ങളുടെ നിരവധി ചിത്രങ്ങളും ശിൽപ്പങ്ങളും ലഭ്യമാ ണ്. ഉൽസവങ്ങൾ ഗ്രീക്കു സംസ്കാരത്തിന്റെ അവിഭാജ്യഘടകങ്ങളാ യിരുന്നു. പ്രാദേശിക സ്വഭാവമുള്ളതാണ് പ്രാചീന ഗ്രീസിലെ ഉൽസ വങ്ങൾ. ഓരോ ഉൽസവത്തിന്റെയും പ്രധാന ഘടകം ഘോഷയാത്രയാ യിരുന്നു. മിക്കവാറും എല്ലാ ഗ്രീക്കുദേവന്റെയും ദേവിയുടെയും പേരിൽ ഉൽസവങ്ങൾ നടത്തിയിരുന്നു.

തൊഴിലുകൾ

നാവികപാരമ്പര്യമുള്ളവരെങ്കിലും ഗ്രീക്കുകാരുടെ പ്രധാനതൊഴിൽ കൃഷിയും കാലിവളർത്തലുമായിരുന്നു. ശിലായുഗകാലത്തുതന്നെ ഗ്രീസിൽ കൃഷി വ്യാപിച്ചിരുന്നതായി കരുതപ്പെടുന്നു. ഗ്രീസിൽ പല സ്ഥലത്തും ഇരുമ്പു സുലഭമായി ലഭിച്ചിരുന്നതിനാൽ കൃഷിയും കാർഷി കോപകരണങ്ങളുടെ നിർമ്മാണവും വളർന്നു. ഏതാണ്ട് ബി സി ആറാ യിരത്തോടുകൂടി കാർഷിക ഗ്രാമങ്ങൾ നിലവിൽ വന്നതായി തെളിവു കൾ സൂചിപ്പിക്കുന്നു. ഇങ്ങനെ വളർന്നു വന്ന കാർഷികസമൂഹങ്ങളാണ് ഗ്രീക്കു സംസ്കാരത്തിന് അടിത്തറ പാകിയത്. സ്വർണ്ണപ്പണി, പാത്ര നിർമ്മാണം, വണ്ടി നിർമ്മാണം തുടങ്ങിയ തൊഴിലുകളിലും ധാരാളം പേർ ഏർപ്പെട്ടുപോന്നു. കാർഷിക ഗ്രാമക്കൂട്ടായ്മയിൽനിന്നും നഗരങ്ങൾ ഉടലെടുത്തു. അവ പിൽക്കാലത്ത് സാമ്പത്തിക സ്വയംപര്യാപ്തതയും രാഷ്ട്രീയ സ്വയംഭരണവുമുള്ള നഗരങ്ങളായി രൂപംകൊണ്ടു. സാധാര ണക്കാരായ ഗ്രീക്കുകാർ അധ്വാനശീലരായിരുന്നു.

വ്യാപാരവും വ്യവസായവും

പ്രാചീനകാലം മുതൽക്കേ ഗ്രീസുകാർ വ്യാപാരത്തിലും വ്യവസാ യത്തിലും തൽപ്പരരായിരുന്നു. ഗ്രാമങ്ങൾ കേന്ദ്രീകരിച്ചായിരുന്നു ഉൽപ്പാ

ദനമെങ്കിലും വിപണനം നഗരങ്ങൾ കേന്ദ്രീകരിച്ചായിരുന്നു. നഗരരാഷ്ട്ര
കാലത്ത് നഗരങ്ങളെ കേന്ദ്രീകരിച്ച് ചന്തകൾ (Market) രൂപംകൊണ്ടു.
പല നഗരങ്ങളിലേയും പ്രധാന കേന്ദ്രം ചന്തയായിരുന്നു. കർഷകരുടേയും
കരകൗശലപ്പണിക്കാരുടേയും ഉൽപ്പന്നങ്ങൾ വിറ്റിരുന്നത് ഈ ചന്തക
ളിൽക്കൂടിയായിരുന്നു. പഴങ്ങളും പച്ചക്കറികളും വെണ്ണയുമൊക്കെയാ
യിരുന്നു പ്രധാന വിപണന വസ്തുക്കൾ. അടിമവ്യാപാരവും നടന്നിരു
ന്നു. അളവുകളും തൂക്കങ്ങളും വളരെ കൃത്യമായിരുന്നു. ഇവയുടെ പരി
ശോധന നടത്തുന്നതിന് പ്രത്യേകം ഉദ്യോഗസ്ഥരെ ഭരണകൂടം നിയമി
ച്ചിരുന്നു. ഗ്രീക്കുകാർ വിദേശവ്യാപാരത്തിലും ഏർപ്പെട്ടിരുന്നു. മറ്റ്
സംസ്കാരങ്ങളുമായി വ്യാപാര വിനിമയം നടത്തുകയും അതുവഴി മറ്റ്
സംസ്കാരങ്ങളുമായി ബന്ധം സ്ഥാപിക്കുകയും ചെയ്തിരുന്നു. അത്തി
പ്പഴം, മുന്തിരി, പുകയില, തോൽസാധനങ്ങൾ, ഒലിവ് എണ്ണ, പരുത്തി
നൂൽ എന്നിവയാണ് പ്രധാനമായും കയറ്റുമതി ചെയ്തിരുന്നത്. ഓരോ
നഗരരാഷ്ട്രത്തിനും പ്രത്യേകം നാണയങ്ങൾ ഉണ്ടായിരുന്നു. വെള്ളിയി
ലായിരുന്നു പ്രധാനമായും നാണയം ഉണ്ടാക്കിയിരുന്നത്. നാണയത്തിന്റെ
ഇരുവശവും ഗ്രീക്കുദേവീദേവന്മാരുടെ ചിത്രങ്ങൾ രേഖപ്പെടുത്തിയിരുന്നു.
നഗരരാഷ്ട്രകാലഘട്ടത്തിൽ ഗ്രീസ് മെഡിറ്ററേനിയൻ സമുദ്രത്തിന്റെ പല
ഭാഗങ്ങളിലായി നിരവധി കോളനികൾ സ്ഥാപിച്ചിരുന്നു. ഈ കോളനി
വൽക്കരണം ഗ്രീസിന്റെ വ്യാപാരം വിപുലപ്പെടുത്തുകയും, സാമ്പത്തി
കാഭിവൃദ്ധി നേടാൻ സഹായിക്കുകയും ചെയ്തു. കോളനിയിലേക്ക്
ആവശ്യമായ ലോഹപാത്രങ്ങൾ, ആയുധങ്ങൾ, തുണിത്തരങ്ങൾ, പാത്ര
ങ്ങൾ എന്നിവയുടെ വ്യവസായവും ഗ്രീസിൽ വർദ്ധിച്ചു. ഇത് വ്യവസായ
വികസനത്തിന് കാരണമായി. പടച്ചട്ട നിർമ്മാണം, ആയുധനിർമ്മാണം,
കളിമൺ വ്യവസായം. മാർബിൾ വ്യവസായം എന്നിവയും ഗ്രീസിലെ
മറ്റ് പ്രധാനപ്പെട്ട വ്യവസായങ്ങളായിരുന്നു.

കല

മാനുഷികതയായിരുന്നു ഗ്രീക്കുകലയുടെ അടിസ്ഥാനം. മാനുഷി
കമൂല്യങ്ങളെ കലയിലൂടെ സമർത്ഥമായി അവർ അവതരിപ്പിച്ചിരിക്കു
ന്നതു കാണാം. ഗ്രീക്കുശിൽപ്പകല അവരുടെ ആരാധനാമൂർത്തികളെ
മനുഷ്യരൂപത്തോടും മനുഷ്യസ്വഭാവത്തോടും കൂടിയാണ് അവതരിപ്പി
ക്കുന്നത്. സൗന്ദര്യവും നന്മയും ഒത്തിണങ്ങുന്ന ഗ്രീക്കുകല ഗ്രീക്ക് ദേശീ
യതയുടേയും ഐക്യത്തിന്റേയും പ്രതിരൂപവും പ്രകടനവുമായിരുന്നു.
വിദേശസംസ്കാരങ്ങളുമായുള്ള ഗ്രീക്കുകാരുടെ ബന്ധം പുതിയ ശൈലി
കൾ കണ്ടെത്താൻ അവരെ സഹായിച്ചു. ശിൽപ്പകല, വാസ്തുശിൽപ്പക
ല, ചിത്രകല എന്നീ മേഖലകളിൽ തനതായൊരു ശൈലിക്ക് രൂപം കൊടു
ക്കുവാനും ഗ്രീക്കുകാർക്കു കഴിഞ്ഞു.

ഗ്രീക്കുകല നിരവധി രൂപപരിണാമങ്ങൾക്കു വിധേയമായിട്ടുണ്ട്.
ആരംഭഘട്ടത്തിൽ വൈദേശിക സ്വാധീനം തീരെ കുറവായിരുന്നു. ഋജു

രേഖാസ്വഭാവമുള്ളതായിരുന്നു ആ കാലഘട്ടത്തിലെ കലാസൃഷ്ടികൾ. ബി സി ആറും ഏഴും നൂറ്റാണ്ടുകൾ ശില്പകലയ്ക്കു പ്രാധാന്യം നൽകി. ഈ കാലഘട്ടത്തിൽ ഈജിപ്ഷ്യൻ സ്വാധീനം ഗ്രീക്ക് കലയിൽ പ്രകട മായിരുന്നു. ബി സി അഞ്ചാം നൂറ്റാണ്ടിലാണ് ഗ്രീക്കുകല ഏറ്റവും പരി പുഷ്ടമായത്. ശില്പകല, വാസ്തുശില്പകല, ചിത്രകല എന്നിവ അഭൂതപൂർവ്വമായ പുരോഗതി നേടി. അതുല്യപ്രതിഭകളുടെ കാലമായി രുന്നു അത്. ആദർശപരതയായിരുന്നു ഈ കാലഘട്ടത്തിലെ ഗ്രീക്കുക ലയുടെ സവിശേഷത. ബി സി നാലാം നൂറ്റാണ്ടിൽ വാസ്തുശില്പകല യുടെ പ്രാധാന്യം കുറയുകയും ശില്പകലയിൽ പുതിയൊരു ഉണർവ്വ് ഉണ്ടാകുകയും ചെയ്തു. ആദർശത്തേക്കാൾ യാഥാർത്ഥ്യത്തിനു കല ഊന്നൽ നൽകിയിരുന്നു.

ശില്പകല

വളരെ പ്രാചീനകാലം മുതൽക്കേ ശില്പകല ഗ്രീസിൽ പ്രചാര ത്തിലുണ്ടായിരുന്നു. ആദ്യകാലത്ത് പ്രതിമാശില്പങ്ങ ളും ഓടിലുള്ള ചെറിയ പ്രതിമകളും പക്ഷിമൃഗാദി കളുടെ രൂപങ്ങളും ആകർഷകമായി നിർമ്മിച്ചി രുന്നു. ബി സി ആറും ഏഴും നൂറ്റാണ്ടുക ളിൽ മാർബിലും ഓടും ശില്പ നിർമ്മാണത്തിനുപയോഗിച്ചു. ഈജിപ്ഷ്യൻ സ്വാധീനം ഈ രംഗത്ത് പ്രകടമായി കാണാം. മനുഷ്യപ്രതി മകൾ ഉണ്ടാക്കുന്ന ഗ്രീക്ക് ശില്പികൾ പ്രത്യേകം പ്രാവീണ്യം നേടിയിരു ന്നു. ദൈവപ്രതിമകളും മനുഷ്യരൂപത്തിൽ ഉണ്ടാ

ഫിഡിയാസിന്റെ ശില്പം

ക്കിയിരുന്നു. മറ്റ് ലോകസംസ്കാരങ്ങളിൽനിന്നും വിഭിന്നമായി ഗ്രീക്ക് കലാകാരന്മാർ സ്ത്രീരൂപങ്ങൾ പൂർണ്ണ വേഷവിധാനങ്ങളോടും പുരുഷ പ്രതിമകൾ നഗ്നമായും നിർമ്മിച്ചു. ഇത്തരം സ്ത്രീരൂപങ്ങൾ കോർ (Kore) എന്നും പുരുഷരൂപങ്ങൾ കുറോസ്(Kauros) എന്നുമാണ് അറിയപ്പെട്ടി രുന്നത്. പൂർണ്ണകായപ്രതിമകളും വലിപ്പമേറിയ പ്രതിമകളും പ്രത്യക്ഷ പ്പെട്ടത് ഈ കാലഘട്ടത്തിലാണ്.

ബി സി അഞ്ചാം നൂറ്റാണ്ടോടെ ശില്പകല പൂർണ്ണവളർച്ച പ്രാപി ച്ചു. ശില്പനിർമ്മാണത്തിൽ പ്രഥമസ്ഥാനം ഫിഡിയാസ് (Phidias) എന്ന ശില്പിക്കായിരുന്നു. അദ്ദേഹം പെരിക്ലിയൻ കാലഘട്ടത്തിലാണ് ജീവി ച്ചിരുന്നത്. പാർഥിനോൺ ക്ഷേത്രത്തിൽ സ്ഥാപിച്ച സ്വർണ്ണവും ദന്തവും ചേർത്ത അഥീനാദേവിയുടെ ശില്പവും ഒളിമ്പിയായിലെ സ്യൂസ് ക്ഷേത്ര

ത്തിലെ ദേവനായ സ്യൂസിന്റെ പ്രതിമയുമാണ് ഈ അനശ്വരശിൽപ്പി
യുടെ പ്രധാനസൃഷ്ടികൾ. ഗ്രീസിലെ ശിൽപ്പകലാചതുരതയുടെ ഏറ്റവും
സുന്ദരമായ ആവിഷ്കാരമാണ് ഫിഡിയാസിന്റേത്. ഏഥൻസിലെ
മിറോൺ (Myron) ആണ് മറ്റൊരു പ്രധാനശിൽപ്പി. അദ്ദേഹത്തിന്റെ
ഡിസ്കസ്ത്രോവർ വളരെ പ്രസിദ്ധമാണ്. കായികപ്രഭാവത്തിന്റെ മഹ
നീയ മാതൃകകളായിരുന്നു അദ്ദേഹത്തിന്റെ പ്രതിമകൾ. ഫിഡിയാസിന്റെ
സമകാലികനായ പോളിക്ലിറ്റസ് (Polyclitus) നിർമ്മിച്ച *സ്പിയർബെയ
റർ* മറ്റൊരു മികച്ച ശിൽപ്പമാണ്.

വാസ്തുശിൽപ്പം

വാസ്തുശിൽപ്പരംഗത്ത് പൗരസ്ത്യസ്വാധീനമാണ് പ്രകടമായിക്കാ
ണുന്നത്. കെട്ടിടനിർമ്മാണത്തിന് സ്തൂപങ്ങളും ലിന്റലുകളും
ഉൾക്കൊള്ളുന്ന ഈജിപ്ഷ്യൻ മാതൃക സ്വീകരിച്ചു. ഗ്രീക്ക് വാസ്തു
ശിൽപ്പകലയുടെ ഏറ്റവും മനോഹരമായ സൃഷ്ടികൾ ക്ഷേത്രങ്ങളായി
രുന്നു. നഗരരാഷ്ട്രദേവന്മാർക്കുവേണ്ടി പണികഴിപ്പിച്ചിരുന്ന ക്ഷേത്ര
ങ്ങൾക്ക് അതിമനോഹരങ്ങളായ എടുപ്പുകൾ ഉണ്ടായിരുന്നു. സ്തംഭ
ങ്ങളും തുലാങ്ങളും ഉപയോഗിച്ചുള്ള ക്ഷേത്രനിർമ്മാണരീതി പ്രാചീന
ഗ്രീക്ക് വാസ്തുശിൽപ്പകലയുടെ പ്രത്യേകതയായിരുന്നു. ക്ഷേത്രനിർമ്മാ
ണത്തിനും കെട്ടിടനിർമ്മാണത്തിനും പ്രധാനമായും മൂന്നു ശൈലികൾ
ഉണ്ടായിരുന്നു. ഡോറിക് ശൈലി, അയോണിയൻ ശൈലി, കൊറിന്തി
യർ ശൈലി എന്നിവയായിരുന്നു അവ.

ഡോറിക് ശൈലിയിൽ നിർമ്മിച്ച പാർഥിനോൺ ക്ഷേത്രമാണ്
ഗ്രീക്ക് വാസ്തുശിൽപ്പകലയുടെ ഏറ്റവും മനോഹരസൃഷ്ടി. പെരിക്ലി
യൻ കാലഘട്ടത്തിൽ ഏഥൻസിലെ അക്രോപ്പോളിസിൽ നിർമ്മിച്ചതാണീ
ക്ഷേത്രം. ക്ഷേത്രത്തിൽ 'അഥീനാ' എന്ന ദേവകന്യകയുടെ പ്രതിമ

പാർഥിനോൺ ക്ഷേത്രം

സ്ഥാപിച്ചിട്ടുണ്ട്. ക്ഷേത്രത്തിന്റെ അടിത്തറയ്ക്ക് 229 അടി നീളവും 100 അടി വീതിയുമുണ്ട്. 34 അടി വീതം ഉയരമുള്ള 46 സ്തംഭങ്ങളിലാണ് ഈ ക്ഷേത്രത്തിന്റെ മേൽക്കൂര പണിതിരിക്കുന്നത്. ഇക്റ്റിനസ്, കാല്ലി ക്രേറ്റിസ് എന്നീ രണ്ടു വാസ്തുശിൽപ്പ വിദഗ്ധരാണ് ഈ ക്ഷേത്രം നിർമ്മിച്ചത്. ഏഥൻസ്, ഡെൽഫി, എറിടിയ, കൊറിന്ത് എന്നിവിടങ്ങളിൽ ഡോറിയൻ ശൈലിയിലുള്ള ക്ഷേത്രങ്ങൾ കാണാം. അയോണിയൻ ശൈലിയിൽ പണിത അനേകം ക്ഷേത്രങ്ങളും ഗ്രീസിലുണ്ട്. അയോണി യൻ ശൈലിയിലുള്ള സ്തംഭങ്ങൾക്ക് വണ്ണവും കൂർമ്മതയും കുറവാ ണ്. പാദപീഠങ്ങൾക്ക് ഭംഗി കൂടുതൽ ഉണ്ടാകും. ഓരോ സ്തംഭത്തിനും പ്രത്യേകം പീഠങ്ങളുണ്ടായിരിക്കും. കെട്ടിടത്തിന്റെ മച്ചിൽ കൊത്തുപ ണികളും ഉണ്ടാകും. പാർഥിനോൺ ക്ഷേത്രത്തിനടുത്തു സ്ഥിതി ചെയ്യുന്ന എറിക്ത്യൂ ക്ഷേത്രം അയോണിയൻ ശൈലിക്കുദാഹരണമാ ണ്. ഏഥൻസിൽ സ്ഥിതിചെയ്യുന്ന ലിസിക്രേസിന്റെ സ്മാരകം കൊറി ന്തിയൻ ശൈലിക്കുദാഹരണമാണ്.

ചിത്രകല

ആദ്യകാല ഗ്രീക്ക് ചിത്രകല പ്രത്യക്ഷപ്പെടുന്നത് കളിമൺപാത്ര നിർമ്മാണരംഗത്താണ്. കലശങ്ങളും പാത്രങ്ങളും ചിത്രപ്പണികളാൽ മനോഹരമാക്കിയിരുന്നു. ആദ്യകാലത്ത് കളിമൺപാത്രങ്ങളിൽ ചുവപ്പ് പശ്ചാത്തലത്തിൽ കറുത്ത രൂപങ്ങൾ ചിത്രണം ചെയ്തിരുന്നെങ്കിൽ പിൽക്കാലത്ത് പശ്ചാത്തലം കറുപ്പും ചിത്രീകരണം ചുവപ്പുമായി മാറി. പെരിക്ലിയൻ കാലത്ത് ഏഥൻസ് നഗരം ഒരു ആർട്ട് ഗാലറി ആയിരുന്നു. ബി സി 4–ാം നൂറ്റാണ്ടിലെ ഏറ്റവും പ്രഗത്ഭനായ ചിത്രകാരൻ പോളിനോ ട്ടസ്(Polygnotus) ആയിരുന്നു. അദ്ദേഹം തന്റെ കഥാപാത്രങ്ങൾക്ക് പ്രത്യേകം വ്യക്തിത്വം നൽകിയിരുന്നു. അഗത്താർക്കസ്(Agatharchus), അപ്പോളോഡൊറസ്(Appolodorus), സ്യൂസിസ്(Zeuxiz) എന്നിവരായി രുന്നു മറ്റ് പ്രസിദ്ധ ചിത്രകാരന്മാർ. ഗ്രീക്ക് ചിത്രകലയുടെ സ്വാധീനം മറ്റ് യൂറോപ്യൻ ചിത്രകലകളിലും ദൃശ്യമാണ്. ആധുനിക കലാകാ രൻമാർക്ക് വഴികാട്ടിയാണ് ഗ്രീക്കുകല. അതിന്റെ ലാളിത്യവും സൗന്ദ രൃവും അലങ്കാരത്തിലുള്ള മിതത്വവും രൂപഭദ്രതയും അനുകരിക്കപ്പെ ടേണ്ടതാണ്.

സാഹിത്യം

എക്കാലത്തും എല്ലാ നാട്ടിലും ഉണ്ടായിട്ടുള്ളതുപോലെ ഗ്രീക്കു സാഹിത്യവും നാടൻപാട്ടുകളിൽ നിന്നാണ് തുടങ്ങുന്നത്. ബി സി 1500 നോടടുത്ത് ഗ്രീസിൽ കുടിയേറിപ്പാർത്ത അക്കേയ വർഗ്ഗക്കാരാണ് ഈ നാടൻപാട്ടുകളുടെ ഉപജ്ഞാതാക്കൾ. ദൈവസ്തോത്രങ്ങൾ, കൊയ്ത്തു പാട്ടുകൾ, പടപ്പാട്ടുകൾ, വിലാപഗീതങ്ങൾ എന്നിങ്ങനെ നാടൻപ്പാട്ടുക ളുടെ വിപുലമായൊരു ശേഖരം തന്നെ അവർക്കുണ്ടായിരുന്നു. ഹോമ

റിന്റെ കൃതികളിൽ ഈ പഴയ നാടൻപാട്ടുകളുടെ സൂചനകളുണ്ട്. അക്കാ
ലത്ത് ഗായകകവികൾ നാടുകൾ തോറും ഇവ നാടൻപാട്ടുകൾ പാടിനട
ന്നിരുന്നു. അക്കാലത്തെ ഗായകകവികളിൽ ഏറ്റവും പ്രധാനിയായിരുന്നു
ഹോമർ. ഗ്രീക്കു സാഹിത്യത്തിൽ ഒന്നാമതായെണ്ണുന്ന നാമമാണ് ഹോമ
റിന്റേത്. ഹോമർ അന്ധനായിരുന്നെന്നു കരുതപ്പെടുന്നു. വിശ്വസാഹി
ത്യത്തിൽ വ്യാസനും വാല്മീകിക്കുമൊപ്പമാണ് ഹോമറിന്റെ സ്ഥാനം.
ഇലിയഡും ഒഡീസിയുമാണ് ഹോമറിന്റെ പ്രശസ്തകൃതികൾ. അക്കാ
ലത്തെ ഗ്രീക്കുകാരുടെ ജീവിതരീതി, ആചാരവിശ്വാസങ്ങൾ, വീരകഥ
കൾ തുടങ്ങിയവ അതുല്യമായ സർഗ്ഗവൈഭവത്തോടെ തന്റെ കൃതിക
ളിൽ ഹോമർ ആവിഷ്കരിച്ചിരിക്കുന്നു. *ഒഡീസിയിൽ* ധീരസാഹസിക
തയും, *ഇലിയഡിൽ* മനുഷ്യജീവിതത്തിന്റെ ദുരന്തസ്വഭാവവുമാണ്
അദ്ദേഹം ചിത്രീകരിച്ചിരിക്കുന്നത്. പിൽക്കാല യൂറോപ്യൻ സാഹിത്യത്തെ
സ്വാധീനിച്ച പല കാവ്യഭാവനകളുടേയും ബീജം ഹോമറിന്റെ കൃതിക
ളിൽ കാണാം. എന്നാൽ, *ഇലിയഡും ഒഡീസിയും* വിഭിന്ന സംസ്കാര
ങ്ങളുടേയും വ്യത്യസ്തകാലഘട്ടത്തിന്റേയും പ്രതിബിംബങ്ങളാകയാൽ
അവ വിഭിന്നകർത്യകങ്ങളാണെന്ന് അഭിപ്രായപ്പെടുന്നവരുമുണ്ട്.

ഇതിഹാസകാവ്യങ്ങൾക്കുശേഷം ഗ്രീക്കുസാഹിത്യത്തിൽ പ്രത്യ
ക്ഷപ്പെട്ട കാവ്യശാഖയാണ് ഹിസിയോഡിക് പ്രസ്ഥാനം. ഹിസിയോഡ്
എന്ന പേരിലറിയപ്പെടുന്ന കവിയാണ് ഈ പ്രസ്ഥാനത്തിന്റെ ഉപജ്ഞാ
താവ്. *ദേവവംശാവലി* എന്നൊരു പുസ്തകമാണ് ഹിസിയോഡിന്റെ
ഏറ്റവും വിശിഷ്ടമായ കൃതി. ഹിസിയോഡിക് പ്രസ്ഥാനത്തിനുശേഷം
വിവിധതരത്തിലുള്ള കാവ്യശാഖകൾ ഗ്രീക്കു സാഹിത്യത്തിൽ ഉദയം
കൊണ്ടു. വിലാപകാവ്യങ്ങൾ, പരിഹാസകവിതകൾ, ഭാവഗീതങ്ങൾ
എന്നിവ അവയിൽ ചിലതാണ്. വ്യക്തിപരവും ധാർമ്മികവും രാഷ്ട്രീയ
വുമായ പ്രശ്നങ്ങൾ പ്രതിപാദിക്കുന്നതിനുവേണ്ടി ഗ്രീക്കു കവികൾ അവ
ലംബിച്ച കാവ്യരീതിയാണ് വിലാപകാവ്യങ്ങൾ(Elegic poetry). സോളൻ,
ടൈരോറ്റാക്കസ് മുതലായവരാണ് വിലാപകാവ്യപ്രസ്ഥാനത്തിലെ പ്രമു
ഖർ. അയാംബിക് അഥവാ പരിഹാസകവിതകളാണ് മറ്റൊരു വിഭാഗം.
ഹാസ്യമാണ് ഇതിലെ പ്രധാനഭാവം. പറോസിലെ ആർക്ക് ലോക്കസ്,
എഫേസസ്സിലെ ഹിപ്പോമാക്സ് എന്നിവരാണ് പൗരാണിക ഗ്രീസിലെ
ഹാസ്യസാഹിത്യവിദഗ്ധർ. ഇക്കാലത്താണ് ഫ്രിജിയക്കാരനായ
ഈസോപ്പിന്റെ സാരോപദേശകഥകൾ (Aesop Fables) സമാഹരിക്ക
പ്പെട്ടത്. ഈസോപ്പുകഥകൾക്ക് വിശ്വസാഹിത്യത്തിൽ അനശ്വരസ്ഥാന
മാണുള്ളത്.

അൽക്കേയസ്സ് എന്നൊരു കവിയാണ് പൗരാണിക ഗ്രീസിൽ ഭാവ
ഗാനപ്രസ്ഥാനത്തിന്റെ ഉപജ്ഞാതാവായി അറിയപ്പെടുന്നത്. വ്യക്തിപ
രമായ അനുഭൂതികൾ തീവ്രമായി ആവിഷ്കരിക്കുന്ന ലഘുകവിതകളാണ്
ഭാവഗീതങ്ങൾ(Lyrics). ലയർ (Lyre) എന്ന വാദ്യോപകരണം മീട്ടി ആല
പിച്ചിരുന്നതിനാൽ പിൽക്കാലത്ത് ഇത്തരം കവിതകൾ ലിറിക് എന്നറി

അൽക്മാൻ

യപ്പെട്ടു. ഭാവഗാനപ്രസ്ഥാനത്തിലെ പ്രശസ്തയായ ഒരേയൊരു കവയിത്രി യായിരുന്നു സാഫോ. ഭാവഗീത ങ്ങൾക്കു പുറമേ സമൂഹഭാവഗാനവും അക്കാലത്ത് പ്രചരിച്ചിരുന്നു. ഗ്രീസിൽ അവസാനം കുടിയേറിപ്പാർത്ത ഡോറി യൻ വർഗ്ഗക്കാരാണ് സമൂഹഭാവഗാ നത്തിന്റെ ഉപജ്ഞാതാക്കൾ, വ്യക്തിപര മെന്നതിനേക്കാൾ ഒരു ജനസമൂഹത്തിന്റെ ഭാവവികാരങ്ങൾ ആവിഷ്കരിക്കുന്ന രീതിയാണ് ഇതിനുള്ളത്. സ്പാർട്ട യിലെ അൽക്മാൻ (Alkman) ആയി രുന്നു ആദ്യകാല സമൂഹഭാവഗായകരിൽ പ്രമുഖൻ. തീബ്സിലെ പിൻഡാർ ആണ് ഈ പ്രസ്ഥാനത്തിൽ എടുത്തു പറയേണ്ട മറ്റൊരു പ്രശസ്ത കവി. പിൻഡാറിന്റെ *എപ്പിനിക്കിയൻ (epinikian)* ഗീതങ്ങൾ വിശ്വവിഖ്യാതങ്ങളാണ്. അർത്ഥം, അലങ്കാരം, സംഗീതം, ഭാവന എന്നിവയെല്ലാം ഒത്തിണങ്ങിയവയാണ് പിൻഡാറിന്റെ ഗീതങ്ങൾ.

നിയമസംഹിതകൾ എഴുതാനാരംഭിച്ചതോടെയാണ് ഗ്രീസിൽ ഗദ്യ രചനകൾക്ക് തുടക്കം കുറിച്ചത്. ആറ്റിക്(അഥീനിയൻ) കാലഘട്ടത്തിൽ സാഹിത്യമാധ്യമമെന്ന നിലയിൽ ഗദ്യ ത്തിന് വളരെ വളർച്ചയുണ്ടായി. വിശ്വ സാഹിത്യത്തിന് ഏഥൻസിന്റെ മഹ ത്തായ സംഭാവനയാണ് ദുരന്തനാ ടകം(tragedy). ഈസ്കിലസാണ് യവ നനാടകപ്രസ്ഥാനത്തിന്റെ ഉപജ്ഞാ താവായി അറിയപ്പെടുന്നത്. *ആഗ മെമ്നൺ, കൊഫോറി, യൂമിനൈഡ്സ്* എന്നീ മൂന്നു ദുരന്തനാടകങ്ങളാണ് ഈസ്കിലസിന്റേതായി കണ്ടുകി ട്ടിയിട്ടുള്ളത്. അഗമെമ്നന്റെ പുത്ര നായ ഓറസ്റ്റസ്റ്റിന്റെ കഥയാണ് ആദി മദ്ധ്യാന്തഭാഗങ്ങളായി ഈസ്കിലസ് തന്റെ നാടകത്രയങ്ങളിലൂടെ പ്രതിപാ

സോഫോക്ലിസ്

ദിക്കുന്നത്. ഈസ്കിലസ് എഴുതിയ 90 നാടകങ്ങളിൽ 7 എണ്ണം മാത്രമേ പൂർണ്ണരൂപത്തിൽ ലഭിച്ചിട്ടുള്ളൂ.

ഈസ്കിലസിന്റെ പിൻഗാമിയാണ് സോഫോക്ലിസ്. യവനനാടക പ്രസ്ഥാനത്തിലെ ഏറ്റവും മികച്ച കലാകാരനാണ് ഇദ്ദേഹം. ഗ്രീക്കുനാ

ടകങ്ങൾക്ക് ഒരു ആദർശപരിവേഷം നൽകിയത് സോഫോക്ലിസായിരു
ന്നു. അദ്ദേഹം രചിച്ച 113 നാടകങ്ങളിൽ 8 എണ്ണം മാത്രമേ പൂർണ്ണരൂപ
ത്തിൽ ലഭിച്ചിട്ടുള്ളൂ. ഈഡിപ്പസ് നാടകങ്ങളാണ് ഇവയിൽ ഏറ്റവും
പ്രസിദ്ധം. 'രാജനീതിയും ദൈവനീതിയും തമ്മിലുള്ള സംഘട്ടനം'
ഈഡിപ്പസ് നാടകങ്ങളിൽ കാണാം.

ഗ്രീക്ക് നാടകകവിത്രയത്തിലെ മൂന്നാമനാണ് യൂറിപ്പിഡിസ്.
അദ്ദേഹം രചിച്ച 92 നാടകങ്ങളിൽ പൂർണ്ണരൂപത്തിൽ ലഭിച്ചിട്ടുള്ളത് 18
എണ്ണം മാത്രമാണ്. യൂറിപ്പിഡിസിന്റെ ഒരു നാടകമാണ് *ആൽസെസ്റ്റിസ്.*
മൃത്യുദേവനാൽ അകാലമൃത്യുവിന് വിധിക്കപ്പെട്ട തന്റെ ഭർത്താവിന്
ആയുസ്സു നീട്ടിക്കിട്ടാനായി ഭർത്താവിന്റെ ശാപവിധി സ്വയം ഏറ്റുവാങ്ങി,
മൃത്യു വരിച്ച ആൽസെസ്റ്റിസ് എന്ന പതിദേവതയുടെ കഥയാണ്
ആൽസെസ്റ്റിസ് നാടകത്തിലെ പ്രതിപാദ്യം.

സാഹിത്യഭംഗിയും പരിഹാസം കലർന്ന സംഭാഷണരീതിയുമുള്ള
വിനോദഹാസ്യനാടകങ്ങളും അക്കാലത്ത് ഗ്രീസിലുണ്ടായിരുന്നു. അരി
സ്റ്റോഫെനിസ് എന്ന ഹാസ്യനാടകചക്രവർത്തിയാണ് ഈ രംഗത്ത്
ഏറ്റവും പ്രസിദ്ധനായിരുന്നത്. മറ്റൊരു ഹാസ്യനാടകകൃത്ത് മെനാൻ
ഡറാണ്. രാഷ്ട്രീയ-സാമൂഹ്യ പ്രശ്നങ്ങളെ അധികരിച്ചുള്ള ആക്ഷേപ
നാടകങ്ങൾ എഴുതിയ സാഹിത്യകാരനായിരുന്നു പ്ലേറ്റോകോമിക്കസ്.

ദുരന്ത നാടകങ്ങളോടുള്ള വിപരീതപ്രതികരണമെന്നു തോന്നുമാറ്
ശ്രദ്ധേയമായ ശുഭാന്തനാടകങ്ങളും ഇക്കാലത്ത് രചിക്കപ്പെട്ടു. ബി സി
6-ാം ശതകത്തിൽ സിസിലിയിലാണ് ശുഭാന്തനാടകങ്ങൾ ആദ്യമായി
പ്രത്യക്ഷപ്പെടുന്നത്. യൂറിപ്പിഡിസിന്റെ ദുരന്തനാടകങ്ങൾക്കെതിരായ
വിമർശനമാണ് അരിസ്റ്റോഫെനസിന്റെ *തവളകൾ.*

പ്രഭാഷണകലയിൽ അതിസമർത്ഥരായിരുന്നു ഗ്രീക്കുകാർ.
ഗ്രീസിൽ പ്രഭാഷണകലയ്ക്കുണ്ടായ പ്രചാരം ഗദ്യവളർച്ചയെ സഹായി
ച്ചു. *വാക്കുകളുടെ കല* എന്നൊരു പുസ്തകം തന്നെ ഇക്കാലത്ത് രചി
ക്കപ്പെട്ടു. പ്ലേറ്റോ, സോക്രട്ടീസ്, അരിസ്റ്റോട്ടിൽ തുടങ്ങിയവരുടെ ദാർശ
നിക സംവാദങ്ങൾ ഗദ്യത്തിലാണ് തയ്യാറാക്കിയിട്ടുള്ളത്. ഫെയിഡോ,
സിംപോസിയം, റിപ്പബ്ലിക് ഫേയ്ഡ്രസ്സ് എന്നിവ ലോകപ്രസിദ്ധങ്ങളായ
സംഭാഷണ സംവാദങ്ങളാണ്.

ചരിത്രരചന

ലോകത്തിലെതന്നെ ആദ്യത്തെ ചരിത്രകാരനായിരുന്നു ഹെറോ
ഡോട്ടസ്. ഗ്രീസിലെ ഹലിക്കാർണസസ്സിലായിരുന്നു അദ്ദേഹം ജനിച്ച
ത്. ഹെറോഡോട്ടസ എഴുതിയ *ഹിസ്റ്ററി* ഗ്രീസും പേർഷ്യയും തമ്മിലുള്ള
യുദ്ധത്തിന്റെ വിവരണം നൽകുന്നു. 'ചരിത്രത്തിന്റെ പിതാവ്' എന്നാണ
ദ്ദേഹം അറിയപ്പെടുന്നത്. പെലപ്പൊനേഷ്യൻ യുദ്ധത്തിന്റെ ചരിത്രം രചിച്ച
തുസിഡൈഡ്സ് (Thuccidides) ആണ് പ്രധാനപ്പെട്ട രണ്ടാമത്തെ ചരി
ത്രകാരൻ. ഗ്രീക്കു നഗരരാഷ്ട്രങ്ങളായ ഏഥൻസും സ്പാർട്ടയും തമ്മി

ൽ നടന്ന യുദ്ധത്തിന്റെ പൂർണ്ണവിവരണം തുസിഡൈഡ്സ് നൽകുന്നു. *ഹെലനിക്ക* (*Hellenica*) എന്ന ചരിത്രഗ്രന്ഥം എഴുതിയ സെനോ ഫൺ(Xenophon) ഈ കാലഘട്ടത്തിലെ മറ്റൊരു പ്രധാനപ്പെട്ട ചരിത്ര കാരനാണ്.

മതം

ഗ്രീക്കുമതം ബഹുദൈവാരാധനയിൽ അധിഷ്ഠിതമായിരുന്നു. പര ലോകത്തേക്കാൾ ഇഹലോകജീവിതത്തിനായിരുന്നു അവർ പ്രാധാന്യം നൽകിയിരുന്നത്. സ്യൂസ്, അപ്പോളോ, അഥീന, ഡെമിറ്റപ്സ, ഹെർമി സ്, ഹെയ്ഡ്സ് തുടങ്ങിയവരായിരുന്നു പ്രധാന ആരാധനാ മൂർത്തികൾ, പ്രകൃതി ശക്തികളുടെ പ്രതീകങ്ങളായിരുന്നു ഗ്രീക്കുദേവീദേവന്മാർ. ഏഥൻസ് എന്ന പേർ അഥീനാ ദേവിയിൽ നിന്നുമാണുണ്ടായത്. ദേവരാ ജാവായ സ്യൂസിനെയും മറ്റ് ദേവസംഘത്തേയും ഏഥൻസുകാർ ഒളി മ്പസ് മലയിൽ പ്രതിഷ്ഠിച്ചു. ഓരോ ദേവന്റേയും പേരിൽ അവർ ഉത്സവം ആഘോഷിച്ചിരുന്നു. ഡെൽഫിയിൽ പ്രവചനം നടത്തിയിരുന്ന ദേവനാണ് അപ്പോളോ. 'ഡെൽഫിക് ഒറക്കിൾ' ദൈവവചനമായി അംഗീകരിക്കപ്പെ ട്ടിരുന്നു. ഗ്രീക്കു ദേവന്മാർ മനുഷ്യസ്വഭാവം പ്രകടിപ്പിച്ചിരുന്നെങ്കിലും അമ രത്വം ഉള്ളവരായിരുന്നു. അക്രോപോളിസിലുള്ള ഗ്രീക്കു ദേവന്മാരുടെ ആരാധനാലയങ്ങളിൽ ഏറ്റവും പ്രധാനപ്പെട്ടത് പാർഥിനോൺ ക്ഷേത്ര മായിരുന്നു. അഥീനാദേവിക്കുവേണ്ടി സ്ഥാപിച്ചതായിരുന്നു ഈ ക്ഷേത്രം.

ശാസ്ത്രം

പെരിക്ലിയൻ കാലഘട്ടത്തിൽ ജ്യോതിശാസ്ത്രം, ഗണിതശാസ്ത്രം, ഊർജ്ജതന്ത്രം, പ്രകൃതിശാസ്ത്രം, വൈദ്യശാസ്ത്രം എന്നിവയിൽ ഗണ്യ മായ പുരോഗതിയുണ്ടായി. ഗ്രീക്കുഗണി തശാസ്ത്രത്തിന്റെ പിതാവ് മില റ്റസിലെ തെയ്ൽസ് (Thales of Miletus) ആണെന്നു വിശ്വസിക്കപ്പെടുന്നു. ഒരു ജ്യോതിശാസ്ത്രജ്ഞനും കൂടിയായി രുന്നു അദ്ദേഹം. ബി സി 585-ൽ അദ്ദേഹം വളരെ കൃത്യമായി സൂര്യഗ്ര ഹണം പ്രവചിച്ചിരുന്നു. തെയ്ലിസിന്റെ പല സിദ്ധാന്തങ്ങളും യൂക്ലിഡിന്റെ ക്ഷേത്രഗണിതത്തിൽ ഉൾപ്പെടുത്തിയി ട്ടുണ്ട്. ഇന്ന് ക്ഷേത്രഗണിതത്തിന്റെ പ്രഥമ പാഠങ്ങളിലടങ്ങിയിരിക്കുന്ന പല വസ്തുതകളും പൈതഗോറസ് എന്ന ഗണിതശാസ്ത്രജ്ഞൻ കണ്ടുപിടിച്ച താണ്. അദ്ദേഹം സംഖ്യകളെ തന്റെ

തെയ്ൽസ്

തത്ത്വശാസ്ത്രചിന്തകൾക്കായി ഉപയോഗിക്കുകയും സംഖ്യകളുടെ പ്രായോഗിക ഉപയോഗം വിശദമാക്കുകയും ചെയ്തു. ഗണിതശാസ്ത്ര വിദ്യ ഉപയോഗിച്ച് ഭൂമി ഉരുണ്ടതാണെന്ന് അദ്ദേഹം തെളിയിച്ചു. ഏറ്റവും ശ്രദ്ധേയനായ ഒരു ക്ഷേത്രഗണിതശാസ്ത്രജ്ഞനായിരുന്നു ബി സി 5-ാം നൂറ്റാണ്ടിൽ ജീവിച്ചിരുന്ന അനക്സഗോറസ് (Anaxagoras). കാലാ വസ്ഥാനിരീക്ഷണശാസ്ത്രത്തിന്റെ ജനയിതാവും അദ്ദേഹമാണ്. ഗ്രഹ ങ്ങളെപ്പറ്റിയും ഇദ്ദേഹം പഠനം നടത്തിയിരുന്നു. ഏകദേശം ബി സി 300-ൽ ജീവിച്ചിരുന്ന യൂക്ലിഡ് (Euclid) ഒരു ക്ഷേത്രഗണിത ഗ്രന്ഥം രചിച്ചു. ക്ഷേത്രഗണിതത്തിലെ ഒരു ആധികാരിക ഗ്രന്ഥമായി ഇന്നും അത് അംഗീകരിക്കപ്പെട്ടു പോരുന്നു. ഗ്രീക്കു ശാസ്ത്രജ്ഞരിൽ ആദ്യ മായി ജീവശാസ്ത്രത്തിൽ പഠനം നടത്തിയത് അനക്സിമാൻഡർ (Anaximandar) എന്ന തത്ത്വചിന്തകനാണ്. അദ്ദേഹം ഒരു പരിണാമവാ ദിയായിരുന്നു. ആദ്യകാല ജീവികൾ വെള്ളത്തിലാണ് ജീവിച്ചിരുന്നതെന്നും പിന്നീട് കരയിലേക്ക് കടന്നതാണെന്നും അദ്ദേഹം വിശ്വസിച്ചിരുന്നു. അരി സ്റ്റോട്ടിലായിരുന്നു ജീവശാസ്ത്രത്തിന്റെ യഥാർത്ഥ സൃഷ്ടികർത്താവ്. ജന്തുക്കളുടെ അവയവഘടന, വളർച്ച, സ്വഭാവങ്ങൾ എന്നിവയെപ്പറ്റി അദ്ദേഹം പഠനം നടത്തി.

ഗ്രീക്കുകാരുടെ ഏറ്റവും ശ്രദ്ധേയമായ ശാസ്ത്രസംഭാവനകളിൽ ഒന്ന് വൈദ്യശാസ്ത്രരംഗത്താണ്. യുക്തിപൂർവ്വമായ വൈദ്യശാസ്ത്ര ത്തിന്റെ ആവിർഭാവം പെരിക്ലിയൻ കാലഘട്ടത്തിലാണ്. അന്ധവിശ്വാ സത്തിന്റേയും മതത്തിന്റേയും സ്വാധീനത്തിൽ നിന്നും വൈദ്യശാസ്ത്രം മോചിപ്പിക്കപ്പെട്ടു. ബി സി 400 മുതൽ 377 വരെ ജീവിച്ചിരുന്ന ഹിപ്പോ ക്രാറ്റിസ് (Hippocrates) 'വൈദ്യശാസ്ത്രത്തിന്റെ പിതാവ്' എന്നറിയ പ്പെടുന്നു. ദുർദേവതകളുടെ കോപംകൊണ്ടല്ല രോഗം വരുന്നതെന്ന് അദ്ദേഹം പ്രഖ്യാപിച്ചു. എല്ലാ രോഗങ്ങളും പ്രകൃതിജന്യമായ കാരണ ങ്ങളാലാണ് ഉണ്ടാകുന്നതെന്നാണ് അദ്ദേഹത്തിന്റെ സിദ്ധാന്തം. അദ്ദേഹം വൈദ്യശാസ്ത്രത്തിൽ കൂടുതൽ പഠനങ്ങൾക്കുള്ള മാർഗ്ഗം തുറന്നുകൊ ടുത്തു. എംപിഡോക്ലിസ് (Empedocles), ആൽക്മിയോൺ (Alkmeon) എന്നീ വൈദ്യശാസ്ത്രജ്ഞരും വൈദ്യശാസ്ത്രത്തിന്റെ വികാസത്തിൽ നിർണ്ണായക പങ്ക് വഹിച്ചിരുന്നു. യൂറോപ്യൻ വൈദ്യശാസ്ത്ര സമ്പ്രദാ യത്തിന്റെ അടിസ്ഥാനം ഗ്രീക്കു വൈദ്യശാസ്ത്രമായിരുന്നു.

തത്ത്വചിന്ത

ലോകചിന്താഗതിയെ അപ്പാടെ മാറ്റിമറിക്കാൻ കഴിവുള്ളതായിരുന്നു ഗ്രീക്കു തത്ത്വചിന്ത. ബി സി ആറാം നൂറ്റാണ്ടുമുതലാണ് ഗ്രീസിൽ തത്ത്വ ചിന്തയ്ക്ക് സ്ഥാനം ലഭിച്ചത്. ഗ്രീസിലെ ആദ്യത്തെ തത്ത്വചിന്തകർ മൈലീഷ്യൻ പ്രസ്ഥാനക്കാർ (Milisian School) എന്നാണറിയപ്പെട്ടിരുന്നത്. ഏഷ്യാമൈനറിന്റെ തീരത്തുള്ള മൈലിറ്റസ് എന്ന നഗരത്തിൽ നിന്നു വന്നവരാണ് മൈലീഷ്യർ. തെയിൽസ് എന്ന തത്ത്വചിന്തകനാണ് മൈലീ

ഷ്യൻ പ്രസ്ഥാനത്തിന് അടിത്തറയിട്ടത്. ഭൗതികവാദികളായിരുന്നു ഇവർ. പ്രപഞ്ചത്തിന്റെ ഉൽപ്പത്തിയെക്കുറിച്ചുള്ള കെട്ടുകഥകൾ നിരസിക്കുകയും യുക്തിപൂർവ്വകമായ വിശദീകരണം നൽകാൻ ശ്രമിക്കുകയും ചെയ്തു.

ഇക്കാലത്ത് ഗ്രീസിൽ ഉയർന്നുവന്ന മറ്റൊരു തത്ത്വചിന്താ സ്കൂൾ ആയിരുന്നു പൈതഗോറസ് പ്രസ്ഥാനം. പൈതഗോറസ് എന്ന തത്ത്വ ചിന്തകനാണ് ഇതിന്റെ സ്ഥാപകൻ. പൈതഗോറസ് ഒരു ഗണിതശാസ്ത്ര ജ്ഞൻ കൂടിയായിരുന്നു. പ്രപഞ്ചത്തിന്റെ മൂലഘടകം പദാർത്ഥമല്ല സംഖ്യ യാണ് എന്ന് അദ്ദേഹം വാദിച്ചു. ലോകപ്രശ്നങ്ങളിൽ ശ്രദ്ധ കേന്ദ്രീകരി ക്കുന്നതിൽ ഇവർക്കു താൽപ്പര്യമില്ലായിരുന്നു. പൈതഗോറിയൻമാർക്കു പുറമേ ഇക്കാലത്ത് പാർമെനീഡ്സ്, ഹെറാക്ലിറ്റസ് എന്നിവരെപ്പോലുള്ള അനേകം ചിന്തകരും ഗ്രീസിലുണ്ടായിരുന്നു. പ്രപഞ്ചവസ്തുക്കൾക്ക് മാറ്റ മുള്ളതായി തോന്നുന്നത് വെറും തോന്നൽ മാത്രമാണെന്ന് പാർമെനീസും പ്രപഞ്ചത്തിലുള്ള സകലതും അസ്ഥിരമാണെന്ന് ഹെറാക്ലിറ്റസും അഭിപ്രായ പ്പെട്ടു. മറ്റൊരു ഗ്രീക്ക് ചിന്തകനായ ഡെമോക്രാറ്റസ് പ്രപഞ്ചത്തിലെ സർവ്വ ചരാചരങ്ങളും പരമാണുക്കളാൽ സംയോജിപ്പിച്ചിരിക്കുന്നു എന്ന് വാദിച്ചു.

ഗ്രീസിലെ പ്രധാനപ്പെട്ട തത്ത്വചിന്താപ്രസ്ഥാനമായിരുന്നു സോഫിസ്റ്റു പ്രസ്ഥാനം. ഭൗതിക പ്രപഞ്ചത്തെക്കുറിച്ച് പഠിക്കുന്നതിനേ ക്കാൾ കൂടുതലായി മനുഷ്യനെപ്പറ്റി അറിയാൻ അവർ ശ്രമിച്ചു. സോഫിയ എന്ന വാക്കിന് 'വിവേകജ്ഞാനം' എന്നാണർത്ഥം. പ്രൊട്ടഗോറസ് എന്ന തത്ത്വചിന്തകനാണ് ഇവരിൽ പ്രധാനി. യൂറോപ്പിന് തർക്കവും വ്യാകര ണവും സംഭാവന ചെയ്തത് സോഫിസ്റ്റുകളാണ്. സോഫിസ്റ്റുകൾക്ക് പിൽക്കാലത്തു സംഭവിച്ച ധാർമ്മികമായ അധഃപതനം സോഫിസത്തോ ടുള്ള പ്രതിഷേധം ഉടലെടുക്കാൻ കാരണമായി. ഗ്രീസിൽ സോഫിസ ത്തോടുള്ള പ്രതിഷേധമെന്ന നിലയ്ക്ക് പുതിയൊരു തത്ത്വചിന്താവിപ്ലവം ഉണ്ടായി. സോക്രട്ടീസ്, പ്ലേറ്റോ, അരിസ്റ്റോട്ടിൽ എന്നീ ചിന്തകന്മാരായി രുന്നു പുതിയ ചിന്താവിപ്ലവത്തിന്റെ ഉപജ്ഞാതാക്കൾ. ബി സി 469 മുതൽ 399 വരെയാണ് സോക്രട്ടീസിന്റെ ജീവിതകാലം. കാഴ്ചയിൽ വിരൂപനാ യിരുന്ന സോക്രട്ടീസ് ലളിതജീവിതം നയിക്കാനിഷ്ടപ്പെട്ടു. സന്മാർഗ്ഗ ത്തിന്റെ ആചാര്യനായിരുന്ന അദ്ദേഹം സോഫിസ്റ്റുകളെ നിർദ്ദയം വിമർ ശിച്ചു. പ്രശ്നങ്ങൾ എങ്ങനെയുണ്ടായി എന്നു മാത്രമല്ല, എന്തുകൊണ്ടു ണ്ടായി എന്നറിയാനും അദ്ദേഹം താൽപ്പര്യം പ്രദർശിപ്പിച്ചിരുന്നു. അറിവ് ഏറ്റവും വലിയ നന്മയായിക്കണ്ട സോക്രട്ടീസ്, അജ്ഞത ഏറ്റവും വലിയ തിന്മയായി കരുതി. യുക്തിസഹമല്ലാത്ത എല്ലാറ്റിനേയും അദ്ദേഹം എതിർത്തു. പാരമ്പര്യത്തെ തീർത്തും തള്ളിക്കളഞ്ഞ സോക്രട്ടീസിനെ യാഥാസ്ഥിതികർ സോഫിസ്റ്റ് എന്ന് മുദ്ര കുത്തി. സദാചാരം ആത്മബോ ധത്തിൽ അധിഷ്ഠിതമായിരിക്കണമെന്ന് അദ്ദേഹം വാദിച്ചു. യാഥാസ്ഥി തികലോകം അദ്ദേഹത്തെ മതവിദ്വേഷിയായി ചിത്രീകരിച്ചു. യുവാക്ക ളുടെ മനസ്സ് ദുഷിപ്പിക്കുന്നു എന്ന കുറ്റമാരോപിച്ച് യാഥാസ്ഥിതികർ സോക്രട്ടീസിന് വധശിക്ഷ വിധിച്ചു. പിൻതലമുറക്കാരായ ഗ്രീക്കുചിന്ത

കന്മാരെ സോക്രട്ടീസിന്റെ ദർശനങ്ങൾ വളരെയേറെ സ്വാധീനിച്ചിട്ടുണ്ട്. സോക്രട്ടീസിന്റെ പ്രധാനശിഷ്യനായിരുന്നു പ്ലേറ്റോ. ബി സി 427 മുതൽ 347 വരെയാണ് പ്ലേറ്റോ യുടെ ജീവിതകാലം. ഏഥൻസിലെ ഒരു കുലീനകുടുംബത്തിൽ പിറന്ന പ്ലേറ്റോയുടെ ശരിയായ പേര് അരി സ്റ്റോക്ലിസ് എന്നായിരുന്നു. സോക്ര ട്ടീസിന്റെ മരണത്തിനുശേഷം പ്ലേറ്റോ ഗ്രീസ് വിട്ട് ദേശസഞ്ചാര ത്തിലേർപ്പെട്ടു. പല നാടുകൾ സന്ദർശിച്ച് വീണ്ടും ഏഥൻസിൽ തിരിച്ചെത്തി വിദ്യാഭ്യാസപ്രവർത്ത നങ്ങളിൽ മുഴുകി. ഏഥൻസിൽ 'അക്കാദമി' എന്ന പേരിൽ ഒരു വിദ്യാഭ്യാസസ്ഥാപനം തുടങ്ങി. പ്ലേറ്റോയുടെ പ്രധാനപ്പെട്ട കൃതി യായി പരിഗണിക്കുന്നത് ഡയ ലോഗ്സ് ആണ്. ഇത് വിശ്വസാഹി

പ്ലേറ്റോ

ത്യത്തിൽ ചിരപ്രതിഷ്ഠം നേടിയിരിക്കുന്നു. സോക്രട്ടീസും സ്നേഹിതരും തമ്മിലുള്ള സംഭാഷണരൂപത്തിലാണ് ഈ കൃതിയുടെ രചന. ഡയലോ ഗിന്റെ ഒരു ഭാഗമാണ് *റിപ്പബ്ലിക്ക്. റിപ്പബ്ലിക്കി*ലാണ് പ്ലേറ്റോയുടെ ആശ യങ്ങളെക്കുറിച്ച് വിവരിച്ചിരിക്കുന്നത്. ആശയങ്ങളാണ് യഥാർത്ഥത്തിലു ള്ളതെന്നും, ആശയത്തിൽനിന്നും ഉടലെടുക്കുന്ന വസ്തു അയഥാർത്ഥ മാണെന്നും പ്ലേറ്റോ കരുതുന്നു. പ്ലേറ്റോ വിഭാവനം ചെയ്ത ആദർശലോ കത്തിന്റെ ചിത്രീകരണം *റിപ്പബ്ലിക്കി*ൽ കണ്ടെത്താം. പ്ലേറ്റോയുടെ ആദർശലോകത്തിൽ അഴിമതിയോ ദാരിദ്ര്യമോ മർദ്ദനമോ യുദ്ധമോ ഇല്ല. ആദർശലോകത്തെ ഭരണാധികാരികൾ ദാർശനികരായ രാജാക്കന്മാരോ അല്ലെങ്കിൽ, രാജാക്കന്മാരായ ദാർശനികരോ ആയിരിക്കണമെന്ന് പ്ലേറ്റോ കരുതുന്നു. അങ്ങനെയല്ലെങ്കിൽ മനുഷ്യവർഗ്ഗത്തിന്റെ പ്രശ്നങ്ങൾ ഒരു കാലത്തും പരിഹരിക്കപ്പെടുകയില്ല. പാശ്ചാത്യസാഹിത്യ ചിന്തയുടെ അടിസ്ഥാനങ്ങളിലൊന്നായ അനുകരണവാദത്തിന് (Mimesis) അടിത്ത റയിട്ടതും പ്ലേറ്റോയാണ്.

പ്ലേറ്റോയുടെ ശിഷ്യരിൽ പ്രമുഖനായിരുന്നു അരിസ്റ്റോട്ടിൽ. മാസി ഡോണിയയിലെ ഒരു ഭിഷഗ്വരന്റെ പുത്രനായിരുന്ന അദ്ദേഹം പ്ലേറ്റോ യുടെ അക്കാദമിയിൽ പഠിക്കാനായിട്ടാണ് ഏഥൻസിലെത്തിയത്. പ്ലേറ്റോ യുടെ ശിഷ്യനായും അക്കാദമിയിലെ അദ്ധ്യാപകനായും ഏതാണ്ട് ഇരു പതുവർഷം അരിസ്റ്റോട്ടിൽ അവിടെ കഴിഞ്ഞു. പിന്നീട് ലൈസിയം (Ly- ceum) എന്നപേരിൽ സ്വന്തമായൊരു സ്കൂൾ സ്ഥാപിച്ചു. അലക്സാ ണ്ടറുടെ ഗുരുനാഥൻ എന്ന പേരിലും അരിസ്റ്റോട്ടിൽ പ്രശസ്തനായിരു

ന്നു. ഗുരുവായ പ്ലേറ്റോയുടെ ചിന്താപരിധിക്കു വെളിയിൽ കടന്നു ചിന്തി ക്കാൻ അദ്ദേഹം തയ്യാറായി. പ്ലേറ്റോ ഒരു ആദർശവാദിയും അപ്രായോ ഗിക ചിന്താഗതിക്കാരനുമായിരുന്നു. തന്റെ ഗുരുവിന്റേതിൽനിന്നും വ്യത്യ സ്തമായൊരു ചിന്താഗതിയാണ് അരിസ്റ്റോട്ടിലിനെ നയിച്ചത്. പ്രകൃതി, മനുഷ്യൻ, ആത്മാവ് തുടങ്ങിയ നാനാതരം വിഷയങ്ങളെപ്പറ്റിയുള്ള പഠ നങ്ങളിൽ അദ്ദേഹം ഏർപ്പെട്ടു. ഓരോ വസ്തുവും എന്തുകൊണ്ട് അങ്ങനെയായിത്തീരുന്നുവെന്നും അവയോരോന്നിന്റേയും ധർമ്മം എന്തെന്നും അപഗ്രഥിച്ചറിയാനാണ് അദ്ദേഹം ശ്രമിച്ചത്. ഗ്രീക്ക് നാടക രൂപമായ ട്രാജഡിയുടെ സ്വഭാവം വിവ രിച്ചുകൊണ്ട് അരിസ്റ്റോട്ടിൽ എഴുതി യിട്ടുള്ള *പൊയറ്റിക്സ്* പാശ്ചാത്യനാ ടകചിന്തയുടേയും സാഹിത്യദർശന ത്തിന്റേയും അടിസ്ഥാനമായി വർത്തി ക്കുന്നു. പ്രകൃതിശാസ്ത്രം, തർക്കശാ സ്ത്രം, വാനശാസ്ത്രം, സാഹിത്യശാ സ്ത്രം, കാവ്യശാസ്ത്രം, ധനശാ സ്ത്രം തുടങ്ങിയ മേഖലകളിലെല്ലാം അദ്ദേഹം വിലപ്പെട്ട സംഭാവനകൾ നൽകി. 'തർക്കശാസ്ത്രത്തിന്റെ പിതാവ്' എന്നും അരിസ്റ്റോട്ടിൽ അറി യപ്പെടുന്നു. പ്ലേറ്റോയുടെ അനുകരണ സിദ്ധാന്തത്തെ ഖണ്ഡിച്ച അരിസ്റ്റോ ട്ടിൽ, ഗ്രീക്കുനാടകരൂപമായ ട്രാജഡി യുടെ സ്വഭാവം വിശദീകരിച്ചുകൊണ്ട്,

അരിസ്റ്റോട്ടിൽ

കവിത വികാരവിമലീകരണം നടത്തുന്നുണ്ടെന്നും സാഹിത്യംകൊണ്ട് ലോകത്തിന് പ്രയോജനമുണ്ട് എന്നും സ്ഥാപിച്ചു. അരിസ്റ്റോട്ടിലിന്റെ ചിന്തകൾക്ക് പിൽക്കാലചിന്തകരിൽ സ്വാധീനം ചെലുത്താൻ കഴി ഞ്ഞിട്ടുണ്ട്. ഗ്രീക്ക് ദാർശനികത്രയത്തിന്റെ ചിന്തകൾ ആധുനിക ചിന്ത കരുടെ ചിന്താമണ്ഡലത്തെ സ്വാധീനിച്ചുകൊണ്ട് ഇന്നും സജീവമായി നിലകൊള്ളുന്നു.

6

അമേരിക്കൻ സംസ്കാരങ്ങൾ

മറ്റ് ലോകസംസ്കാരങ്ങൾക്കുശേഷമാണ് അമേരിക്കൻ സംസ്കാരം ജനിക്കുന്നത്. എങ്കിലും ആ സംസ്കാരങ്ങളോട് കിടപിടി ക്കുന്ന സാംസ്കാരികാഭിവൃദ്ധി അമേരിക്കയിലെ പ്രാചീനസംസ്കാരങ്ങ ളിലും ദൃശ്യമാണ്. രാഷ്ട്രീയ സംവിധാനം, സാമൂഹ്യക്രമം, കൃഷി, കര കൗശലം, കല, വാസ്തുവിദ്യ, ശാസ്ത്രം, എഴുത്തുവിദ്യ തുടങ്ങിയ മേഖ ലകളിൽ തനതായ സംഭാവനകൾ നൽകാൻ അമേരിക്കൻ നാഗരികത കൾക്ക് സാധിച്ചിട്ടുണ്ട്. ഇവയിൽ ഏറ്റവും ശ്രദ്ധേയമായത് മദ്ധ്യഅമേരി ക്കയിൽ ആവിർഭവിച്ച മായൻ (Maya) സംസ്കാരവും ആസ്റ്റെക് (Aztec) സംസ്കാരവും തെക്കേ അമേരിക്കയിലെ ഇൻക (Inca) സംസ്കാരവു മാണ്. ഇവ കൂടാതെ ഒട്ടനവധി സംസ്കാരങ്ങൾ മെക്സിക്കോ കേന്ദ്ര മായി ആവിർഭവിക്കുകയും അവ പിൽക്കാല സംസ്കാരങ്ങളിൽ ശക്ത മായ സ്വാധീനം ചെലുത്തുകയും ചെയ്തു.

മായൻസംസ്കാരം

വളരെയേറെ വികാസം പ്രാപിച്ചിരുന്ന ഒരു പ്രാചീന അമേരി ക്കൻസംസ്കാരമാണ് മായൻ സംസ്കാരം. എഴുത്തുവിദ്യ, കല, വാസ്തു വിദ്യ, ഗണിതം, ജ്യോതിശാസ്ത്രം തുടങ്ങിയ മേഖലകളിൽ ഗണ്യമായ സംഭാവനകൾ നൽകാൻ മായൻ സംസ്കാരത്തിനു കഴിഞ്ഞു. വർദ്ധിച്ച തോതിലുള്ള സാംസ്കാരികവ്യാപനവും പ്രതിപ്രവർത്തനവുംകൊണ്ട് മായൻ സംസ്കാരം മറ്റ് പ്രാചീന അമേരിക്കൻ സംസ്കാരങ്ങളുടെ പല ഘടകങ്ങളും ഉൾക്കൊണ്ടിരുന്നു. കൂടാതെ പുറംലോകത്തു നിന്നുള്ള സ്വാധീനവും മായൻകലയിലും വാസ്തുവിദ്യയിലും പ്രകടമായിരുന്നു. പിൽക്കാല അമേരിക്കൻ സംസ്കാരങ്ങളിൽ മായൻ സംസ്കാരത്തിന്റെ

സ്വാധീനം പ്രകടമാണ്. ഇന്നും മായൻ ആചാരാനുഷ്ഠാനങ്ങളും ഭാഷ യും അനുവർത്തിച്ചുപോരുന്ന വലിയൊരു വിഭാഗം ജനത പഴയ മായൻ സാംസ്കാരിക മേഖലയിൽ അധിവസിക്കുന്നുണ്ട്.

ഭൂപ്രദേശം

മദ്ധ്യഅമേരിക്കയിലാണ് മായൻ സംസ്കാരം ആവിർഭവിച്ചത്. മെക്സിക്കോ(Mexico), ഗ്വാട്ടിമാല(Guatemala), സാൽവദോർ(Salvador), ഹോൺഡുറാസ്(Honduras), ക്യാപ്പാസ്(Chiapas), തബാസ്കോ (Tabasco), ക്യാംപേക്(Campeche), യൂകാറ്റൻ(Yucatan) എന്നീ പ്രദേ ശങ്ങളിൽ ഈ സംസ്കാരം വ്യാപിച്ചിരുന്നു. ഉൽഖനനത്തിന്റെ ഫലമായി ഈ പ്രദേശങ്ങളിൽ നിലനിന്നിരുന്ന നൂറുകണക്കിന് സംസ്കാരകേന്ദ്ര ങ്ങളുടെ അവശിഷ്ടങ്ങൾ ഗവേഷകർ കണ്ടെടുത്തിട്ടുണ്ട്. തിക്കാൾ(Tikal), പാലങ്ക്(Palenque), കോപ്പൻ(Copen), കോബാ(Coba), പുസിലാ (Pussilla), ചിച്ചൻ ഇറ്റ്സാ(Chichen Itza) തുടങ്ങിയ നഗരങ്ങൾ മായൻ സംസ്കാരകേന്ദ്രങ്ങളായിരുന്നു.

ജനത

പ്രാചീനശിലായുഗത്തിൽ അമേരിക്കയിൽ മനുഷ്യവാസം ഉണ്ടാ യിരുന്നതിന് തെളിവുകൾ ഒന്നുമില്ല. എന്നാൽ, നവീനശിലായുഗാരംഭ ത്തിൽ അമേരിക്കയിൽ ജനവാസം ആരംഭിച്ചിരുന്നതായി ചരിത്രഗവേഷ കൻമാർ അഭിപ്രായപ്പെടുന്നു. അവർ, വടക്കുകിഴക്കേ ഏഷ്യയിൽനിന്നും ബറിംഗ് കടലിടുക്കു കടന്നുവന്ന ആദിമമനുഷ്യരായിരിക്കാമെന്ന് തോമസ് ഗാൻ(Thomas Gann), എറിക് തോംസൺ(Eric Thompson) മുതലായ ഗവേഷകർ അനുമാനിക്കുന്നു. ശാന്തസമുദ്രത്തിലെ അനേകം ദ്വീപസ മൂഹങ്ങൾ കടന്ന് ഏഷ്യൻജനത അമേരിക്കയിലെത്തി എന്നാണ് വില്യം പ്രിസ്കോട്(William H Prescott) എന്ന ഗവേഷകന്റെ അഭിപ്രായം. മായൻമാരും ഇൻകകളും ഇന്ത്യയിൽനിന്നും കുടിയേറിയവരാണെന്ന് ഇന്ത്യാക്കാരനായ ചമൻലാൽ വാദിക്കുന്നു. അമേരിക്കൻ ആദിമജനത യൂറോപ്പിൽനിന്നോ ആഫ്രിക്കയിൽനിന്നോ വന്നവരാണെന്ന് വാദിക്കുന്ന വരുമുണ്ട്. അമേരിക്കൻ ജനതയ്ക്ക് ഏഷ്യയുമായും യൂറോപ്പുമായും യാതൊരു ബന്ധവും ഉണ്ടായിരുന്നില്ലെന്ന് അഭിപ്രായപ്പെടുന്നവരുമുണ്ട്. ആദ്യകാലത്ത് അലഞ്ഞുതിരിഞ്ഞുള്ള ജീവിതം നയിച്ചിരുന്ന മായൻമാർ ക്രമേണ കൃഷിചെയ്യുവാൻ തുടങ്ങി. സ്ഥിരമായി ഒരിടത്ത് തങ്ങാനിഷ്ട പ്പെടാതിരുന്ന അവർ, പുതിയപുതിയ കൃഷിസ്ഥലങ്ങൾ തേടി പോകുന്ന വരായിരുന്നു. അതുകൊണ്ടുതന്നെ മദ്ധ്യഅമേരിക്ക മുഴുവനും അവർ മാറി മാറി താമസിക്കുകയും, അവിടെയെല്ലാം നഗരങ്ങൾ നിർമ്മിക്കുകയും ചെയ്തു.

കാലഘട്ടം

ബി സി 10,000ത്തോടുകൂടിത്തന്നെ മെക്സിക്കൻ ഭൂപ്രദേശം ജന

വാസകേന്ദ്രമായി മാറിയിരുന്നു. ബി സി 2000 മുതൽ എ ഡി 300 വരെയുള്ള കാലഘട്ടത്തെ പ്രീക്ലാസിക് (Pre-classic) കാലഘട്ടം എന്നാണ് പുരാവസ്തുശാസ്ത്രജ്ഞന്മാർ വിളിക്കുന്നത്. ബി സി 1800–ാമാണ്ടോടുകൂടി മായൻ ഗ്രാമങ്ങൾ നിലവിൽ വന്നു. ഈ കാലഘട്ട ത്തിൽ എല്ലോ കല്ലോ കൊണ്ടുണ്ടാക്കിയ ഉപകരണങ്ങൾ, ചെറുപാത്ര ങ്ങൾ, കളിമൺപ്രതിമകൾ എന്നിവ അവർ ഉപയോഗിച്ചിരുന്നു. പുരാവ സ്തുഗവേഷകർ നൽകുന്ന തെളിവുകളനുസരിച്ച് ഏകദേശം ബി സി ആയിരത്തോടടുപ്പിച്ച് വാസ്തുവിദ്യ ആരംഭിച്ചു. ഈ കാലഘട്ടത്തിൽ പിര മിഡുകളുടെ ആകൃതിയിൽ ഉള്ള ചെറിയ ക്ഷേത്രങ്ങളാണ് അവർ നിർമി

എൽമിറാഡോർ നഗരാവശിഷ്ടങ്ങൾ

ച്ചിരുന്നത്. ബി സി അഞ്ഞൂറോടുകൂടി നക്കാബെ (Nakbe), എൽമിറാ ഡോർ (El Mirandor) തുടങ്ങിയ പ്രദേശങ്ങൾ മായൻ സംസ്കാരകേന്ദ്ര ങ്ങളായി മാറി. ഏതാണ്ട് എ ഡി 300 മുതൽ 900 വരെയുള്ള കാലഘട്ടം ക്ലാസിക്കുകാലഘട്ടമെന്ന് അറിയപ്പെടുന്നു. വൻതോതിലുള്ള നിർമ്മാണ പ്രവർത്തനം, നഗരവൽക്കരണം, കൃഷിയുടെ വികാസം, ലിഖിതങ്ങൾ, കലയുടെയും കരകൗശലവിദ്യയുടെയും വികാസം എന്നിവ ഈ കാല ഘട്ടത്തിന്റെ പ്രത്യേകതകളായിരുന്നു. വിദേശ വ്യാപാരത്തിനും മറ്റ് പ്രാചീന അമേരിക്കൻ സംസ്കാരങ്ങളുമായുള്ള വിനിമയത്തിനും സാക്ഷ്യം വഹിച്ച ഈ കാലഘട്ടം മായൻ സംസ്കാരത്തിന്റെ സുവർണ്ണ കാലമായിരുന്നു. എ ഡി തൊള്ളായിരത്തിനുശേഷമുള്ള പോസ്റ്റ് ക്ലാസ്സി ക് (Post-Classic) കാലഘട്ടത്തിൽ യൂകാറ്റൻ മേഖലയിലുള്ള ചിച്ചൻ ഇറ്റ്സാ, കൊബാ തുടങ്ങിയ കേന്ദ്രങ്ങൾ തകർച്ച കൂടാതെ നിലനിന്നെ ങ്കിലും മറ്റ് മേഖലകളിൽ മായൻ സംസ്കാരത്തിന് തകർച്ചയുടെ കാല ഘട്ടമായിരുന്നു ഇത്. 1492–ൽ കൊളംബസ് അമേരിക്കയിലെത്തിയതിനു ശേഷം ഉണ്ടായ സ്പാനിഷ് ആക്രമണവും തുടർന്നുവന്ന കൊളോണിയൽ കാലഘട്ടവും മായൻ സംസ്കാരത്തിന്റെ അന്ത്യം കുറിച്ചു.

ഭരണകൂടം

മായൻഭരണം ഒരൊറ്റ രാഷ്ട്രീയ ഭരണസംവിധാനത്തിൻ കീഴിലാ യിരുന്നില്ല. നിരവധി ചെറിയ നഗരങ്ങൾ അന്നുണ്ടായിരുന്നു. ഒരു നഗ രവും ചുറ്റുമുള്ള ചെറിയ പട്ടണങ്ങളും കൂടിച്ചേർന്നതായിരുന്നു ചെറി യൊരു ഭരണപ്രദേശം. ഓരോ നഗരവും അറിയപ്പെട്ടിരുന്നത് അവിടത്തെ ഭൂപ്രദേശത്തിന്റെ പേരിൽ ആയിരുന്നില്ല. മറിച്ച് ഭരണം നടത്തിയിരുന്ന വംശത്തിന്റെ പേരിലായിരുന്നു. ക്രിസ്തുവർഷാരംഭത്തോടെ ഗ്വാട്ടിമാല യിൽ ആദ്യത്തെ മായൻ സാമ്രാജ്യം നിലവിൽ വന്നു. ഏഴാം നൂറ്റാണ്ടോ ടുകൂടി യൂക്കാറ്റൻ പ്രദേശത്തേക്കും ഭരണം വ്യാപിച്ചു. ചിച്ചൻ ഇറ്റ്സ യും ഉറ്റ്സ്മാളും അവരുടെ പ്രധാന നഗരങ്ങൾ ആയിരുന്നു. രാജാ ക്കൻമാരും പുരോഹിതന്മാരും ക്ഷേത്രത്തിനോട് ചേർന്ന രഹസ്യസങ്കേ തങ്ങളിലാണ് പാർത്തിരുന്നത്.

സാമൂഹ്യഘടന

പുരോഹിതവർഗ്ഗത്തിന് പ്രാധാന്യമുള്ള ഒരു സാമൂഹ്യഘടന യായിരുന്നു മായൻമാരുടേത്. സാമൂഹ്യശ്രേണിയിൽ ഏറ്റവും ഉയർന്ന സ്ഥാനം പുരോഹിതവർഗ്ഗത്തിനായിരുന്നു. പൂജാദികർമ്മങ്ങളുടെ കുത്ത കയും എഴുത്തിന്റേയും വായനയുടേയും നിയന്ത്രണവും പുരോഹിതർക്കാ യിരുന്നു. ജ്യോതിശ്ശാസ്ത്രത്തിലുള്ള അറിവ് മറ്റ് ജനവിഭാഗങ്ങളുടെ മേൽ ആധിപത്യം പുലർത്തുന്നതിന് അവരെ സഹായിച്ചു. വിവിധ തൊഴിലു കളിലും മംഗളകർമ്മങ്ങളിലും ഏർപ്പെടുന്നതിനുള്ള നല്ല ദിവസവും സമ യവും നിശ്ചയിച്ചിരുന്നത് പുരോഹിതരായിരുന്നു. പ്രവചനം നടത്തുക, ഉത്സവങ്ങൾ നിശ്ചയിക്കുക, മന്ത്രവും ഔഷധവുംകൊണ്ട് രോഗങ്ങൾ ഭേദമാക്കുക എന്നിവയും പുരോഹിതവർഗ്ഗത്തിന്റെ ജോലിയായിരുന്നു. കൃഷിയിലും മറ്റ് കരകൗശലതൊഴിലുകളിലും ഏർപ്പെട്ടിരുന്ന അദ്ധ്വാനി ക്കുന്നവർഗ്ഗം സാമൂഹ്യഘടനയിൽ താഴെത്തട്ടിൽപ്പെട്ടവരായിരുന്നു. ഓരോ ജാതിക്കാരനും പ്രത്യേകം പ്രത്യേകം ദൈവവും ക്ഷേത്രവും ഉണ്ടായിരുന്നു.

തൊഴിൽ

മെക്സിക്കോയിലെ യൂക്കാറ്റൻ പ്രദേശത്തു ജീവിച്ചിരുന്ന മായൻമാർ നല്ല കർഷകരായിരുന്നു. ചോളമായിരുന്നു പ്രധാനമായും അവർ കൃഷി ചെയ്തിരുന്നത്. പയറിനങ്ങൾ, അവൊക്കാഡൊ (Avocado), തക്കാളി, കപ്പൽമുളക് (Chilli) മധുരക്കിഴങ്ങ്, ഉരുളക്കിഴങ്ങ് തുടങ്ങിയവയും അവർ കൃഷി ചെയ്തിരുന്നു. മീൻപിടുത്തം, വേട്ടയാടൽ, തേനീച്ചവളർത്തൽ, വനവിഭവങ്ങൾ ശേഖരിക്കൽ, വസ്ത്രനിർമ്മാണം എന്നിവയും അവരുടെ പ്രധാനതൊഴിലുകൾ ആയിരുന്നു. പഞ്ഞികൊണ്ടും നാരുകൊണ്ടും മായൻമാർ വസ്ത്രം നിർമ്മിച്ചിരുന്നു. നൂൽനൂൽപ്പും തുണികളിൽ ചായം പിടിപ്പിക്കലും പ്രധാനമായും സ്ത്രീകളുടെ തൊഴിലായിരുന്നു. പ്രതിമാ നിർമാണം, ലോഹപ്പണി, പാത്രനിർമ്മാണം തുടങ്ങിയ കരകൗശലത്തൊ ഴിലുകളിലും മായന്മാർ ഏർപ്പെട്ടിരുന്നു.

ജീവിതരീതി

മായൻമാരുടെ നഗരങ്ങൾ സാധാരണ നഗരങ്ങൾ മാത്രമായിരുന്നില്ല. ക്ഷേത്രങ്ങളായിരുന്നു അവയുടെ കേന്ദ്രബിന്ദു. രാജാക്കൻമാരുടെയും പുരോഹിതൻമാരുടെയും ഭവനങ്ങൾ ശിലകൾകൊണ്ടാണ് നിർമ്മിച്ചിരു ന്നത്. എന്നാൽ സാധാരണക്കാർ ധാന്യപ്പാടങ്ങൾക്കു സമീപമുള്ള വാസ സ്ഥലങ്ങളിൽ താമസിച്ചിരുന്നു. വീടുകളുടെ നിർമ്മാണത്തിന് മുള, പന യോല തുടങ്ങി വിവിധതരം വസ്തുക്കൾ ഉപയോഗിച്ചിരുന്നു. പനയോ ലകൊണ്ടാണ് പുരമേഞ്ഞിരുന്നത്. വള്ളികൾ ഉപയോഗിച്ച് മേൽക്കൂര യിലെ ഓല കെട്ടിനിർത്തിയിരുന്നു. ഇലകൊണ്ടും പുല്ലുകൊണ്ടും മേഞ്ഞ ചെറുകുടിലുകൾ ധാരാളം ഉണ്ടായിരുന്നു. തുകൽകൊണ്ടുള്ള കൂടാരങ്ങ ളിലും അവർ പാർത്തിരുന്നു. ചോളം, വിവിധതരം പയറുകൾ, ബീൻസ്, മധുരക്കിഴങ്ങ്, ഉരുളക്കിഴങ്ങ്, പപ്പായ തുടങ്ങിയവയായിരുന്നു പ്രധാന ആഹാരം. മത്സ്യവും മാംസവും അവരുപയോഗിച്ചിരുന്നു. 'പോസോൾ' മായൻമാരുടെ പ്രിയപ്പെട്ട പാനീയമായിരുന്നു. ചോളപ്പൊടി തിളപ്പിച്ച വെള്ളത്തിൽ തേൻ ചേർത്താണ് 'പോസോൾ' ഉണ്ടാക്കിയിരുന്നത്. മായൻമാർ മദ്യവും ഉപയോഗിച്ചിരുന്നു.

പഞ്ഞികൊണ്ടും നാരുകൊണ്ടും ഉണ്ടാക്കിയ വസ്ത്രങ്ങൾ അവ രുപയോഗിച്ചിരുന്നു. പലതരത്തിലുള്ള ചിത്രങ്ങൾ അവയിൽ മുദ്രണം ചെയ്തിരുന്നു. മനോഹരമായ നൂലുകൾ കൊണ്ടുണ്ടാക്കിയ വസ്ത്രങ്ങളും ശിരോലങ്കാരവും അവർക്കുണ്ടായിരുന്നു. വെള്ളി, ചെമ്പ് എന്നീ ലോഹ ങ്ങൾകൊണ്ടുള്ള ആഭരണങ്ങൾ അവരണിഞ്ഞിരുന്നു. അപൂർവ്വമായി സ്വർണ്ണാഭരണങ്ങളും ഉൽഖനനത്തിൽ ലഭിച്ചിട്ടുണ്ട്. അമൂല്യമായ കല്ലു കൾ ഉപയോഗിച്ചുള്ള ആഭരണങ്ങളും അവർ നിർമ്മിച്ചിരുന്നു. പച്ചകുത്തി

കിംകിൽകോ

യും ചായം പൂശിയും മുഖവും ദേഹവും അവർ മോടിപിടിപ്പിച്ചിരുന്നു. കുടുംബസ്വത്തിന് പുത്രന്മാർക്കു മാത്രമേ അവകാശം ഉണ്ടായിരുന്നു ള്ളു. പ്രൊഷ്ടാക്കളെ അടിമകളാക്കുകയും തടവുകാരായി പിടിക്കുന്ന യുവാ ക്കളെ ദേവപ്രീതിക്കായി ബലി നൽകുകയും ചെയ്തിരുന്നു. യുദ്ധത്തിൽ ധർമ്മത്തിനു പ്രാധാന്യം നൽകിയിരുന്നു. മുന്നറിയിപ്പില്ലാതെ മായൻമാർ ഒരിക്കലും യുദ്ധം ചെയ്തിരുന്നില്ല. വിവിധതരം ഉത്സവങ്ങൾ മായൻ ജനത ആഘോഷിച്ചിരുന്നു. സമൂഹത്തിലെ എല്ലാ വിഭാഗം ജനതയ്ക്കും പ്രത്യേകം പ്രത്യേകം ഉത്സവങ്ങളുണ്ടായിരുന്നു. രാജാക്കൻമാരുടെ കിരീ ടധാരണസമയത്തും ക്ഷേത്രങ്ങളുടെ സമർപ്പണസമയത്തും നൃത്തവും സംഗീതവും അനിവാര്യമായിരുന്നു. മൃഗങ്ങളുടെ വേഷം ധരിച്ച് അവ യുടെ ചലനങ്ങളെ അനുകരിച്ചുള്ള നൃത്തവും അവർ ചെയ്തിരുന്നു. ചെണ്ട, മൃദംഗം, ഫ്ളൂട്ട് എന്നീ സംഗീതോപകരണങ്ങളും അവർ ഉപ യോഗിച്ചിരുന്നു. പന്തുകളി പോലുള്ള കായികവിനോദങ്ങളിലും അവർ ഏർപ്പെട്ടിരുന്നു.

കലയും വാസ്തുവിദ്യയും

പ്രാചീന ലോകസംസ്കാരങ്ങളിൽത്തന്നെ ഏറ്റവും മികച്ചതായി രുന്നു മായൻ കലയും വാസ്തുവിദ്യയും. കോപ്പൻ നഗരത്തിന്റെ പരിസ രങ്ങളിൽ നിന്നും ശിൽപ്പികളുടെ ശിലായുധങ്ങൾ ധാരാളം കണ്ടെത്തി യിട്ടുണ്ട്. പ്രതിമാനിർമ്മാണത്തിൽ മായൻശിൽപ്പികൾ അതിപ്രഗത്ഭരാ യിരുന്നു. കല്ലുകൾ വച്ച് യോജിപ്പിക്കുന്ന സ്ഥലത്തു വിടവ് ഒട്ടുംതന്നെ കാണാനാവാത്ത വിധം പ്രതിമകൾ നിർമ്മിക്കാൻ അവർ വിദഗ്ധരായി രുന്നു. ദേവൻമാരുടേയും ഭരണാധികാരികളുടേയും ശിൽപ്പങ്ങളാണ് അവർ ഇപ്രകാരം നിർമ്മിച്ചിരുന്നത്. കൊത്തുപണികൾകൊണ്ട് മിക്ക വയും മോടിപിടിപ്പിച്ചിരുന്നു. അവയുടെ പാർശ്വമുഖചിത്രീകരണങ്ങൾ ഏറ്റവും മികച്ചവയായിരുന്നു. ദാരുശിൽപ്പങ്ങൾ നിർമ്മിക്കുന്നതിനും മായൻജനത സമർത്ഥരായിരുന്നു. ഏറ്റവും പുരാതനമായ ശിൽപ്പാവ ശിഷ്ടം കണ്ടെത്തിയിട്ടുള്ളത് മെക്സിക്കൻ താഴ്വരയിലുള്ള കികിൽകോ (Cuicuilco) എന്ന സ്ഥലത്തുനിന്നുമാണ്. ഇവിടെ മണ്ണു കൊണ്ട് അണ്ഡാകൃതിയിൽ നിർമ്മിച്ച ഒരു വലിയ ക്ഷേത്രത്തിൽനിന്നും ചെറിയ പ്രതിമകൾ കണ്ടെടുത്തിട്ടുണ്ട്. കോപ്പൻ നഗരത്തിന്റെ രണ്ടു കുന്നുകളുടെ മുകളിലായി രണ്ടു വലിയ ശിലാസ്തംഭങ്ങൾ കണ്ടെത്തി യിട്ടുണ്ട്. ഇവിടെ നിന്നും കണ്ടെടുത്ത ഒരു ശിലാസ്തംഭത്തിൽ മായൻമാ രുടെ ചിത്രലിപികൾ കാണാം. പ്രതിമാനിർമ്മാണത്തിൽ സർപ്പരൂപ ങ്ങൾക്കും പ്രാധാന്യം നൽകിയിരുന്നു. പക്ഷികളുടെ ചിറകുകളും പുലി യുടെ തേറ്റയും മനുഷ്യരുടെ ചില ആഭരണങ്ങളും ഈ സർപ്പരൂപങ്ങളി ൽ കാണാം. മായൻ ശിൽപ്പികൾ തങ്ങളുടെ ശിൽപ്പങ്ങളിൽ പേർ കൊത്തിവെച്ചിരുന്നു.

പ്രാചീന ലോകസംസ്കാരങ്ങളിൽ കാണുന്ന വാസ്തുവിദ്യകളിൽ ഏറ്റവും മനോഹരമാണ് മായൻ വാസ്തുവിദ്യ. പ്രാചീന ഗ്രീക്ക് റോമൻ

മായൻക്ഷേത്രം

വാസ്തുവിദ്യപോലെത്തന്നെ അതുല്യവും കമനീയവുമാണ് അത്. സ്വാഭാ
വികരൂപങ്ങളുടെ സംയോജനമാണ് മായൻ വാസ്തുവിദ്യ. മായൻ ജനത
പണിത ക്ഷേത്രങ്ങൾ, കൊട്ടാരങ്ങൾ, പുരോഹിതവിഹാരങ്ങൾ, സ്തംഭ
ഗോപുരങ്ങൾ, വാനനിരീക്ഷണകേന്ദ്രങ്ങൾ, കായികമത്സരവേദികൾ
എന്നിവ അവരുടെ പ്രതാപത്തിന്റേയും മഹിമയേറിയ സംസ്കാര
ത്തിന്റേയും ഉത്തമോദാഹരണങ്ങളാണ്. ഇവയുടെ അവശിഷ്ടങ്ങൾ
മായൻ നഗരങ്ങളിലാകമാനം കാണാൻ കഴിയും. ക്ഷേത്രങ്ങൾ മിക്കവയും
കുന്നിൻപുറങ്ങളിലാണ് പണിതിരുന്നത്. അക്സാത്തുൺ നഗരത്തിൽ
മൂന്ന് വലിയ ക്ഷേത്രങ്ങൾ കാണാം. ഒരു പിരമിഡിന്റെ മുകൾപ്പരപ്പിലാണ്
ഈ ക്ഷേത്രങ്ങൾ മൂന്നും പണിതിരുന്നത്. പിരമിഡിന്റെ മുകൾഭാഗം വിശാ
ലമായ തളങ്ങളായിട്ടാണ് നിർമ്മിച്ചിരുന്നത്. മൂന്നു ക്ഷേത്രങ്ങളിലും വിഗ്ര
ഹവേദിയും അവയ്ക്കു മുന്നിൽ ബലിപീഠങ്ങളുമുണ്ട്. തിക്കാൾ നഗര
ത്തിൽ അഞ്ച് പ്രധാനക്ഷേത്രങ്ങൾ ഉണ്ട്. മിക്കവാറും തൂക്കായി കെട്ടിയ
പിരമിഡുകളുടെ മുകളിലാണ് ക്ഷേത്രങ്ങൾ പണിതിരുന്നത്. ഏറ്റവും
ഉയരംകൂടിയ ക്ഷേത്രത്തിന് നൂറടിവരെ പൊക്കമുണ്ട്. അനേകം പടി
കൾ ചവിട്ടിക്കയറിയിട്ടേ ക്ഷേത്രമുറ്റത്ത് എത്താൻ കഴിയൂ. ചിച്ചൻ ഇറ്റ്സാ,
കോപ്പൻ എന്നീ നഗരങ്ങളിലും ചില പിരമിഡ് ക്ഷേത്രാവശിഷ്ടങ്ങൾ
ലഭ്യമാണ്. അക്സാത്തൂണിൽനിന്നും 200 മൈൽ തെക്കുള്ള കുറിംഗാ
പട്ടണത്തിൽ ആമയുടെ ആകൃതിയുള്ള ഒരു മഹാക്ഷേത്രമുണ്ട്. ചില
സൈനികക്ഷേത്രത്തിന്റെയും ചിറകുള്ള സർപ്പത്തിന്റെ ക്ഷേത്ര
ത്തിന്റെയും (Temple of the Plumed Serpant) പൊരുത്തവും തറയുടെ
ഭംഗിയും അതീവ സുന്ദരമാണ്.

ക്ഷേത്രങ്ങളോട് ചേർന്ന് കൊട്ടാരങ്ങളും വലിയ കെട്ടിടങ്ങളും കാണാം. ഇവ ഭംഗിയും ഉറപ്പും ഉള്ളവയാണ്. കെട്ടിടങ്ങൾ ഭംഗിയേറിയ കൊത്തുപണികൾകൊണ്ട് അലങ്കരിച്ചിരുന്നു. ഇരുപത് മുറികളുള്ള കെട്ടിടങ്ങളും ഇക്കൂട്ടത്തിലുണ്ട്. കെട്ടിടനിർമാണത്തിൽ ശരിയായ ആർച്ചിന്റെ ഉപയോഗം മായൻ ജനതയ്ക്കറിയില്ലായിരുന്നു. വളഞ്ഞ തട്ടുപടികൾ കൊണ്ടോ സ്തംഭാഗ്രപ്രതിഷ്ഠിതങ്ങളായ ഉത്തരങ്ങൾകൊണ്ടോ ആയിരുന്നു അവർ മേൽക്കൂര നിർമ്മിച്ചിരുന്നത്. പാലെൻകെ കൊട്ടാരത്തിൽ അനേകം മുറികളുള്ള ഒരു നാടകശാലയുണ്ട്. ഇവിടെ കാണുന്ന ചതുരാകൃതിയിലുള്ള മൂന്നു നില കെട്ടിടം മായൻമാരുടെ വ്യോമനിരീക്ഷണ ശാല(observatory) ആയിരുന്നു. ചിച്ചൻ ഇറ്റ്സാ നഗരത്തിലും ഇത്തരം വ്യോമനിരീക്ഷണശാല കാണാം.

മെക്സിക്കോയിലെ സൂര്യഗോപുരം

പിരിമിഡുകൾ മായൻ വാസ്തുവിദ്യയുടെ ഒരു സവിശേഷതയാണ്. മെക്സിക്കോയിലുള്ള സൂര്യഗോപുര(Pyramid of the Sun)ത്തിന് 750 ചതുരശ്ര അടി വിസ്തീർണ്ണവും 216 അടി ഉയരവും ഉണ്ട്. ചിച്ചൻ ഇറ്റ്സാ നഗരത്തിൽ സ്ഥിതിചെയ്യുന്ന ഒമ്പത് നിലകളായി പണിതിരിക്കുന്ന പിരമിഡിന്റെ ഏറ്റവും താഴെയായി തറയോട് ചേർന്ന് ഒരു ഭീമൻ സർപ്പരൂപ മുണ്ട്. മായൻ ക്ഷേത്രങ്ങളുടേയും ഗോപുരങ്ങളുടേയും നിർമ്മാണത്തി നാവശ്യമായ കല്ലുകൾ പ്രാദേശിക ക്വാറികളിൽനിന്നും ലഭ്യമാക്കിയിരു ന്നു. പിരമിഡു നിർമ്മാണത്തിനായി ചുണ്ണാമ്പു കല്ലുകളും അവരുപയോ ഗിച്ചിരുന്നു.

ചിത്രകല

മായൻ ചിത്രകലയെക്കുറിച്ച് ചില സൂചനകൾ മാത്രമാണ് നമുക്ക് ലഭ്യമായിട്ടുള്ളത്. മൺപാത്രങ്ങളിലും കെട്ടിടങ്ങളുടെ ഭിത്തിയിലും

കാണുന്ന ചിത്രപ്പണികൾ മായൻമാരുടെ ചിത്രകലാവൈഭവത്തിന്റെ തെളിവുകളാകുന്നു. വികസിതമായൊരു ചിത്രകലാപാരമ്പര്യം മായൻമാർക്കുണ്ടായിരുന്നതായി ഇതിൽ നിന്നും അനുമാനിക്കാം. 'മായൻബ്ലൂ' എന്നറിയപ്പെടുന്ന അതിമനോഹരമായ നീലനിറം കാലപ്പഴക്കത്തെ അതിജീവിച്ച് ഇന്നുമതിന്റെ തനിനിറത്തിൽ അവശേഷിക്കുന്നു ണ്ട്. മതാചാരങ്ങളും നൃത്തരംഗങ്ങളും ദേവീദേവൻമാരുടെ രൂപങ്ങളും ചുമർചിത്രങ്ങളിൽ പ്രത്യക്ഷപ്പെടുന്നു. ഭിത്തികളിലും മൺപാത്രങ്ങളിലും നിറപ്പകിട്ടാർന്ന കൊത്തുപണികൾ ധാരാളം കാണാം. മൺപാത്രങ്ങൾ ലതകളും പൂക്കളും കൊണ്ട് ഭംഗിയായി ചിത്രണം ചെയ്തിരുന്നു. പല തരം തൊഴിലുകളിൽ ഏർപ്പെട്ടിരുന്ന മനുഷ്യരുടെയും പക്ഷികൾ, മൃഗ ങ്ങൾ എന്നിവയുടെയും മനോഹരചിത്രങ്ങൾ മൺപാത്രങ്ങളിൽ കാണാം. അന്ത്യകർമ്മങ്ങൾക്കായി ഉപയോഗിച്ചിരുന്ന മൺപാത്രങ്ങളും ചിത്രപ്പണി കൾചെയ്ത് അലങ്കരിച്ചിരുന്നു. ചിത്രകാരൻമാർ തങ്ങൾ വരച്ച ചിത്രങ്ങ ളുടെ കൂടെ സ്വന്തം പേരും രേഖപ്പെടുത്തിയിരുന്നു.

എഴുത്തുവിദ്യ

മായൻസംസ്കാരം ഒരു സാക്ഷരസംസ്കാരമായിരുന്നു. അവർ സ്വന്തമായൊരു ചിത്രലിപി രൂപപ്പെടുത്തിയിരുന്നു. ഇത് മായൻ ഹൈറോ ഗ്ലിഫിക്സ് (Mayan Hieroglyphics) എന്നാണറിയപ്പെടുന്നത്. പുരാതന ഈജിപ്ഷ്യൻ ലിപിയോട് ഏറ്റവും സാമ്യമുള്ള ഒരുതരം ലിപിയാണിത്. ഉച്ചാരണ അടയാളങ്ങളുടേയും വാക്കിനെ സൂചിപ്പിക്കുന്ന ചിഹ്നങ്ങളു ടേയും സമ്മിശ്രമാണ് മായൻ ലിപി. അക്കങ്ങളെഴുതാനും വളരെ പുരോ ഗമിച്ച ഒരു രീതി മായൻമാർക്കുണ്ടായിരുന്നു. മായൻ ജനതയ്ക്ക് മുമ്പു ണ്ടായിരുന്ന സപോടെസ് (Zapotes), ഓൾമെക്സ് (Olemecs) ജനത യുടെ എഴുത്തുസമ്പ്രദായങ്ങളുടെ തുടർച്ചയായി മായൻ എഴുത്തുവി ദ്യയെ കാണാവുന്നതാണ്. കണ്ടെടുക്കപ്പെട്ടിട്ടുള്ള മായൻ ലിഖിതങ്ങളിൽ ഏറ്റവും പഴയത് എ ഡി 328-ലേതും ഏറ്റവും ഒടുവിലത്തേത് എ ഡി 909-ലേതുമാണെന്ന് കരുതപ്പെടുന്നു. ആദ്യത്തേത് വാഷാക്തൂൻ എന്ന സ്ഥലത്തുനിന്നും രണ്ടാമത്തേത് ക്വിൻതാനാ റൂ (Quintana Roo) എന്ന സ്ഥലത്തുനിന്നുമാണ് കണ്ടെത്തിയത്. നീണ്ട ശിലാഫലകങ്ങളിലാണ് ലിഖിതങ്ങൾ കാണപ്പെട്ടത്. പാലൻകെ എന്ന സ്ഥലത്തുണ്ടായിരുന്ന ലിഖിതങ്ങളുടെ ക്ഷേത്രത്തിന്റെ (Temple of Inscriptions) അവശിഷ്ട ങ്ങളിലും മായൻ ലിഖിതങ്ങൾ കാണാൻ കഴിയും. എഴുതാൻ ശിലകളും പുസ്തകങ്ങളും അവരുപയോഗിച്ചിരുന്നു. വളരെ നീളമുള്ള, ചതച്ചുപര ത്തിയ കടലാസുപോലുള്ള നീണ്ട താളുകൾ മടക്കിയാണ് പുസ്തക ങ്ങൾ രൂപപ്പെടുത്തിയിരുന്നത്. മാൻതോൽ, നാരുകൊണ്ട് നിർമ്മിച്ച കടലാസുതുണി എന്നിവയിലും അവരെഴുതിയിരുന്നു. വിവിധ നിറത്തി ലുള്ള ചായങ്ങളുപയോഗിച്ച് എഴുത്ത് മോടി പിടിപ്പിച്ചിരുന്നു. മായൻമാ രുടേതായി ഒരു ഗ്രന്ഥശേഖരം തന്നെ ഉണ്ടായിരുന്നു. ചുക്കാത്തനിലെ രണ്ടാമത്തെ ബിഷപ്പായിരുന്ന ദീ ഗോ ദെ ലാണ്ട (Die go de Landa)

പിശാചിന്റെ ഗ്രന്ഥങ്ങൾ (Devils scrolls) എന്ന് വിശേഷിപ്പിച്ച് അവയെ
ചുട്ടുകരിച്ചു. എന്നാൽ ബെർണാർഡിനോ ദെ സഹാഗൊൻ (Bernardino
de Sahagon) എന്ന പാതിരി കൂടുതൽ പഠനം നടത്തുകയും കുറെ
പുതിയ അവശിഷ്ടങ്ങൾ പുറത്തുകൊണ്ടുവരികയും ചെയ്തു. അടുത്ത
കാലത്തായി അമേരിക്കൻ റഷ്യൻ പണ്ഡിതന്മാർ നടത്തിയ പഠനം ഈ
ലിപി വായിച്ചറിയുന്നതിന് സഹായകരമായി.

മതവിശ്വാസം

മായൻ ജനതയുടെ മതവിശ്വാസവും അനുഷ്ഠാനങ്ങളും അവരുടെ
കാർഷികജീവിതവുമായി ഏറെ ബന്ധപ്പെട്ടിരിക്കുന്നു. സമൃദ്ധമായ വിള
വിനും കൃഷിക്കാവശ്യമായ മഴയ്ക്കും‌വേണ്ടി പ്രാചീന മായൻ ജനത
പ്രാർത്ഥിച്ചിരുന്നു. ഭൂമിയേയും പ്രകൃതിശക്തികളേയും അവർ ആരാധി
ച്ചിരുന്നു. മഴയ്ക്കും വനങ്ങൾക്കും സമതലപ്രദേശങ്ങൾക്കും ഫലപുഷ്ടി
ക്കും മൃഗങ്ങൾക്കും പ്രത്യേകം പ്രത്യേകം ദേവൻമാരുണ്ടായിരുന്നു.
നീണ്ട മൂക്കുള്ളോരു ദേവനായിട്ടാണ് മഴയുടെ ദേവനെ ചിത്രീകരിച്ചിരി
ക്കുന്നത്. ആ ദേവന്റെ കയ്യിൽ വെണ്മഴുവും തലയിൽ ചോളവും ഉണ്ട്.
ഈ ചോളദേവനിലുള്ള വിശ്വാസം സൂചിപ്പിക്കുന്നത് മായൻമാരുടെ ജീവി
തത്തിൽ ചോളത്തിനുള്ള പ്രാധാന്യത്തെയാണ്. യൂക്കാറ്റനിൽ മഴയുടെ
അധിപതികളായ ദേവൻമാരെ 'ചാക്സ്' എന്നാണ് വിളിച്ചിരുന്നത്.
'ഇറ്റ്‌സാമ്‌ന' എന്ന ദേവൻ മരണത്തിന്റേയും പുനർജന്മത്തിന്റേയും അധി
പതിയായിരുന്നു. 'ഇറ്റ്‌സാമ്‌ന'യുടെ പിതാവ് 'ഹുണാബ്‌ക' ബ്രഹ്മാവാ
ണ്. കാതുകളിൽ വലിയ വളയങ്ങൾ തൂക്കിയിട്ട താടിക്കാരനായ ദേവ
നാണ് സൂര്യദേവൻ. പുള്ളിപ്പുലിയായിരുന്നു സൂര്യദേവന്റെ മൃഗം. ചന്ദ്രൻ
സൂര്യന്റെ ഭാര്യയാണെന്നാണ് മായൻ വിശ്വാസം. ദേഹം മുഴുവൻ തൂവ
ലുള്ള സർപ്പദേവനായിട്ടാണ് ശുക്രനെ മായൻമാർ സങ്കൽപ്പിച്ചിരുന്നത്.
എല്ലാ കർമ്മങ്ങളും മംഗളമായി അവസാനിക്കുവാൻ മായൻമാർ ശുക്രന്
മൃഗബലിയും നരബലിയും നടത്തിയിരുന്നു. അഗ്നിദേവൻ, പാതാളദേവൻ
തുടങ്ങി വേറെയും നിരവധി ദേവൻമാരെ മായൻമാർ ആരാധിച്ചിരുന്നു.

മായൻ മതത്തിന് മാസങ്ങളുമായി വളരെ അടുത്ത ബന്ധം ഉണ്ടായി
രുന്നു. ഓരോ മാസവും ഉത്സവങ്ങളോടുകൂടി ആഘോഷിച്ചിരുന്നു. 'പോപ്'
എന്ന മാസത്തോടുകൂടി ആരംഭിക്കുന്ന പുതുവർഷം വലിയ ഉത്സവമായി
ആഘോഷിച്ചിരുന്നു. ക്ഷേത്രങ്ങൾ ഉയർന്ന പിരമിഡുകളുടെ മേൽത്തട്ടി
ലാണ് നിർമ്മിച്ചിരുന്നത്. ഉത്സവകാലത്ത് ക്ഷേത്രങ്ങൾ പുതുക്കിപ്പണി
തിരുന്നു. സമൂഹത്തിലെ വ്യത്യസ്തജനവിഭാഗങ്ങൾക്ക് പ്രത്യേകം
ക്ഷേത്രങ്ങളും ഉത്സവങ്ങളും ഉണ്ടായിരുന്നു. എല്ലാ മാസത്തിലും ചില
പ്പോൾ ഒരു മാസത്തിൽത്തന്നെ അനേകം പ്രാവശ്യവും പൂജകളും കർമ്മ
ങ്ങളും ഉണ്ടാകും. പൂജാദികർമ്മങ്ങൾക്ക് പ്രധാനപുരോഹിതനും മറ്റ്
പുരോഹിതരും ഉണ്ടാകും. മറ്റ് പുരോഹിതരെ പഠിപ്പിക്കുക, ചിത്രലിപി
കൾ എഴുതുക, വായിക്കുക എന്നിവയും പ്രധാനപുരോഹിതന്റെ ചുമത
ലകളായിരുന്നു. പൂജാരികൾ ബ്രഹ്മചാരികളായിരുന്നു. മൃഗബലിയും

നരബലിയും പൂജയുടെയും കർമ്മങ്ങളുടെയും ഭാഗമായി നടത്തിയിരു ന്നു. ഒരു ക്ഷേത്രത്തിന്റെ പ്രതിഷ്ഠാസമയത്ത് വളരെയധികം മനുഷ്യരെ കുരുതികൊടുത്തിരുന്നു. നരബലിക്ക് ഇരയാകുന്നവന്റെ നെഞ്ച് പിളർന്ന് ഹൃദയം എടുത്ത് ദേവന് സമർപ്പിച്ചിരുന്നു. ഭക്തർ ശരീരത്തിൽ മുറിവു കളുണ്ടാക്കി രക്തം വീഴ്ത്തിയും തങ്ങളുടെ ദൈവത്തെ പ്രീതിപ്പെടുത്തി യിരുന്നു. പരിശുദ്ധിയുടെ പ്രതീകമായ കുട്ടികളേയും ബലികൊടുത്തി രുന്നു. കൃഷിക്കാവശ്യമായ മഴ ലഭിക്കുന്നതിനുവേണ്ടി കന്യകമാരെ ബലി കൊടുക്കുന്ന രീതിയും അന്നുണ്ടായിരുന്നു. പൂജാദികർമ്മങ്ങൾ അനുഷ്ഠിക്കുമ്പോൾ ദൃഢവ്രതവും ഉപവാസവും അനുഷ്ഠിച്ചിരുന്നു. മതാ നുഷ്ഠാനങ്ങൾക്ക് മദ്യവും ഉപയോഗിച്ചിരുന്നു.

ക്ഷേത്രപരിപാലനത്തിനു കന്യകമാരായ ദേവദാസികളെ നിയോ ഗിച്ചിരുന്നു. ക്ഷേത്രത്തിലെ വിശുദ്ധാഗ്നി കെടാതെ സൂക്ഷിക്കുക, ക്ഷേത്രവും പരിസരവും വിശുദ്ധിയോടെ കാത്തുസൂക്ഷിക്കുക എന്നിവ ദേവദാസികളുടെ പ്രധാനചുമതലകളായിരുന്നു. സമൂഹത്തിൽ മാന്യമായ സ്ഥാനമുള്ള ഇവർക്ക് ഇഷ്ടമുള്ളപ്പോൾ പിരിഞ്ഞുപോകാനും വിവാഹി തരാകാനും അനുവാദം ഉണ്ടായിരുന്നു. രാജാക്കൻമാരും പ്രഭുക്കൻമാരും ഇവരെ വിവാഹം കഴിക്കാനും തയ്യാറായിരുന്നു. ക്ഷേത്രങ്ങളോട് ചേർന്ന് കന്യാമഠങ്ങൾ ഉണ്ടായിരുന്നു. ഒരു വൃദ്ധമാതാവായിരിക്കും മഠാധിപതി. പാപങ്ങൾ ഏറ്റുപറഞ്ഞാൽ രോഗങ്ങൾ മാറുമെന്ന വിശ്വാസവും ഇവർക്കു ണ്ടായിരുന്നു. പുരോഹിതരും യോദ്ധാക്കളും കുലീനൻമാരും ദേവനു ബലി കൊടുക്കപ്പെട്ടവരും നേരെ സ്വർഗ്ഗത്തിൽ പോകുമെന്നാണ് മായൻ വിശ്വാസം. പരേതരോടൊപ്പം അവരുടെ ഉപകരണങ്ങൾക്കൂടി ശവക്കുഴി യിൽ ഉള്ളടക്കം ചെയ്തിരുന്നത് മായൻജനതയുടെ പരലോകജീവിത ത്തിലുള്ള വിശ്വാസത്തെ സൂചിപ്പിക്കുന്നു.

ശാസ്ത്രം

മായൻജനതയുടെ ഏറ്റവും ശ്രദ്ധേയമായ ശാസ്ത്രീയനേട്ടം അവ രുടെ പഞ്ചാംഗമാണ്. മുന്നുലക്ഷത്തി എഴുപതിനായിരം വർഷങ്ങളിലെ ഏതൊരു ദിവസവും കണ്ടുപിടിക്കാൻ കഴിയുന്ന വിധത്തിലാണ് അവർ പഞ്ചാംഗം ക്രമീകരിച്ചിരിക്കുന്നത്. വിളവിറക്കാനും വിളവെടുക്കുന്നതിനു മുള്ള നല്ല ദിവസങ്ങൾ പഞ്ചാംഗത്തിൽ പ്രത്യേകം രേഖപ്പെടുത്തിയിരുന്നു. അതേകാലയളവിൽ യൂറോപ്പിൽ ഉപയോഗിച്ചിരുന്ന ഗ്രിഗേറിയൻ കലണ്ട റുകളേക്കാൾ കൃത്യമായിരുന്നു മായൻമാരുടേത്. രണ്ടുതരം കലണ്ടറു കൾ അവരുപയോഗിച്ചിരുന്നു. 20 ദിവസങ്ങൾ വീതമുള്ള 18 മാസങ്ങളും 360 ദിവസങ്ങളുമുള്ളതായിരുന്നു മായൻമാരുടെ ഒരു വർഷം. 360 ദിവസങ്ങ ളുള്ള കലണ്ടറിനുപുറമേ 260 ദിവസമുള്ള മറ്റൊരു കലണ്ടറും മായൻമാർ ഉപയോഗിച്ചിരുന്നു. ഭാവി പ്രവചിക്കുന്നതിനും ആചാരങ്ങൾ ക്രമപ്പെടു ത്തുന്നതിനും പുരോഹിതന്മാരാണ് ഈ കലണ്ടർ ഉപയോഗിച്ചിരുന്നത്.

സംഖ്യകളുടെ ഗണനപദ്ധതിയിൽ അവർ പൂജ്യം ഉപയോഗിച്ചിരു ന്നു. ബി സി മുപ്പത്തിയാറോടുകൂടി പൂജ്യം മായൻ ജനത ഉപയോഗിച്ചു

തുടങ്ങിയതായി തെളിവുകൾ സൂചിപ്പിക്കുന്നു. ദശാംശസമ്പ്രദായത്തിനു പകരം ഇരുപതിനെ അടിസ്ഥാനമാക്കിയുള്ളതായിരുന്നു അവരുടെ ഗണിതവിദ്യ. 20 വരെയുള്ള അക്കങ്ങൾക്ക് പ്രത്യേകചിഹ്നങ്ങളുണ്ടായിരുന്നു. ഒന്നിന് ഒരു ബിന്ദു, രണ്ടിന് രണ്ട് ബിന്ദു എന്ന ക്രമത്തിൽ നാലുവരെയും (., .., ..., ...) അഞ്ചിന് ഒരു വരയും, ആറിന് ഒരു വരയും ഒരു ബിന്ദുവും, ഏഴിന് ഒരു വരയും രണ്ട് ബിന്ദുവും എന്ന ക്രമത്തിൽ (_ .: ..: ...: ....:) ഒമ്പതുവരെയും മായന്മാർ എഴുതി. പത്തിന് രണ്ടുവരയും പതിനൊന്നിന് രണ്ട് വരയും കുത്തും (=, =.) എന്ന മുറയിൽ തുടർന്നുള്ള സംഖ്യകളും. മേൽപ്പറഞ്ഞ സൂചനകളിൽ നിന്നും സ്ഥാനമനുസരിച്ചുള്ള അക്കങ്ങളുടെ മൂല്യനിർണ്ണയവും പൂജ്യം എന്ന പ്രതീകവുമുൾപ്പെടെ അങ്കഗണിതത്തിന്റെ മൂലതത്ത്വങ്ങൾ ഭാരതീയർ കണ്ടുപിടിക്കുന്നതിന് മുമ്പുതന്നെ മായന്മാർക്ക് അറിയാമായിരുന്നുവെന്ന് അനുമാനിക്കാം. ജ്യോതിശ്ശാസ്ത്രത്തിൽ മായൻ ജനത നേടിയിരുന്ന നൈപുണ്യം അതിശയിപ്പിക്കുന്നതാണ്. മറ്റ് സംസ്കാരങ്ങൾ നേടിയതിനേക്കാൾ മികച്ചതായിരുന്നു മായൻ ജ്യോതിശ്ശാസ്ത്രവിജ്ഞാനം. സൂര്യഗ്രഹണവും ചന്ദ്രഗ്രഹണവും അവർ കൃത്യമായി കണക്കാക്കിയിരുന്നു. വ്യാഴത്തിന്റെ ഉദയവും അസ്തമയവും മായൻ ജ്യോതിശ്ശാസ്ത്രജ്ഞന്മാർ കൃത്യമായി രേഖപ്പെടുത്തിയിരുന്നു. അപകടകാരികളായ രശ്മികൾ പുറപ്പെടുവിക്കുന്ന ഒരു ഗ്രഹമായിട്ടാണ് വ്യാഴത്തെ കണക്കാക്കിയിരുന്നത്. മായൻ നഗരങ്ങളിൽ വാനനിരീക്ഷണത്തിനുള്ള കേന്ദ്രങ്ങളും സ്ഥാപിച്ചിരുന്നു.

എ) ഡി 9–ാം നൂറ്റാണ്ടിന്റെ അവസാനമായപ്പോഴേക്കും പല മായൻ നഗരങ്ങളും തമ്മിൽ ആഭ്യന്തരയുദ്ധം ഉണ്ടായി. ഈ ആഭ്യന്തരയുദ്ധങ്ങൾ മായൻ ശക്തി ക്ഷയിപ്പിച്ചു. ഏതാണ്ട് എ ഡി 900 ആയപ്പോഴേക്കും ടോൾടെക്കുകൾ (Toltecs) എന്ന ജനസമൂഹം മെക്സിക്കോയിൽ എത്തിച്ചേരുകയും മായൻമാരുമായി യുദ്ധത്തിലേർപ്പെട്ട് അവരെ പരാജയപ്പെടുത്തുകയും ചെയ്തു. ടോൾടെക്കുകളാൽ പരാജിതരാക്കപ്പെട്ട മായൻമാർ 'യുക്കാറ്റൺ' പ്രദേശത്തേക്ക് താമസം മാറ്റി. തുടർന്നുള്ള കാലഘട്ടം മായൻ നാഗരികതയുടെ വികാസകാലമായിരുന്നു. എ ഡി 1000 മുതൽ 1442 വരെയുള്ള കാലഘട്ടത്തിൽ മയപ്പൻ (Mayapan), ഊസ്മാൽ (Uzmal), ചിച്ചൻ ഇറ്റ്സ എന്നീ നഗരങ്ങൾ കൂട്ടിച്ചേർത്ത് ഒരു കോൺഫെഡറേഷൻ സ്ഥാപിച്ചു. എന്നാൽ അംഗരാഷ്ടങ്ങൾ തമ്മിലുള്ള ആഭ്യന്തരകലഹം മായൻ ശക്തി ക്ഷയിപ്പിക്കുകയും തുടർന്നുണ്ടായ സ്പാനിഷ് ആക്രമണം മായൻ സംസ്കാരത്തിന്റെ അന്ത്യംകുറിക്കുകയും ചെയ്തു.

ടോൾടെക്കുകൾ

മെക്സിക്കോയുടെ തെക്കൻതീരം കേന്ദ്രമായി ഒരു സംസ്കാരം പടുത്തുയർത്തിയ ജനവിഭാഗമായിരുന്നു ഓൾമെക്കുകൾ (Olmecs). നഗരങ്ങളും സാംസ്കാരിക കേന്ദ്രങ്ങളും സ്ഥാപിച്ച് അവർ നാഗരികതയ്ക്ക് അടിത്തറയിട്ടു. കൂറ്റൻ ആരാധനാകേന്ദ്രങ്ങൾ പടുത്തുയർത്തുകയും

പുതിയ ആചാരാനുഷ്ഠാനങ്ങൾ രൂപ്പപെടുത്തുകയും ചെയ്തു. പ്രതിമാ നിർമ്മാണത്തിൽ അവർ മുൻപന്തിയിലായിരുന്നു. ഇരുമുഖമുള്ള ധാരാളം പ്രതിമകൾ അവർ നിർമ്മിച്ചിരുന്നു. ജീവിതത്തിന്റെ വിവിധ ഭാവങ്ങൾ പകർത്തുന്നതിൽ അവർ വൈദഗ്ധ്യം നേടിയിരുന്നു. വാസ്തുവിദ്യയേ ക്കാൾ കൊത്തുപണിയിലായിരുന്നു അവർക്കു താൽപ്പര്യം. വർണ്ണക്ക ല്ലിൽ ആഭരണങ്ങൾ ഉണ്ടാക്കുന്നതിലും അവർ വിദഗ്ധരായിരുന്നു. വിദൂ രദേശങ്ങളുമായി കച്ചവടബന്ധം സ്ഥാപിച്ചിരുന്ന ഓൾമെക്കുകൾക്ക് സ്വന്തമായൊരു ലിപിയും ഉണ്ടായിരുന്നു. ഏകദേശം ബി സി 1500-നും 1200-നും ഇടയ്ക്കായിരുന്നു ഓൾമെക്കുകളുടെ കാലം. ഓൾമെക്കുക ളുടെ പതനത്തിനുശേഷം അവരുടെ പിൻഗാമികളായി വന്ന ജനവിഭാഗ മാണ് ടോൾടെക്കുകൾ.

മായൻമാരുടെ സമകാലികരായി മെക്സിക്കോയുടെ വടക്കൻ പ്രദേ ശത്ത് അധിവസിച്ചിരുന്ന ഒരു ജനവിഭാഗമായിരുന്നു ടോൾടെക്കുകൾ. മായൻ സ്വാധീനം ടോൾടെക്ക് സംസ്കാരത്തിൽ ഏറെ പ്രകടമാണ്. തിയോതിഹ്വാക്കൽ (Teotihuakl) എന്ന നഗരമായിരുന്നു ടോൾടെക്കുക ളുടെ പ്രധാനകേന്ദ്രം. യുദ്ധവീരന്മാരായിരുന്ന ടോൾടെക്കുകൾ മായൻജ നതയെ യുദ്ധത്തിൽ തോൽപ്പിച്ച് അവരുടെ നഗരങ്ങൾ പിടിച്ചടക്കി. എ ഡി 300 മുതൽ 700 വരെയായിരുന്നു അവരുടെ പ്രതാപകാലം. ടോൾടെക്ക് ഭരണാധികാരികളിൽ ഏറെ ശ്രദ്ധേയനായിരുന്ന കറ്റ്സാകോട്ടിൽ (Quetzacoatl) ഒരു കലാകാരനും ശാസ്ത്രജ്ഞനും തത്ത്വചിന്തകനുമാ യിരുന്നു. ടോൾടെക്കുകൾ പണിത പിരമിഡുകളും ക്ഷേത്രങ്ങളും അവ രുടെ പ്രതാപത്തിനു തെളിവായി ഇന്നും അവശേഷിക്കുന്നു. ടോൾടെ ക്കുകൾ നിർമ്മിച്ച പിരമിഡുകളുടെ അടിത്തറയുടെ വിസ്തീർണ്ണം ഏക ദേശം ഈജിപ്തിലെ ഗിസ പിരമിഡിന്റെ അത്രയും തന്നെയുണ്ടായിരു ന്നു. വടക്കുനിന്നുള്ള തുടർച്ചയായ ആക്രമണം മൂലം തിയോതിഹ്വാക്കൽ ഉപേക്ഷിച്ച് 'തുല' എന്ന സ്ഥലത്ത് പുതിയ ആസ്ഥാനം നിർമ്മിച്ചു. തുല നഗരം ടോൾടെക്കുകളുടെ സാംസ്കാരിക കേന്ദ്രമായിരുന്നു. നിരവധി കോട്ടകളും മനോഹരശിൽപ്പങ്ങളും നിർമ്മിച്ച് അവർ നഗരഭംഗി വർദ്ധി പ്പിച്ചു. തുടർച്ചയായ ആക്രമണങ്ങളും ആഭ്യന്തര കലാപവും ടോൾടെ ക്കുകളുടെ ശക്തി ക്ഷയിപ്പിക്കുയും, ആസ്ടെക്കുകൾ (Aztecs) രാജ്യം പിടിച്ചെടുക്കുന്നതിന് ഇടയാക്കുകയും ചെയ്തു.

ആസ്ടെക്കുകൾ

ടോൾടെക്കുകൾക്കുശേഷം മെക്സിക്കോ കേന്ദ്രമായി നിലവിൽവന്ന സംസ്കാരമാണ് ആസ്ടെക് സംസ്കാരം. ഏകദേശം എ ഡി 1200ഓടു കൂടി ആസ്ടെക് ജനത മെക്സിക്കോ താഴ്വരയുടെ ടെക്സ്കൊക്കോ തടാകതീരത്ത് വാസമുറപ്പിച്ചു. ആസ്ടെക്കുകൾ ടോൾടെക് ജനതയെ തോൽപിച്ച് അവരുടെ ഭൂപ്രദേശം കൈക്കലാക്കിയെങ്കിലും ടോൾടെക് സംസ്കാരം സ്വാംശീകരിച്ചു. എ ഡി 1325-ൽ തടാകമദ്ധ്യത്തിൽ തെന്നോ

ക്ടിലാൻ (Tenochtilan) എന്ന ആസ്ഥാനനഗരവും ടാൽടെലോക്കോ (Talteloco) എന്ന മറ്റൊരു നഗരവും സ്ഥാപിച്ചു. തുടർന്നുള്ള രണ്ട് ശതാബ്ദക്കാലം മെക്സിക്കോയുടെ അധിപൻമാരായിരുന്നു ആസ്ടെക്കുകൾ. ആദ്യകാലത്ത് 'മെക്സിക്കകൾ' എന്നാണ് അവരറിയപ്പെട്ടിരുന്നത്. യുദ്ധപ്രിയരായ ആസ്ടെക്കുകൾ ക്രമേണ ചുറ്റുപാടുമുള്ള ഭൂപ്രദേശങ്ങൾ ആക്രമിച്ച് കീഴടക്കി വിശാലമായൊരു സാമ്രാജ്യം പടുത്തുയർത്തുകയും ചെയ്തു.

ആസ്ടെക്കുകളുടെ ഏറ്റവും പ്രഗത്ഭനായ ചക്രവർത്തി മകതസുമ (Moctezume) ഒന്നാമനായിരുന്നു. യുദ്ധനിപുണനായ അദ്ദേഹം നിരവധി യുദ്ധങ്ങളിലൂടെ സാമ്രാജ്യത്തിന്റെ അതിർത്തി വികസിപ്പിച്ചു. ഏകദേശം എ ഡി പതിനഞ്ചാം നൂറ്റാണ്ടോടുകൂടി മധ്യമെക്സിക്കോ മുഴുവനും ആസ്ടെക് സാമ്രാജ്യത്തിന്റെ ഭാഗമായി. ആസ്ടെക് സാമ്രാജ്യത്തിന്റെ വ്യാപ്തി ഏകദേശം 200000 ച കി മീറ്ററിൽ കൂടുതലായിരുന്നു. സാമ്രാജ്യത്തെ 38 പ്രവിശ്യകളായി വിഭജിച്ച് ഓരോ പ്രവിശ്യയുടെയും ഭരണം ഗവർണർക്കു നൽകിയിരുന്നു. ചക്രവർത്തി സാമ്രാജ്യത്തിന്റെ ഭരണത്തലവനും പ്രധാനപുരോഹിതനുമായിരുന്നു. പ്രഭുക്കൻമാരും പുരോഹിതൻമാരും യോദ്ധാക്കളുമടങ്ങിയ സമിതിയാണ് രാജാവിനെ തെരഞ്ഞെടുത്തിരുന്നത്. രാജാക്കൻമാരും രാജകീയ ഉപദേശകൻമാരും ഉദ്യോഗസ്ഥരും ന്യായാധിപൻമാരും സൈനികമേധാവികളും പ്രാദേശികഗവർണർമാരും അടങ്ങിയ കാര്യക്ഷമമായൊരു ഭരണസംവിധാനമായിരുന്നു ആസ്ടെക്കുകളുടേത്. 1419-ൽ ഹെർനൻ കോട്സിന്റെ നേതൃത്വത്തിലുള്ള സ്പാനിഷ് ആക്രമണം നേരിടുന്നതിൽ ആസ്ടെക് രാജാവ് മകതസുമ രണ്ടാമൻ പരാജയപ്പെട്ടു. കോട്സും സംഘവും ആസ്ടെക് കേന്ദ്രങ്ങളും ദേവാലയങ്ങളും കൊള്ളയടിക്കുകയും തകർക്കുകയും ചെയ്തു. 1531-ൽ കോട്സ് മെക്സിക്കോയുടെ അധികാരം പിടിച്ചെടുത്തു. അങ്ങനെ സ്പാനിഷ് ആക്രമണം മെക്സിക്കൻ സംസ്കാരത്തിന്റെ അന്ത്യം കുറിച്ചു.

ആസ്ടെക് സമൂഹം ഉന്നതരും സാധാരണക്കാരും എന്നിങ്ങനെ രണ്ടു പ്രധാന വിഭാഗമായി വിഭജിക്കപ്പെട്ടിരുന്നു. പുരോഹിതർ, ചക്രവർത്തിയുടെ ഉപദേശകർ, സൈനിക ഉദ്യോഗസ്ഥർ എന്നിവർ ഉന്നതവിഭാഗത്തിൽപ്പെട്ടവരായിരുന്നു. സൈനികസേവനവും കൃഷിയും മീൻപിടിത്തവുമായിരുന്നു സാധാരണ വിഭാഗത്തിന്റെ പ്രധാനതൊഴിൽ. സാധാരണക്കാർ ദരിദ്രജീവിതമാണ് നയിച്ചിരുന്നത്. ദേവാലയങ്ങളുടെ ഭാരിച്ച ചെലവുകൾ സാധാരണക്കാരായ ജനവിഭാഗമാണ് വഹിച്ചിരുന്നത്. അടിമത്തവും ആസ്ടെക് സമൂഹത്തിൽ നിലനിന്നിരുന്നു.

ബഹുദൈവവിശ്വാസികളായിരുന്നു ആസ്ടെക്കുകൾ. മാതൃദേവതയായ ഭൂമിയും പിതൃദേവനായ സൂര്യനുമായിരുന്നു പ്രധാന ആരാധനാമൂർത്തികൾ. ശക്തിയും സൗന്ദര്യവുമുള്ള എന്തിനേയും അവർ ദേവൻമാരുടെ ഗണത്തിൽ ഉൾപ്പെടുത്തി ആരാധിച്ചിരുന്നു. പ്രധാന പുരോഹിതൻ രാജാവ് തന്നെയായിരുന്നു. പ്രാകൃതങ്ങളായ നിരവധി അന്ധവിശ്വാസങ്ങളും ദുരാചാരങ്ങളും അവരുടെ മതവിശ്വാസത്തിൽ കടന്നുകൂടിയിരുന്നു.

നല്ല വിളവ് ലഭിക്കുന്നതിനും യുദ്ധത്തിൽ വിജയിക്കുന്നതിനും പ്രത്യേകം കർമ്മങ്ങൾ നടത്തിയിരുന്നു. ആസ്ടെക്കുകൾ വൻതോതിൽ നരബലി നടത്തിയിരുന്നു. ചന്ദ്രനും മറ്റ് നക്ഷത്രങ്ങളും ചേർന്ന് സൂര്യദേവന്റെ രക്തം ഊറ്റിക്കുടിക്കുന്നതുകൊണ്ടാണ് സന്ധ്യയാകുമ്പോൾ സൂര്യൻ തളർന്നു വീഴുന്നതെന്നായിരുന്നു അവരുടെ വിശ്വാസം. ആയതിനാൽ നരബലി നടത്തി ഹൃദയം പുറത്തെടുത്ത് സൂര്യദേവന് സമർപ്പിച്ചിരുന്നു. ബാക്കിയുള്ള ശരീരം ബലിപീഠത്തിൽനിന്നും താഴേക്കെറിയും. ദേവന് സമർപ്പിച്ചതിനുശേഷം ഹൃദയം പുരോഹിതന്മാരും മാംസം സാധാ രണക്കാരും ഭക്ഷിച്ചിരുന്നു. വർഷംതോറും ആയിരക്കണക്കിന് തടവു കാരെ ബലിയർപ്പിച്ച് അവരുടെ മാംസം ഭക്ഷിച്ചിരുന്നു. വൃഷ്ടിദേവത കളെ പ്രസാദിപ്പിക്കുവാൻ അവർ ശിശുക്കളേയും ബലി കഴിപ്പിച്ചിരുന്നു. നിത്യേന വേണ്ടിവരുന്ന ബലിക്കാവശ്യമായ മനുഷ്യരെ തടവുകാരായി ലഭിക്കുന്നതിനുവേണ്ടി ആസ്ടെക്കുകൾ യുദ്ധം നടത്തിയിരുന്നു. മനു ഷ്യരെ കൂടാതെ മറ്റ് ജീവികളെയും ബലിയർപ്പിച്ചിരുന്നു. സർപ്പാരാധ നയും ആസ്ടെക് വിശ്വാസത്തിന്റെ പ്രധാനഭാഗമായിരുന്നു. അവർ ജാഗ്വ റിന് (ഒരുതരം പുലി) ദൈവികസ്ഥാനം നൽകി ആരാധിച്ചിരുന്നു. മര ണാനന്തര ജീവിതത്തിലും അവർക്കു വിശ്വാസം ഉണ്ടായിരുന്നു.

ആസ്ടെക്കുകൾ കല്ലുകൊണ്ട് കൊട്ടാരങ്ങളും ക്ഷേത്രങ്ങളും മാളി കകളും നിർമ്മിച്ചിരുന്നു. പ്രപഞ്ച സങ്കൽപ്പത്തിന് അനുരൂപമായിട്ടാണ് നഗരങ്ങൾ രൂപകൽപ്പന ചെയ്തിരുന്നത്. ആസ്ടെക് സംസ്കാരകേന്ദ്ര മായ ടെനോക്ടിലാൻ നഗരം അനേകം ക്ഷേത്രങ്ങളും പിരമിഡുകളും കൊണ്ട് നിറഞ്ഞതാണ്. പിരമിഡുകൾ ചതുരാകൃതിയിലുള്ള പ്ലാറ്റ്ഫോ മുകളിലാണ് നിർമ്മിച്ചിരുന്നത്. അവരുടെ കൊട്ടാരങ്ങളുടേയും ക്ഷേത്ര ങ്ങളുടേയും ഭിത്തികൾ ശിൽപ്പകലാവൈദഗ്ധ്യം വിളിച്ചോതുന്നവയാണ്. ആസ്ടെക് ശിൽപ്പങ്ങൾ മായൻമാരുടേതിനേക്കാൾ പ്രൗഢങ്ങളാണെ ങ്കിലും അത്രയ്ക്ക് സുന്ദരമോ ലളിതമോ അല്ല. ആസ്ടെക് പ്രതിമക ളിൽ ഏറ്റവും പ്രസിദ്ധമായത് സൂര്യശില (Stone of the Sun)യാണ്. നടുക്ക് സൂര്യദേവന്റെ മുഖവും അതിനുതാഴെ പരസ്പരം നോക്കി നിൽക്കുന്ന രണ്ടുസർപ്പങ്ങളുടെ രൂപവും ഉണ്ട്. ഓരോ സർപ്പത്തിന്റേയും വായിൽ ഓരോ മനുഷ്യമുഖവും കാണാം. ചിത്രരചനയിലും ആസ്ടെ ക്കുകൾ മികവ് പുലർത്തിയിരുന്നു.

കരകൗശലരംഗത്തും ആസ്ടെക്കുകൾ മികച്ച സംഭാവന നൽകി യിരുന്നു. നെയ്ത്തുവിദ്യയിലും തുവലുകൾകൊണ്ടുള്ള ശിരോവസ്ത്ര നിർമ്മാണത്തിലും അവർ അതീവ പ്രാവീണ്യം നേടിയിരുന്നു. സ്വർണ്ണ ത്തിലും വെള്ളിയിലും ആഭരണങ്ങൾ നിർമ്മിച്ചിരുന്നു. മായൻമാരെ പ്പോലെ ആസ്ടെക്കുകൾക്കും വികസിതമായെരു എഴുത്തു സമ്പ്രദായം ഉണ്ടായിരുന്നു. ചിത്രലിപിയായിരുന്നു ആസ്ടെക്കുകളുടേത്. എഴുത്തു കാർക്ക് സമൂഹത്തിൽ ബഹുമാന്യസ്ഥാനം ലഭിച്ചിരുന്നു. എല്ലാ ആൺകു ട്ടികളും സ്കൂളിൽ പോയിരുന്നു. ചരിത്രം, മതം, യുദ്ധമുറ എന്നിവ പാഠ്യ

വിഷയങ്ങളായിരുന്നു. ആസ്ടെക് നിയമം ലളിതവും എന്നാൽ കഠിനവു മായിരുന്നു. മിക്കവാറും എല്ലാ കുറ്റങ്ങൾക്കും വധശിക്ഷ നൽകിയിരുന്നു. ആസ്ടെക്കുകൾ മായൻ ജനതയെപ്പോലെ രണ്ടുതരം കലണ്ടറുകൾ ഉപ യോഗിച്ചിരുന്നു. 260 ദിവസമുള്ള പുരോഹിതകലണ്ടർ മതപരമായ ആവ ശ്യങ്ങൾക്കുവേണ്ടി ഉപയോഗിച്ചിരുന്നു. കൃഷിക്കും മറ്റാവശ്യങ്ങൾക്കും വേണ്ടി ഉപയോഗിച്ചിരുന്നത് 365 ദിവസങ്ങളുള്ള സോളാർ കലണ്ടറാണ്. സോളാർ കലണ്ടർ 20 ദിവസമുള്ള 18 മാസമായി വിഭജിച്ചിരുന്നു. വർഷാ വസാനത്തിൽ വരുന്ന 5 ദിവസം മോശം ദിവസങ്ങളായി കണക്കാക്കിയി രുന്നു. ആസ്ടെക് സാമ്രാജ്യം സ്പാനിഷ് ആക്രമണത്തോടെ തകർന്നെ ങ്കിലും അവരുടെ സംസ്കാരത്തിന്റെ അടയാളങ്ങൾ ഇന്നും നിലനിൽക്കുന്നു.

ഇൻക സംസ്കാരം

അമേരിക്കൻ ആദിമനിവാസികളിൽ ഏറ്റവും ഉജ്ജ്വലമായൊരു സംസ്കാരത്തിന്റെ ഉടമസ്ഥരായിരുന്നു ഇൻകകൾ (Incas). 'കെച്ച്വാ' (Quechua) വിഭാഗത്തിൽപ്പെട്ടവരായിരുന്നു അവർ. രാജ്യം ഭരിക്കുന്ന ചക്ര വർത്തി എന്നാണ് 'ഇൻക' എന്ന വാക്കിനർത്ഥം. ഇൻകയാൽ ഭരിക്കപ്പെ

കുസ്കോയിലെ നിർമ്മിതികൾ

ടുന്നവരാണ് ഇൻകകൾ. പെറുവായിരുന്നു ഇൻക സാമ്രാജ്യത്തിന്റെ ആസ്ഥാനം. ഇൻകകളുടെ ജീവിതരീതിക്കും ഭരണസമ്പ്രദായങ്ങൾക്കും മായൻമാരിൽനിന്നും സാരമായ വ്യത്യാസം ഉണ്ടായിരുന്നു. ഉറപ്പുള്ള ഭരണകൂടം, സവിശേഷതയാർന്ന സാമൂഹ്യജീവിതം, മികച്ച റോഡുകൾ, കോട്ടകൾ, ധാന്യപ്പുരകൾ, വാർത്താവിനിമയ സംവിധാനങ്ങൾ എന്നിവ ഇൻകകളുടെ പ്രത്യേകതകളാണ്.

വ്യാപ്തി

വളരെ ചുരുങ്ങിയ കാലഘട്ടംമാത്രം നിലവിലുണ്ടായിരുന്ന ഒരു മഹ ത്തായ സംസ്കാരമായിരുന്നു ഇൻകകളുടേത്. എ ഡി 15-ാം നൂറ്റാണ്ടോ ടുകൂടിയാണ് ഇൻക സാമ്രാജ്യം വിപുലമായത്. ശക്തമായ സൈനിക തയുടെ സഹായത്തോടെ ഇൻകകൾ വിപുലമായൊരു സാമ്രാജ്യം സ്ഥാപിച്ചു. യുദ്ധപ്രിയരായ ഇൻകകൾ തുടർച്ചയായി അയൽവർഗ്ഗങ്ങ ളുമായി യുദ്ധത്തിൽ ഏർപ്പെട്ടിരുന്നു. വലിയൊരു വിഭാഗം ജനത ആൻഡീസ് പർവതപ്രദേശത്തും ടിറ്റിക്കാക്ക തടാകത്തിനു ചുറ്റുമായി താമസിച്ചിരുന്നു. പ്രാചീന അമേരിക്കയിലെ ഏറ്റവും വിശാലമായ സാമ്രാജ്യം ഇൻകകളുടേതായിരുന്നു. ഇൻക സാമ്രാജ്യം ചിലി മുതൽ ഇക്വഡോർ വരെ തെക്ക് വടക്ക് 3200 കി മീ നീളത്തിലും, ശാന്തസമുദ്രം മുതൽ ആമസോൺ–പരാഗ്വേ നദികളുടെ ഉദ്ഭവസ്ഥാനം വരെയും കിഴക്ക് പടിഞ്ഞാറ് 800 കി മീറ്റർ വീതിയിലും വ്യാപിച്ചിരുന്നു. പല ഗോത്രവർഗ്ഗ ങ്ങളിൽപ്പെട്ട 80 ലക്ഷത്തിലധികം ജനങ്ങൾ അധിവസിച്ചിരുന്ന ഇൻക സാമ്രാജ്യത്തിൽ ഇന്നത്തെ പെറു, ബൊളീവിയ, വടക്കൻ അർജന്റീന, ചിലി, ഇക്വഡോർ മുതലായ രാജ്യങ്ങൾ ഉൾപ്പെട്ടിരുന്നു. ടിറ്റിക്കാക്ക തടാ കത്തിന് വടക്ക് സ്ഥിതിചെയ്തിരുന്ന കുസ്കോ (Cuzco) ആയിരുന്നു ഇൻക സാമ്രാജ്യത്തിന്റെ തലസ്ഥാനം. 16-ാം നൂറ്റാണ്ടിൽ സ്പെയിൻ പെറു ആക്രമിക്കുന്നതുവരെ ഇൻക സംസ്കാരം നിലനിന്നു. 1530-ാമാണ്ടോടുകൂടി ഇൻക സംസ്കാരം അധഃപതിച്ചു.

ഭരണകൂടം

ഇൻകാവർഗ്ഗത്തിന്റെ അധീശനായ രാജാവിനെ 'ഇൻകാ' എന്നാണ് വിളിച്ചിരുന്നത്. സർവ്വശക്തനായ ഇൻക സൂര്യപുത്രനും ദിവ്യനുമാണെ ന്നാണ് ഇൻകകളുടെ വിശ്വാസം. ഇൻകകളുടെ കൊട്ടാരം ക്ഷേത്രം പോലെ വിശുദ്ധമായിട്ടാണ് ജനങ്ങൾ കരുതിയിരുന്നത്. രാജാധികാര ത്തിന്റെ ചിഹ്നമായി എഴുന്നള്ളത്ത് നടത്തിയിരുന്നു. കൃഷിയുടേയും ധാന്യശേഖരണത്തിന്റേയും നിയന്ത്രണം ഭരണകൂടത്തിനായിരുന്നു. വിഭ വങ്ങളുടെ ഒരു ഭാഗം പ്രാദേശിക പൊതുസംഭരണശാലകളിൽ ശേഖ രിച്ച് സൂക്ഷിച്ചിരുന്നു. ഭൂപ്രഭുക്കന്മാർ, പുരോഹിതർ, ഉദ്യോഗസ്ഥർ എന്നി വർക്കുള്ള ധാന്യം പൊതുസംഭരണശാലകളിൽ നിന്ന് വിതരണം ചെയ്തി രുന്നു. വിളനാശം സംഭവിക്കുമ്പോഴും പഞ്ഞമാസങ്ങളിലും പൊതുസം ഭരണശാലകളിൽ നിന്ന് സാധാരണക്കാർക്കും ധാന്യം വിതരണം ചെയ്തിരുന്നു. ഭരണസൗകര്യത്തിനായി സാമ്രാജ്യത്തെ പ്രവിശ്യക ളായും അവയെ ചെറിയ മേഖലകളായും ഉപമേഖലയായും വിഭജിച്ചിരു ന്നു. ഗ്രാമമായിരുന്നു അടിസ്ഥാനഭരണ ഘടകം. പ്രവിശ്യാഭരണം 'ഇൻക'യുടെ അടുത്ത ബന്ധുക്കളാണ് നിർവ്വഹിച്ചിരുന്നത്. നഗരങ്ങളിൽ കോട്ടകൾ നിർമ്മിച്ചിരുന്നു. പട്ടാളത്താവളങ്ങൾ കൂടിയായ ഈ കോട്ട കൾ നഗരങ്ങൾക്ക് സുരക്ഷിതത്വം നൽകിയിരുന്നു. വിപുലമായ ഉദ്യോ

ഗസ്ഥവിഭാഗവും നീതിന്യായനിർവ്വഹണ സംവിധാനവും ഇൻക ഭരണ
ത്തിലെ ശ്രദ്ധേയമായ പ്രത്യേകതകളായിരുന്നു. നഗരങ്ങളുടേയും നടക്കാ
വുകളുടേയും ഉദ്യാനങ്ങളുടേയും മേൽനോട്ടം ഉദ്യോഗസ്ഥൻമാരുടെ ചുമ
തലയായിരുന്നു. നീതിനിർവഹണത്തിന് ന്യായാധിപൻമാരെ നിയമിച്ചി
രുന്നു. കീഴ്ക്കോടതികളുടെ വിധിക്കെതിരെ മേൽക്കോടതിയിൽ അപ്പീൽ
സ്വീകരിച്ചിരുന്നു. എഴുന്നള്ളത്ത് വേളയിൽ ചില കുറ്റകൃത്യങ്ങൾക്കുള്ള
ശിക്ഷാവിധിയും ഇൻക തന്നെ നിർവ്വഹിച്ചിരുന്നു.

സമൂഹം

ഇൻക സമൂഹം പല വിഭാഗമായി വിഭജിക്കപ്പെട്ടിരുന്നു. രാജാവ്,
പ്രഭുക്കൻമാർ, പുരോഹിതർ, സൈനികമേധാവികൾ, ഉദ്യോഗസ്ഥർ, കര
കൗശലക്കാർ, കർഷകർ എന്നീ വിഭാഗങ്ങൾ ചേർന്നതായിരുന്നു ഇൻക
സമൂഹം. ഏറ്റവും ഉന്നതസ്ഥാനം രാജാവിനായിരുന്നു. സൂര്യദേവന്റെ
പിൻഗാമിയായിട്ടാണ് ഇൻകകൾ അവരുടെ രാജാവിനെ കണ്ടിരുന്നത്.
രാജാവിനുവേണ്ടി അതിമനോഹരങ്ങളായ കൊട്ടാരങ്ങൾ നിർമ്മിച്ചിരുന്നു.
തലസ്ഥാനമായ കുസ്കോയിൽ നിന്നും 12 മൈൽ തെക്കുള്ള 'യൂക്കോ'
രാജാവിനായുള്ള സുഖവാസകേന്ദ്രമായിരുന്നു. രാജ്യത്തുള്ള സ്വർണ്ണവും
വെള്ളിയും രാജാവിന് അവകാശപ്പെട്ടതായിരുന്നു. രാജാവിനായുള്ള
മുറിയും മച്ചും കട്ടിലും കസേരയും എല്ലാം സ്വർണ്ണനിർമ്മിതമായിരുന്നു.
പ്രഭുക്കൻമാരും പുരോഹിതൻമാരും സൈനികമേധാവികളുമാണ് സമൂ
ഹത്തിലെ കുലീന വിഭാഗക്കാർ. ആഡംബര ജീവിതം നയിച്ചിരുന്ന ഈ
വിഭാഗക്കാർ മണിമാളികകളിൽ താമസിച്ചിരുന്നു. സ്വർണ്ണമയമായ പ്രധാ
നക്ഷേത്രം രാജാവിനും പ്രഭുക്കൻമാർക്കും പുരോഹിതർക്കും വേണ്ടിമാ
ത്രമുള്ളതായിരുന്നു. അവർ സ്വർണ്ണം, വെള്ളി തുടങ്ങിയ ലോഹങ്ങൾ
കൊണ്ടുള്ള ആഭരണങ്ങൾ ധാരാളം ഉപയോഗിച്ചിരുന്നു. കരകൗശലപ്പ
ണിക്കാർ, കർഷകർ തുടങ്ങിയവർ സാധാരണ ജനവിഭാഗമായിരുന്നു.
കൃഷിയിടങ്ങളിലേയും ഖനികളിലേയും ജോലിയും സൈനികസേവനവും
ഈ വിഭാഗത്തിന് നിർബന്ധമായിരുന്നു. ധനികരും സാധാരണക്കാരും
തമ്മിൽ സാമൂഹ്യ അസമത്വവും വിവേചനവും നിലനിന്നിരുന്നു. സാധാ
രണക്കാർ കല്ലുകൊണ്ടും ചെളികൊണ്ടും ഉണ്ടാക്കിയ ഓലമേഞ്ഞ വീടു
കളിൽ പാർത്തിരുന്നു. സാധാരണ ജനവിഭാഗത്തിന് പ്രത്യേകം ക്ഷേത്ര
ങ്ങൾ ഉണ്ടായിരുന്നു. ഉരുളക്കിഴങ്ങായിരുന്നു ഇൻകകളുടെ പ്രധാന
ആഹാരം. ചോളം, നിലക്കടല, കൈതച്ചക്ക, പേരക്ക, ഞാവൽപ്പഴം എന്നി
വയും ആഹാരമായി ഉപയോഗിച്ചിരുന്നു. വിശേഷദിവസങ്ങളിൽ ഇൻക
കൾ ഏറ്റവും ഭംഗിയുള്ള വസ്ത്രങ്ങൾ അണിഞ്ഞിരുന്നു. സംഗീത
തൽപ്പരരായ അവർ ചെണ്ട, കുഴൽ, ശംഖ്, കൈമണി തുടങ്ങിയ വിവിധ
യിനം സംഗീതോപകരണങ്ങൾ ഉപയോഗിച്ചിരുന്നു.

തൊഴിലുകൾ

ഇൻകകളുടെ പ്രധാനതൊഴിൽ കൃഷിയായിരുന്നു. അവരുടെ

സമ്പദ്വ്യവസ്ഥയുടെ അടിത്തറയും കൃഷിയായിരുന്നു. രാജ്യത്താകമാ
നമുള്ള ഭൂമി രാജസ്വം, ദേവസ്വം, പൊതുവക (ജനസ്വം) എന്നിങ്ങനെ
മൂന്നായി വിഭജിച്ചിരുന്നു. കൃഷിക്കാർക്ക് അവരുടെ കുടുംബത്തിന്റെ വലി
പ്പമനുസരിച്ച് കൃഷിഭൂമി വിതരണം ചെയ്തിരുന്നു. ദേവസ്വംവക ഭൂമി
ക്ഷേത്രാവശ്യങ്ങൾക്കു മാത്രമായിട്ടാണ് ഉപയോഗിച്ചിരുന്നത്. ഗ്രാമീണർ
ഒത്തൊരുമിച്ച് കൃഷിയിൽ ഏർപ്പെട്ടിരുന്നു. ഭരണകൂടത്തിന്റെ നിയന്ത്ര
ണത്തിലായിരുന്നു കൃഷി ചെയ്തിരുന്നത്. വൈദഗ്ധ്യം നേടിയ സർക്കാർ
ഉദ്യോഗസ്ഥർ കൃഷിയിലെ എല്ലാ പ്രവർത്തനങ്ങളുടേയും മേൽനോട്ടം
വഹിച്ചിരുന്നു. വിത്ത്, വളം, ജലസേചനം എന്നിവ സംബന്ധിച്ച് ഉപദേ
ശവും സഹായവും സർക്കാർ ഉദ്യോഗസ്ഥർ കർഷകർക്കു നൽകിയിരു
ന്നു. കൃഷിക്കായി നിലമൊരുക്കുന്നത് പാവനകർമ്മമായി കണക്കാക്കി
യിരുന്നു. കുസ്കോയിലെ മഹാക്ഷേത്രത്തോടു ചേർന്നുള്ള ദേവസ്വംവക
ചോളവയലിൽ രാജാവ് തന്നെയാണ് ഉഴവാരംഭിച്ചിരുന്നത്. കൃഷിക്കാവ
ശ്യമായ ജലം ലഭിക്കുന്നതിനുവേണ്ടി അണകളും തോടുകളും നിർമ്മി
ച്ചിരുന്നു. ചോളവും ഉരുളക്കിഴങ്ങുമായിരുന്നു പ്രധാന കൃഷി. ഇവയ്ക്കു
പുറമേ കൊക്കോ, മത്തൻ, തക്കാളി, കൈതച്ചക്ക, നിലക്കടല, പേര എന്നി
വയും കൃഷി ചെയ്തിരുന്നു. കാലിവളർത്തൽ ഇൻകകളുടെ മറ്റൊരു
പ്രധാന തൊഴിലായിരുന്നു. ലാമ വർഗ്ഗത്തിൽപ്പെട്ട ആടുകളെ അവർ കൂട്ട
മായി വളർത്തിയിരുന്നു. ഖനികളിലും അവർ ജോലി ചെയ്തിരുന്നു.

കരകൗശലം

ഒട്ടേറെ കരകൗശലത്തൊഴിലുകൾ അവർ വികസിപ്പിച്ചെടുത്തിരു
ന്നു. കളിമൺപാത്രങ്ങൾ, വിവിധതരം ലോഹങ്ങൾകൊണ്ടുള്ള ഉപകര
ണങ്ങൾ, ആഭരണങ്ങൾ, ആയുധങ്ങൾ, കമ്പിളിയിലും പരുത്തിയിലുമുള്ള
വസ്ത്രങ്ങൾ എന്നിവയുടെ നിർമ്മാണത്തിൽ ഇൻകകൾ പ്രത്യേകം
വൈദഗ്ധ്യം നേടിയിരുന്നു. വ്യത്യസ്ത ആകൃതിയിലും മാതൃകയിലു
മുള്ള മൺപാത്രങ്ങൾ നിർമ്മിച്ച് അലങ്കാരപ്പണികൾകൊണ്ട് മനോഹര
മാക്കിയിരുന്നു. നെയ്ത്ത് വികാസംപ്രാപിച്ച ഒരു കലയായിരുന്നു.
നൂൽനൂൽപ്പിലും വസ്ത്രനിർമ്മാണത്തിലും ഇൻക വനിതകൾ പ്രത്യേകം
വൈദഗ്ധ്യം നേടിയിരുന്നു. വസ്ത്രങ്ങളുടെ രൂപകൽപ്പനയിലും അലങ്കാ
രപ്പണികളിലും അസാമാന്യമായ ശ്രദ്ധയും പ്രത്യേക ചാതുര്യവും ഇൻക
കൾ പ്രദർശിപ്പിച്ചിരുന്നു. ചിത്രത്തുന്നലോടുകൂടിയ അവരുടെ വസ്ത്ര
ങ്ങൾക്കു ഭംഗിയും കലാമേൻമയും ഉണ്ടായിരുന്നു. ലാമ ആടുകളുടെ
രോമം ഉപയോഗിച്ച് വിശേഷപ്പെട്ട കമ്പിളിവസ്ത്രങ്ങളും അവർ നിർമ്മി
ച്ചിരുന്നു. സ്വർണ്ണം, വെള്ളി, രത്നം എന്നിവ ഉപയോഗിച്ച് മനോഹരങ്ങ
ളായ ആഭരണങ്ങളും അലങ്കാരവസ്തുക്കളും അവർ ഉണ്ടാക്കിയിരുന്നു.

കലയും വാസ്തുവിദ്യയും

ഇൻക സംസ്കാരത്തിന്റെ മറ്റൊരു പ്രത്യേകത ശിൽപ്പകലയിലും
വാസ്തുവിദ്യയിലും അവർക്കുണ്ടായിരുന്ന വൈദഗ്ധ്യമാണ്. അനേകം

ക്ഷേത്രങ്ങൾ, കൊട്ടാരങ്ങൾ, മാളികകൾ, കോട്ടകൾ തുടങ്ങിയവ അവർ നിർമ്മിച്ചിരുന്നു. തലസ്ഥാനനഗരമായ കുസ്കോ കൂറ്റൻകല്ലുകൾകൊണ്ട് നിർമ്മിച്ച ക്ഷേത്രങ്ങളും കൊട്ടാരങ്ങളുംകൊണ്ട് നിറഞ്ഞതാണ്. അവിടത്തെ മഹത്തായ സൂര്യക്ഷേത്രത്തിന് 1200 അടി ചുറ്റളവുണ്ട്. ഈ ക്ഷേത്രം കൽപ്പണിയിലുള്ള ഇൻകകളുടെ ചാതുര്യത്തെ വിളിച്ചോതുന്നു. പ്രവേശനകവാടം കഴിഞ്ഞെത്തുന്നത് ശ്രീകോവിലിലേക്കാണ്. ശ്രീകോവിലിന്റെ അകത്തെ മച്ചിൽ സ്വർണ്ണപ്പാളികൾകൊണ്ട് പൊതിഞ്ഞ ഒരു നിരപ്പലകയുണ്ട്. 'കോറിക്കാങ്ക' അഥവാ കനകസങ്കേതം എന്നായിരുന്നു ഈ ക്ഷേത്രത്തിന്റെ അപരനാമം. വൃത്താകാരത്തിലുള്ള ഈ ക്ഷേത്രത്തിന്റെ കരിങ്കൽ ഭിത്തികൾ മുഴുവൻ സ്വർണ്ണത്തകിടുപാകി മനോഹരമാക്കിയിരുന്നു. കട്ടിപ്പൊന്നുകൊണ്ട് ഉണ്ടാക്കിയ ഉയർന്ന വിഗ്രഹവേദിയിൽ സൂര്യപ്രതിമ സ്ഥാപിച്ചിരുന്നു. സൂര്യവിഗ്രഹത്തിന്റെ മദ്ധ്യഭാഗത്ത് ഒരു മനുഷ്യന്റെ മുഖം കമനീയമായി കൊത്തിയിരുന്നു. സൂര്യവിഗ്രഹം കൂടാതെ വെള്ളികൊണ്ടുള്ള ചന്ദ്രവിഗ്രഹവും അവിടെ പ്രതിഷ്ഠിച്ചിരുന്നു. സൂര്യചന്ദ്രൻമാർക്കു പുറമെ സ്വർണ്ണത്തിലും വെള്ളിയിലുമുള്ള മറ്റ് നക്ഷത്രങ്ങളുടെ വിഗ്രഹങ്ങളും ഇവിടെ പ്രതിഷ്ഠിച്ചിരുന്നു. സുഖവാസകേന്ദ്രമായ 'യൂക്കേ'യും മഹാസൗധങ്ങൾകൊണ്ട് നിറഞ്ഞതാണ്. കുംഭകുടങ്ങളോടുകൂടിയതും വട്ടത്തിലും ചതുരത്തിലുമുള്ളതുമായ മാളികകൾ അവർ നിർമ്മിച്ചിരുന്നു. വലിയ ഒറ്റക്കല്ലുകൊണ്ടുള്ള പ്രവേശന കവാടം മിക്ക മന്ദിരങ്ങളുടേയും പ്രത്യേകതയാണ്. കോട്ടകൾക്കു പുറമേ, തൂക്കുപാലങ്ങളും ജലസേചനത്തിനുവേണ്ടിയുള്ള നിരവധി തോടുകളും അവർ നിർമ്മിച്ചു.

ഗതാഗതം

ഗതാഗതവാർത്താവിനിമയ രംഗത്ത് ഇൻകകൾ അതിശയിപ്പിക്കുന്ന പുരോഗതി കൈവരിച്ചിരുന്നു. അനേകം മൈൽ നീളത്തിൽ, കല്ലിട്ടുറപ്പിച്ച രാജപാതകൾ അവർ നിർമ്മിച്ചിരുന്നു. ആൻഡീസ് പർവ്വതപ്രദേശത്തേയും താഴ്വരകളേയും തീരപ്രദേശങ്ങളേയും ബന്ധിപ്പിച്ചുകൊണ്ടുള്ള റോഡു നിർമ്മാണത്തിന് ആവശ്യമുള്ള എൻജിനീയറിംഗ് വൈദഗ്ധ്യം അവർ നേടിയിരുന്നു. തലസ്ഥാനമായ കുസ്കോയെ രാജ്യത്തിന്റെ നാനാഭാഗങ്ങളുമായി ബന്ധിപ്പിച്ചിരുന്നു. തീരപ്രദേശത്തുകൂടി ഒരു ഹൈവേ നിർമ്മിച്ചിരുന്നു. റോഡുകളുടെ നിർമ്മാണത്തിനും അറ്റകുറ്റപ്പണികൾക്കുമായി പൊതുമരാമത്തു ജീവനക്കാരെ പ്രത്യേകം നിയമിച്ചിരുന്നു. യാത്രക്കാരെ സഹായിക്കുന്നതിനുവേണ്ടി റോഡുകളുടെ വശങ്ങളിൽ അവിടവിടെയായി വിശ്രമകേന്ദ്രങ്ങൾ നിർമ്മിച്ചിരുന്നു. യാത്രക്കാർക്കുള്ള ഭക്ഷണവും വിശ്രമകേന്ദ്രങ്ങളിൽ വിതരണം ചെയ്തിരുന്നു. റോഡുകളുടെ വശങ്ങളിൽ തണൽമരങ്ങളും വച്ചുപിടിപ്പിച്ചിരുന്നു. വൻതോതിൽ പാലങ്ങളും നിർമ്മിച്ചിരുന്നു. വഞ്ചികൾ നിർമ്മിച്ച് ജലഗതാഗതവും ഇൻകകൾ വികസിപ്പിച്ചിരുന്നു. വാർത്തകൾ എത്തിക്കുന്നതിനുവേണ്ടിയുള്ള ഒരു പോസ്റ്റൽ സംവിധാനവും അവരുടെ ഇടയിൽ ഉണ്ടായിരുന്നു.

മതം

ബഹുദൈവവിശ്വാസികളായിരുന്ന ഇൻകകൾ മതത്തിന് വലിയ പ്രാധാന്യം നൽകിയിരുന്നു. സൂര്യദേവനും ഭൂമിദേവിയുമാണ് അവരുടെ പ്രധാന ആരാധനാമൂർത്തികൾ. മഹത്തായ സംസ്കാരത്തിനുടമകളാ യിരുന്ന ഇൻക ജനതയുടെ ആരാധനാക്രമം ശ്രേഷ്ഠവും രക്തച്ചൊരി ച്ചിൽ ഇല്ലാത്തതുമായിരുന്നു. ദീർഘമായ കർമ്മങ്ങളും അനുഷ്ഠാനങ്ങളും അവരുടെ മതവിശ്വാസത്തിന്റെ പ്രത്യേകതയാണ്. കൃഷിക്കാരംഭം കുറി ക്കുന്ന വിളവിറക്കാഘോഷം പ്രാർത്ഥനയോടെയാണ് ആരംഭിച്ചിരുന്നത്. മഴ ലഭിക്കുന്നതിനും യുദ്ധവിജയത്തിനും രോഗനിവാരണത്തിനും അവർ പ്രത്യേകം പ്രത്യേകം പ്രാർത്ഥനകളും കർമ്മങ്ങളും നടത്തിയിരുന്നു. ആരാധനാവശ്യങ്ങൾക്കും ഭജനയ്ക്കുമായി ധാരാളം ഗാനങ്ങളും സംഗീ തശിൽപ്പങ്ങളും അവർ രചിച്ചിരുന്നു. ക്ഷേത്രത്തിന്റെ സൂക്ഷിപ്പുകാരായി സൂര്യകന്യകകൾ എന്നറിയപ്പെടുന്ന കന്യകമാരെ നിയോഗിച്ചിരുന്നു.

ശാസ്ത്രം

വിപുലമായ ഭൂമിശാസ്ത്രപരിജ്ഞാനം ഇൻകകൾക്കുണ്ടായിരുന്നു. രാജ്യത്തിന്റെ അതിർത്തികൾ, പർവ്വതങ്ങൾ, നദികൾ, പ്രവിശ്യകൾ എന്നിവ അടയാളപ്പെടുത്തിയ ഒരുതരം ഭൂപടം അവർ നിർമ്മിച്ചിരുന്നു. ജ്യോതിശ്ശാസ്ത്രത്തിലും ഇൻകകൾ മികച്ച സംഭാവനകൾ നൽകിയിരു ന്നു. സമയം കണക്കാക്കുന്നതിന് പഞ്ചാംഗത്തിനോട് സാമ്യമുള്ള വിപു ലമായ ഒരു രീതി ഇൻകകൾക്കറിയാമായിരുന്നു. ഒരു വർഷത്തെ അവർ 12 ചന്ദ്രമാസങ്ങളായി വിഭജിച്ചിരുന്നു. സൂര്യസംക്രമണത്തെപ്പറ്റി അറി വുണ്ടായിരുന്ന ഇൻകകൾക്ക് ചില നക്ഷത്രങ്ങളെക്കുറിച്ചും അറിവുണ്ടാ യിരുന്നതായി അനുമാനിക്കുന്നു. മെച്ചപ്പെട്ടൊരു ചികിത്സാരീതിയും അവർക്കുണ്ടായിരുന്നതായി തെളിവുകൾ സൂചിപ്പിക്കുന്നു. ഉൽഖനന ത്തിൽ നിന്നു ലഭിച്ച അസ്ഥിപഞ്ജരാവശിഷ്ടങ്ങളിൽ നിന്നും അവർ ശ സ്ത്രക്രിയ നടത്തിയിരുന്നതായി ഊഹിക്കാം.

ഇൻകാ സംസ്കാരത്തിന്റെ അന്ത്യംകുറിച്ചത് സ്പാനിഷ് ആക്രമ ണമായിരുന്നു. 1523-ൽ ഫ്രാൻസിസ്കോ പിസാറോ (Fransisco Pizzaro)യുടെ നേതൃത്വത്തിൽ സ്പെയിൻകാർ ഇൻകാ സാമ്രാജ്യം ആക്രമിച്ചു. രണ്ടുവർഷംകൊണ്ട് ഇൻകാരാജ്യമാകമാനം അവർ ആക്ര മണത്തിനും കൊള്ളയ്ക്കും വിധേയമാക്കി. ഏറ്റവും അവസാനത്തെ ഇൻക ഭരണാധികാരിയായിരുന്ന അറ്റാഹാൽഫായെ ചതിയിലൂടെ തട വുകാരനാക്കുകയും പിന്നീട് വധിക്കുകയും ചെയ്തു. കുസ്കോ നഗ രവും മറ്റ് നഗരങ്ങളും ക്ഷേത്രങ്ങളും കൊട്ടാരങ്ങളും കൊള്ളയടിക്കുക യും സ്വർണ്ണത്തിന്റെ വൻശേഖരം കൈക്കലാക്കുകയും ചെയ്തു. കൊള്ള യടിക്കപ്പെട്ട സ്വർണ്ണത്തിന്റെ മൂല്യം 20 മില്യൺ ഡോളറിൽകൂടുതൽ ആ യിരുന്നുവെന്നാണ് കണക്കാക്കപ്പെട്ടത്. നിഷ്ഠുരമായ ചതിയിലൂടെയും ആക്രമണത്തിലൂടെയും കൂട്ടക്കൊലയിലൂടെയും സ്പെയിൻകാർ തെക്കേ

അമേരിക്കയിലെ ഏറ്റവും ശ്രേഷ്ഠമായ സംസ്കാരത്തെ നശിപ്പിച്ചു.

16–ാം നൂറ്റാണ്ടിന്റെ മദ്ധ്യത്തോടുകൂടി പ്രാചീന അമേരിക്കൻ സംസ്കാരം അസ്തമിച്ചു. ആക്രമണകാരികളായ സ്പെയിൻകാരും അവർക്കു പിന്നാലെയെത്തിയ യൂറോപ്യൻ പര്യവേക്ഷകരുമാണ് അമേരിക്കൻ സംസ്കാരത്തിന്റെ അന്ത്യത്തിന് കാരണമായത്. യൂറോപ്പിൽ നിന്നും അമേരിക്കയിലേക്ക് കടന്നുവന്ന വെള്ളക്കാരുടെ നാഗരികതയിൽ അമേരിക്കൻ സംസ്കാരം ചെലുത്തിയ സ്വാധീനം ഗണ്യമാണ്. അതു കൊണ്ടുതന്നെ ആധുനിക യൂറോപ്യൻ സംസ്കാരം പ്രാചീന അമേരിക്കൻ സംസ്കാരത്തോട് ഏറെ കടപ്പെട്ടിരിക്കുന്നു. ശിൽപ്പവിദ്യ, വാസ്തു വിദ്യ എന്നിവയിൽ ഒരു അമേരിക്കൻ ശൈലിതന്നെ രൂപപ്പെട്ടിരുന്നു. ശാസ്ത്രരംഗത്തും കൃഷി, വാണിജ്യം, ഗതാഗതം എന്നീ രംഗങ്ങളിലും വളരെ മുന്നിട്ടുനിന്ന ഒരു സംസ്കാരമായിരുന്നു. വെള്ളക്കാരുടെ ആക്ര മണത്തിനെതിരായുള്ള അമേരിക്കൻ ജനതയുടെ ചെറുത്തുനിൽപ്പ്, ദീർഘകാലം നീണ്ടുനിന്ന സംഘട്ടനങ്ങളിലേക്ക് നയിച്ചു. ഈ സംഘട്ട നങ്ങൾ അമേരിക്കൻ ചരിത്രത്തിലെ ഇരുളടഞ്ഞ അദ്ധ്യായങ്ങളിലൊ ന്നാണ്.

7

ആഫ്രിക്കൻ സംസ്കാരം

ലോകസംസ്കാരങ്ങളിൽ ഏറ്റവും നീണ്ട ചരിത്രം അവകാശപ്പെ ടാവുന്ന ഭൂഖണ്ഡമാണ് ആഫ്രിക്ക. അതിപ്രാചീനകാലം മുതൽക്കേ ആഫ്രിക്കയിൽ ജനവാസം ഉണ്ടായിരുന്നതിന് ധാരാളം തെളിവുകൾ ലഭ്യ മാണ്. ഉത്തര റൊഡേഷ്യയിലുള്ള ബ്രോക്കൺഹിൽ എന്ന സ്ഥലത്തു നിന്നും നിയാണ്ടർതാൽ (Neandertal) മനുഷ്യന്റേതെന്നു കരുതപ്പെടുന്ന അവശിഷ്ടങ്ങൾ കണ്ടെത്തിയിട്ടുണ്ട്. കൂടാതെ കെനിയ മുതൽ ട്രാൻസ് വാൾ വരെയുള്ള പ്രദേശങ്ങളിൽനിന്നും പ്രാചീന മനുഷ്യരുടെ ധാരാളം അവശിഷ്ടങ്ങൾ കണ്ടെത്തിയിട്ടുണ്ട്. തക്കതായ തെളിവുകളുടെ അഭാവം മൂലം യൂറോപ്യൻമാരുടെ ആഗമനത്തിനുമുമ്പുള്ള ആഫ്രിക്കൻ ചരിത്ര ത്തെക്കുറിച്ചും സംസ്കാരത്തെപ്പറ്റിയും അടുത്തകാലം വരെ വളരെ പരി മിതമായ അറിവ് മാത്രമേ ലഭിച്ചിരുന്നുള്ളൂ. ആഫ്രിക്കൻ സംസ്കാര ത്തെക്കുറിച്ചുള്ള അജ്ഞത പല അബദ്ധധാരണകൾക്കും ഇടയാക്കിയി ട്ടുണ്ട്. യൂറോപ്യന്മാരുടെ ആഗമനത്തിനുമുമ്പ് ആഫ്രിക്കൻ ജനത അപ രിഷ്കൃതരായിരുന്നുവെന്ന് കൊളോണിയൽ ശക്തികൾ പ്രചരിപ്പിച്ചു. ആഫ്രിക്കൻ ജനതയുടെ സ്ഥിരജീവിതം, കൃഷി, വ്യവസായം, സാമൂ ഹൃജീവിതം എന്നിവയെല്ലാം വിദേശികളുടെ സംഭാവനയാണെന്നു വരുത്താനായിരുന്നു ശ്രമം. ഇങ്ങനെ സംസ്കാരമില്ലാത്തവരുടെ നാട് എന്ന അർത്ഥത്തിൽ ഇരുണ്ട ഭൂഖണ്ഡം എന്ന് യൂറോപ്യന്മാർ ആഫ്രിക്കയെ വിശേഷിപ്പിച്ചിരുന്നു. ഒരു സംസ്കാരരഹിത ആഫ്രിക്കയെ സംസ്കാര ത്തിലേക്ക് നയിച്ചത് കോളനിഭരണമാണെന്നാണ് യൂറോപ്യൻ വാദം.

എന്നാൽ അടുത്തകാലത്തായി നടന്ന പുതിയ കണ്ടെത്തലുകൾ പ്രത്യേകിച്ചും പുരാവസ്തു പഠനം ആഫ്രിക്കയുടെ ചരിത്രപരമായ പിന്നോക്കാവസ്ഥയെ സംബന്ധിക്കുന്ന യൂറോപ്യൻ കാഴ്ചപ്പാടിനെ നിരാ

കരിക്കുന്നതാണ്. ആഫ്രിക്കയുടെ വിവിധ ഭാഗങ്ങളിൽ നടന്ന ഉൽഖന നങ്ങളും പുരാവസ്തു ഗവേഷണങ്ങളും പ്രാചീന ആഫ്രിക്കൻ സംസ്കാ രത്തെക്കുറിച്ചുള്ള (പരിമിതമെങ്കിലും അവശ്യം വേണ്ട) തെളിവുകൾ നൽകുന്നു. ആഫ്രിക്കൻ ഗോത്രവർഗ്ഗക്കാരുടെ ഇടയിൽ പ്രചാരത്തിലുള്ള കഥകളും ആഫ്രിക്കേതര പര്യവേക്ഷകരുടേയും വ്യാപാരികളുടേയും കുറിപ്പുകളും ആഫ്രിക്കൻ സംസ്കാരത്തെക്കുറിച്ചുള്ള പഠനത്തെ സഹാ യിക്കുന്നു. വാണിജ്യത്തിനായെത്തിയ വ്യാപാരികൾ കച്ചവടമനോഭാവ ത്തോടെയാണ് ആഫ്രിക്കൻ ജീവിതത്തെ സമീപിച്ചതും വീക്ഷിച്ചതും. വ്യാപാരികളും പര്യവേക്ഷകരും നൽകുന്ന വിവരങ്ങൾ, ആഫ്രിക്കയിലെ പരമ്പരാഗത കഥകളിൽനിന്നും പുരാവസ്തു ഗവേഷണങ്ങളിൽ നിന്നും ലഭിക്കുന്ന കണ്ടെത്തലുകളെ സ്ഥിരീകരിക്കുന്നതിന് സഹായകരമാണ്. പ്രാചീന കാലത്തെക്കുറിച്ചുള്ള സമഗ്രമായ അന്വേഷണവും ഗവേഷ ണവും കൊണ്ടുമാത്രമേ പ്രാചീന ആഫ്രിക്കൻ ജനതയുടെ സംസ്കാ രത്തെ പൂർണ്ണമായും വെളിച്ചത്തു കൊണ്ടുവരാനാകൂ.

ഭൂപ്രദേശം

രണ്ടാമത്തെ വലിയ ഭൂഖണ്ഡമായ ആഫ്രിക്ക മദ്ധ്യധരണ്യാഴി, ചെങ്ക ടൽ, അറ്റ്ലാന്റിക് സമുദ്രം, ഇന്ത്യൻ മഹാസമുദ്രം എന്നിവയാൽ ചുറ്റ പ്പെട്ടിരിക്കുന്നു. വടക്കുഭാഗത്ത് ലോകത്തിലെ ഏറ്റവും വലിയ മരുഭൂമിയായ സഹാറായും തെക്കുഭാഗത്ത് തമീസ്, കലഹാരി എന്നീ മരഭൂമികളും സ്ഥിതിചെയ്യുന്നു. കരഭാഗം മിക്കവാറും പീഠഭൂമിയാണ്. മഴക്കാടുകൾക്കു പുറമെ സാവന്നകൾ, കുറ്റിക്കാടുകൾ എന്നിവയാൽ നിബിഡമാണ് ആഫ്രിക്ക. കരഭൂമിയുടെ പത്തിലൊന്നുഭാഗം മാത്രമാണ് കൃഷിക്കുപയുക്തമായിട്ടു ള്ളത്. ആഫ്രിക്കയിലെ പ്രധാന പർവതങ്ങൾ കാമറൂൺ, ഹൈലാഡ്, സാർ കെൻസർഗ്, കെനിയ ഹൈലാഡ്സ്, ടിബെസ്റ്റി, അഹ്ഗാർ എന്നീ വയാണ്. കിഴക്കൻ ആഫ്രിക്കയിൽ നിരവധി ചെങ്കുത്തായ താഴ്വരകളു ണ്ട്. നൈൽ, കോംഗോ, നൈജർ, ഓറഞ്ച്, സെനിഗൽ, സാംബസി, ലിംപോപ്പോ എന്നിവയാണ് പ്രധാന നദികൾ. നദികളുടെ പ്രയാണ മാർഗ്ഗ ങ്ങളിൽ അവിടവിടെയായി നിരവധി വെള്ളച്ചാട്ടങ്ങളുമുണ്ട്. ലോകപ്രസി ദ്ധമായ വിക്ടോറിയ വെള്ളച്ചാട്ടം സാംബസി നദിയിലാണ്. ഒരേ സമയ ത്തുതന്നെ ആഫ്രിക്കയിലെ ഓരോ പ്രദേശത്തും ഓരോതരം കാലാവ സ്ഥയാണ് അനുഭവപ്പെടുന്നത്. മറ്റേതൊരു വൻകരയിലുമുള്ളതിനേക്കാൾ മനുഷ്യവർഗ്ഗങ്ങളും ഭാഷകളും ആഫ്രിക്കയിൽ കാണാൻ കഴിയും.

ജനത

ആഫ്രിക്കൻ ജനതയെ മൂന്ന് പ്രധാന വിഭാഗങ്ങളായി തരംതി രിക്കാം. സുഡാനിക് ഭാഷാഗോത്രത്തിൽപ്പെട്ടവരാണ് ഒന്നാമത്തെ വിഭാഗം. സുഡാനിലും എത്യോപ്യയിലും കാണപ്പെട്ടിരുന്ന ഇക്കൂട്ടർ, അകാൻ, അഷാന്തി, അസാൻദെ, ബർമാന, ഇവ്, ഹുലാനി, ഇബോ

എന്നിങ്ങനെ അനേകം ഉപവിഭാഗങ്ങളായി പിരിഞ്ഞിരുന്നു. ബാന്ദുഭാഷാ വിഭാഗത്തിൽപ്പെട്ടവരാണ് രണ്ടാമത്തെ വിഭാഗക്കാർ. കൊക്കേഷ്യൻ വർഗ്ഗത്തിൽപ്പെട്ട ഈ ജനവിഭാഗം മദ്ധ്യധരണ്യാഴി തീരവാസികളാണ്. ആഫ്രിക്കൻ ജനതയിൽ ഏതാണ്ട് മൂന്നിലൊരുഭാഗം ജനങ്ങൾ ബാന്ദു ഭാഷ സംസാരിക്കുന്നവരാണ്. ഹാമിറ്റിക്–സെമിറ്റിക് വിഭാഗത്തിൽപ്പെടുന്നവരാണ് മൂന്നാമത്തെ പ്രധാനവിഭാഗം. ബെർബർ, കുഷിറ്റിക് എന്നിങ്ങനെ ഹാമിറ്റിക് ജനതയെ രണ്ടായി തിരിക്കാം. നീഗ്രോ സവിശേഷതകളുള്ള കാക്കസോയ്ഡ് വർഗ്ഗക്കാരാണ് ബെർബർ ജനത. ഇവർ ബെർബർ ഭാഷ സംസാരിക്കുന്നവരാണ്. കബിലെ, സിവാൻ, ടിബു, ത്വാരെഗ് എന്നീ ജനവർഗ്ഗങ്ങളും ബെർബർ വിഭാഗത്തിൽപ്പെടുന്നു. ബെജാ, ദനാകിൻ, ഗല്ലാ, സൊമാലി എന്നിവർ കുഷിറ്റിക് ഉപവിഭാഗത്തിൽപ്പെടുന്നു. സെമിറ്റിക് വിഭാഗത്തിൽപ്പെട്ട ഒരു ജനവർഗ്ഗമാണ് കബാബിഷ്. ഇവർ സെമിറ്റിക് ഭാഷ സംസാരിക്കുന്നവരാണ്. സുഡാനു വടക്കുകിഴക്കായുള്ള എത്യോപ്യ, സൊമാലിയ, കെനിയയിലെ ചില പ്രദേശങ്ങൾ എന്നിവിടങ്ങളിൽ ഇവരെ കാണാം.

ഉൽഖനനം

സുഡാൻ, ഉഗാണ്ട, സൊമാലിലാന്റ്, കെനിയ എന്നിവിടങ്ങളിൽ നടത്തിയ ഉൽഖനനങ്ങളിൽനിന്നും കാര്യമായ തെളിവുകൾ ലഭിച്ചിരുന്നില്ല. എന്നാൽ പടിഞ്ഞാറൻ ആഫ്രിക്കയിൽനിന്നും ഉപകരണങ്ങളും ശിലാചക്രങ്ങളും ആയുധങ്ങളും കണ്ടെത്തിയിട്ടുണ്ട്. ഗാംബിയായിൽ നിന്നും 'മഹാശിലായുഗ സ്മാരകങ്ങൾ' കണ്ടെത്തുകയുണ്ടായി. നുബിയായിലും മൊറോയിലും നടത്തിയ ഉൽഖനനങ്ങൾ ഈജിപ്തുകാരുടെ

പ്രാചീന നുബിയയിലെ നിർമ്മിതി

സ്വാധീനം നൈൽതടംവരെ എത്തിയിരുന്നതായി സൂചനകൾ നൽകു
ന്നു. ഉൽഖനനത്തിൽ നിന്നും ലഭിച്ച തെളിവുകളുടെ അടിസ്ഥാനത്തിൽ
മനുഷ്യനോ മനുഷ്യവർഗ്ഗത്തിൽപ്പെട്ട അവന്റെ മുൻഗാമികളോ ആഫ്രി
ക്കയിൽ വസിച്ചിരുന്നതായി പുരാവസ്തു ഗവേഷകർ കരുതുന്നു. വട
ക്കൻ ടാൻസാനിയയിൽ പുരാതന വാസകേന്ദ്രങ്ങൾ ഉണ്ടായിരുന്നതായി
ഗവേഷകർ അനുമാനിക്കുന്നു. സാങ്കേതികവിദ്യയുടെ കണ്ടുപിടുത്തം
സാമൂഹ്യമാറ്റത്തിനു തുടക്കം കുറിച്ചു. തീയുടെ കണ്ടുപിടുത്തം മൂർച്ച
യേറിയ ആയുധങ്ങളും ഉപകരണങ്ങളും ഉണ്ടാക്കാൻ അവരെ പ്രാപ്ത
രാക്കി. ഭക്ഷ്യോൽപ്പാദനം ഏകദേശം ഏഴായിരം വർഷംമുമ്പുതന്നെ
ആഫ്രിക്കയിൽ ആരംഭിച്ചിരുന്നുവെങ്കിലും, സഹാറയ്ക്കു തെക്കുഭാഗ
ത്തേക്ക് വ്യാപിച്ചത് അയ്യായിരം വർഷങ്ങൾക്കു മുമ്പു മാത്രമായിരുന്നു.
ആഫ്രിക്കയുടെ ഭൂരിഭാഗം മേഖലകളിലും കൃഷിയാരംഭിക്കുന്നത് വളരെ
വൈകിയാണെന്നാണ് ഉൽഖനനത്തെളിവുകൾ സൂചിപ്പിക്കുന്നത്. ഫല
പുഷ്ടിയില്ലാത്ത മണ്ണും വനനിബിഡമായ പ്രദേശങ്ങളും കൃഷിയുടെ
വ്യാപനത്തിന് തടസം നിന്നു. ഇരുമ്പായുധങ്ങൾ സ്വായത്തമാക്കുന്നതു
വരെ ഭക്ഷ്യശേഖരണത്തിലും കാലിവളർത്തലിലും മാത്രം ഇവരൊതു
ങ്ങിനിന്നു. പിൽക്കാലത്ത് ഇരുമ്പായുധങ്ങളുടെ സഹായത്തോടെ കൃഷി
വ്യാപിപ്പിച്ചു. കൃഷിയുടെ ആരംഭവും അതിന്റെ വ്യാപനവും ആഫ്രിക്കൻ
സംസ്കാരത്തിന്റെ ആവിർഭാവത്തിനും വളർച്ചയ്ക്കും വഴിതെളിച്ചു.

സംസ്കാരകേന്ദ്രങ്ങളും ഭരണകൂടവും

ഉത്തര ആഫ്രിക്കയിലെ ഈജിപ്ഷ്യൻ സംസ്കാരം വളർന്നുവിക
സിച്ച കാലഘട്ടത്തിൽത്തന്നെ ആഫ്രിക്കയുടെ സാംസ്കാരിക ചരിത്രം
ആരംഭിക്കുന്നുവെന്നാണ് ചരിത്രപണ്ഡിതന്മാരുടെ അഭിപ്രായം. എന്നാൽ,
സഹാറയ്ക്ക് തെക്ക് സാംസ്കാരികാഭിവൃദ്ധി വളരെ മന്ദഗതിയിലായിരു
ന്നു. ഇന്നത്തെ മൊറോക്കോ, അൽജീറിയ, ടുണീഷ്യ എന്നീ രാജ്യങ്ങൾ
ഉൾപ്പെടുന്ന ഭൂപ്രദേശങ്ങൾ പ്രാചീന ആഫ്രിക്കൻ സംസ്കാരത്തിന്റെ
പ്രധാനകേന്ദ്രങ്ങളിൽ ഒന്നായിരുന്നു. ബെർബർ വർഗ്ഗത്തിൽപ്പെട്ട ജന
സമൂഹം അധിവസിച്ചിരുന്ന ഈ പ്രദേശത്ത് ബി സി 9-ാം നൂറ്റാണ്ടിൽ
ഫിനീഷ്യർ കുടിയേറിപ്പാർക്കുകയും കാർത്തേജ് എന്ന നഗരരാഷ്ട്രം
സ്ഥാപിക്കുകയും ചെയ്തു. ബി സി 630-ൽ ഗ്രീക്കുകാർ സിരനേക്കയിൽ
ഒരു കോളനി സ്ഥാപിച്ചതോടുകൂടി ഈ മേഖല ഫിനീഷ്യൻ - ഗ്രീക്കു
പോരാട്ടങ്ങളുടെ വേദിയായി. എന്നാൽ പ്യൂണിക് യുദ്ധത്തെ തുടർന്ന്
(ബി സി 264-146) കാർത്തേജ് റോമാസാമ്രാജ്യത്തിന്റെ നിയന്ത്രണത്തി
ലായി. എ ഡി 429-ൽ സ്പെയിനിൽ നിന്നും എത്തിയ വാൻഡൽ വർഗ്ഗ
ക്കാർ ഏകദേശം ഒരു നൂറ്റാണ്ടോളം ഉത്തര ആഫ്രിക്കയുടെ ഭരണം നിയ
ന്ത്രിച്ചു. ആറാം നൂറ്റാണ്ടോടുകൂടി കിഴക്കൻ റോമൻ ചക്രവർത്തി വാൻഡ
ലുകളെ പരാജയപ്പെടുത്തിയതോടെ ഈ മേഖല വീണ്ടും റോമൻ ആധി
പത്യത്തിൻ കീഴിലായി. ഇക്കാലത്താണ് ആഫ്രിക്കയിൽ ക്രിസ്തുമതം

പ്രചരിക്കുന്നത്. തുടർന്ന് ഏഴാം നൂറ്റാണ്ടിൽ മുസ്ലിങ്ങൾ ഈ പ്രദേശം കീഴടക്കുകയും ആഫ്രിക്കയിൽ ഇസ്ലാമതം പ്രചാരത്തിൽ വരികയും ചെയ്തു.

സുഡാൻ മറ്റൊരു പ്രധാന സാംസ്കാരിക കേന്ദ്രമായിരുന്നു. സുഡാ നിൽ രൂപമെടുത്ത കുഷ്(Kush) എന്ന സ്വതന്ത്രരാജ്യം ബി സി എട്ടാം നൂറ്റാണ്ടോടുകൂടി ശക്തി പ്രാപിക്കുകയും ഈജിപ്ത് ആക്രമിച്ച് അവിടെ ഭരണം നടത്തുകയും ചെയ്തു. ഇരുമ്പായുധങ്ങൾ കുഷ് രാജാക്കന്മാരെ കൂടുതൽ ശക്തരാക്കുകയും, അവർ യുദ്ധവും ആക്രമണങ്ങളുംകൊണ്ട് രാജ്യാതിർത്തി വിസ്തൃതമാക്കുകയും ചെയ്തു. ബി സി ഏഴാം നൂറ്റാ ണ്ടിൽ അസ്സീറിയക്കാരോട് പരാജയപ്പെട്ടതിനെത്തുടർന്ന് കുഷ് രാജ്യം സുഡാനിൽമാത്രമായി ചുരുങ്ങുകയും ഏകദേശം എ ഡി മുന്നൂറോടു കൂടി കുഷ് ഭരണം പൂർണ്ണമായും തകരുകയും ചെയ്തു. കുഷ് രാജ്യ ത്തിന്റെ തകർച്ചയ്ക്കുശേഷം ന്യൂബിയ (Nubia), അക്സും(Aksum) എന്നീ രാജ്യങ്ങൾ ആവിർഭവിക്കുകയും ചെയ്തു. ഏറ്റവും ശക്തമായ രാജ്യം അക്സും ആയിരുന്നു. സുഡാനിക് ഭാഷ സംസാരിച്ചിരുന്ന ജനത അധിവസിച്ചിരുന്ന പ്രദേശത്ത് നിരവധി ശക്തമായ രാജ്യങ്ങൾ നിലവിൽ വന്നിരുന്നു. ഈ രാജ്യങ്ങളിലെ രാജാക്കന്മാർക്ക് ദൈവികത്വം കൽപ്പിച്ചി രുന്നു. കേന്ദ്രീകൃതഭരണ സംവിധാനമാണ് നിലവിലുണ്ടായിരുന്നതെ ങ്കിലും കാര്യക്ഷമതയുള്ള ഉദ്യോഗസ്ഥവൃന്ദം ഭരണനിർവഹണം സുഗ മമാക്കിയിരുന്നു. ഈ രാജ്യങ്ങളിൽ ഉദ്യോഗസ്ഥപദവി പരമ്പരാഗതമാ യിരുന്നില്ല. ഏറ്റവും പ്രധാനപ്പെട്ട സുഡാനിക് രാജ്യം ഘാന (Ghana)യാ യിരുന്നു. ബെർബർ വർഗ്ഗക്കാർ എ ഡി അഞ്ചാം നൂറ്റാണ്ടിൽ മാൻസി ലൻഗോ ഭാഷ സംസാരിക്കുന്ന നീഗ്രോകളുടെ പ്രദേശത്ത് ആധിപത്യം നേടി ഘാന എന്ന രാജ്യം സ്ഥാപിച്ചു. പിന്നീട് നീഗ്രോവംശജർ ബെർബ രുകളെ പരാജയപ്പെടുത്തി ഘാനയിലെ ഭരണാധികാരികളായി. പടിഞ്ഞാ റൻ ആഫ്രിക്കയിൽ നിലവിൽവന്ന ആദ്യത്തെ പ്രധാനരാജ്യവും ഘാന യായിരുന്നു. പിൽക്കാലത്ത് ഘാന സ്വർണ്ണഭൂമി (Land of Gold) എന്ന പേരിൽ പ്രസിദ്ധിയാർജ്ജിച്ചു. മാലി (Mali), സോങ്ഹെ(Songhay), കനേം(Kanem), ബോർന്യൂ(Bornu), ഹൌസ (Hausa) തുടങ്ങിയവ സുഡാനിലെ മറ്റ് പ്രധാന സാംസ്കാരികകേന്ദ്രങ്ങളായിരുന്നു.

കോംഗോ, അംഗോള, മൊസാംബിക്, ലൊആൻഗോ, എൻഡൊൻഗോ, ക്യൂബ തുടങ്ങിയ പ്രദേശങ്ങളും പ്രാചീന ആഫ്രിക്കൻ സംസ്കാര കേന്ദ്രങ്ങളായിരുന്നു. കോംഗോ പ്രദേശത്തുള്ള നിരവധി ചെറുരാജ്യങ്ങളെ ഏകോപിപ്പിച്ച് എ ഡി 15-ാം നൂറ്റാണ്ടോടുകൂടി ശക്തമായ കോംഗോ രാജ്യം നിലവിൽവന്നു. ഇവിടെ രാജാവ് അതിശക്തനായിരുന്നു. രാജ്യ ത്തുള്ള സർവ്വഭൂമിയുടെയും അധിപൻ രാജാവായിരുന്നു. രാജാവ് അതി ശക്തനാണെങ്കിലും രാജാധികാരം പരമ്പരാഗതമായിരുന്നില്ല. പ്രഭുക്കൻമാ രുടെ കുടുംബത്തിൽനിന്നുമാണ് രാജാവിനെ തെരഞ്ഞെടുത്തിരുന്നത്. കാര്യക്ഷമമമായൊരു കേന്ദ്രീകൃതഭരണസംവിധാനം നിലവിലുണ്ടായി രുന്നു. വളരെയധികം അധികാരങ്ങളുള്ള ഒരു ജനകീയ സഭയും അന്ന്

സാംബസി

നിലവിലുണ്ടായിരുന്നു. രാജാവിന്റെ അധികാരത്തെ പലപ്പോഴും ജനകീയ സഭ നിയന്ത്രിച്ചിരുന്നു. സാംബസി, ലിംപോപ്പോ നദികൾക്കിടയിലായി മോണോമൊടാപാ എന്ന രാജ്യവും നിലവിലുണ്ടായിരുന്നു. വളരെയേറെ പരിഷ്കൃതമായൊരു രാഷ്ട്രമായിരുന്നു ഇത്.

സാമൂഹ്യജീവിതം

നിരവധി രാജ്യങ്ങളും വിഭിന്നഗോത്രസമൂഹങ്ങളും നിലനിന്നിരുന്ന പ്രാചീന ആഫ്രിക്കയിൽ, തികച്ചും വ്യത്യസ്തങ്ങളായ സാമൂഹ്യഘട നയും ആചാരങ്ങളുമാണ് നിലനിന്നിരുന്നത്. രാജഭരണം നിലനിന്നിരുന്ന പ്രദേശങ്ങളിൽ രാജാവിനായിരുന്നു സമൂഹത്തിൽ ഒന്നാംസ്ഥാനം. പ്രഭു ക്കന്മാർക്കും പുരോഹിതർക്കും കലാകാരന്മാർക്കും കരകൗശലപ്പണി ക്കാർക്കും സമൂഹം ഉന്നതസ്ഥാനം നൽകിയിരുന്നു. കൃഷിക്കാരും മറ്റ് തൊഴിലുകളിൽ ഏർപ്പെട്ടിരുന്നവരും സാധാരണ ജനവിഭാഗമായിരുന്നു. ഗോത്രഭരണമേഖലയിൽ ഗോത്രതലവന്മാർക്കാണ് മുഖ്യസ്ഥാനം. പല ഗോത്രങ്ങളുടെയും തലവനും പുരോഹിതനും ഒരാൾതന്നെയായിരുന്നു. പരമ്പരാഗതമായാണ് ഗോത്രത്തലവന്മാർ അധികാരം ഏറ്റിരുന്നത്. ആഫ്രിക്കയിലെ പല പ്രദേശത്തും അടിമസമ്പ്രദായം നിലവിലുണ്ടായി രുന്നു. യുദ്ധത്തടവുകാരോ ക്രിമിനൽ കുറ്റവാളികളോ കടബാദ്ധ്യത യിൽപ്പെടുന്നവരോ ആണ് പൊതുവെ അടിമകളായി മാറുക. എന്നാൽ ആഫ്രിക്കൻ അടിമകൾക്ക് അവരുടെ യജമാനന്മാരുടെ കൂടെ താമസി ക്കുന്നതിനും, സ്വത്ത് സമ്പാദിക്കുന്നതിനും അനുവാദം ഉണ്ടായിരുന്നു. കോംഗോ പ്രദേശത്തെ അടിമകൾക്ക് അവരുടെ യജമാനന്മാരെ മാറ്റി യെടുക്കുന്നതിനും അനുവാദം ഉണ്ടായിരുന്നു.

ആഫ്രിക്കൻ സാമൂഹ്യജീവിതത്തിന്റെ അടിസ്ഥാനഘടകം കുടും
ബമാണ്. പ്രാചീന ആഫ്രിക്കൻ ജനത കുടുംബജീവിതത്തിന് ഏറെ
സ്ഥാനം നൽകിയിരുന്നു. ഭർത്താവ്, ഭാര്യ/ഭാര്യമാർ, കുട്ടികൾ എന്നിവ
രടങ്ങുന്നതാണ് കുടുംബം. പുരുഷമേധാവിത്വമുള്ള കുടുംബഘടനയാണ്
പ്രാചീന ആഫ്രിക്കയിൽ നിലനിന്നിരുന്നത്. ബഹുഭാര്യാത്വം എല്ലാവർഗ്ഗ
ങ്ങളിലും നിലനിന്നിരുന്നു. വിവാഹത്തിന് സ്ത്രീധനസമ്പ്രദായം നില
വിലുണ്ടായിരുന്നു. വിവാഹത്തിന് വധുഗൃഹത്തിൽനിന്ന് വരന്റെ മാതാ
പിതാക്കൾക്ക് കന്നുകാലികളെ കൊടുക്കണം. വിവാഹപ്രായമെത്തിക്ക
ഴിഞ്ഞ യുവാക്കളെ അവരുടെ വീടുകളിൽനിന്നും മാറ്റിനിർത്തി, സമൂഹ
ത്തിലെ ഉത്തരവാദപ്പെട്ട പൗരനാകാനുള്ള പരിശീലനം നൽകിയിരുന്നു.
ആറുമാസത്തോളം നീണ്ടു നിൽക്കുന്ന പരിശീലനത്തിൽ സാമൂഹ്യാചാ
രങ്ങളും പഠിപ്പിച്ചിരുന്നു. പെൺകുട്ടികൾക്കും ഇത്തരത്തിലുള്ള പരിശീ
ലനം നൽകിയിരുന്നു. ബാന്ധുവർഗ്ഗക്കാർക്കിടയിൽ ബാല്യവിവാഹവും
നിലനിന്നിരുന്നു. വിധവയ്ക്ക് അവരുടെ ഭർത്താവിന്റെ ബന്ധുവിന്റെ ഭാര്യ
യായിരിക്കാനുള്ള അവകാശം ഉണ്ടായിരുന്നു. ചില വർഗ്ഗങ്ങൾക്കിടയിൽ
മക്കത്തായവും മറ്റ് ചിലവർഗ്ഗങ്ങൾക്കിടയിൽ മരുമക്കത്തായവും നിലനി
ന്നിരുന്നു. ഭാര്യമാരുടെ എണ്ണവും ധാന്യപ്പുരയുടെ വലിപ്പവും നോക്കിയാണ്
പുരുഷൻമാരുടെ സാമ്പത്തികസ്ഥിതി നിശ്ചയിച്ചിരുന്നത്. അവകാശങ്ങളും
കർത്തവ്യങ്ങളും വ്യക്തികളുടെ സാമൂഹ്യപദവിക്കനുസരിച്ചായിരിക്കും.

സമൂഹത്തിൽ ഉന്നതവർഗ്ഗത്തിൽപ്പെട്ട കുലീനവിഭാഗം സാമാന്യം
ആഡംബരപൂർണ്ണമായ ജീവിതമാണ് നയിച്ചിരുന്നത്. അവർ അനേകം
കൊട്ടാരങ്ങളും മാളികകളും പണിതിരുന്നു. എല്ലാവിധ സൗകര്യങ്ങളോടും
കൂടിയ മാളികകളിലാണവർ പാർത്തിരുന്നത്. എന്നാൽ, പുരാതന ആഫ്രി
ക്കയിലെ സാധാരണക്കാരുടെ ജീവിതം ദുരിതപൂർണ്ണമായിരുന്നു. അവർ
രണ്ടുതരം വീടുകൾ നിർമ്മിച്ചിരുന്നു. വേട്ടക്കാരും കാലിവളർത്തുന്നവരു
മായ ജനവിഭാഗം താൽക്കാലിക വീടുകളിലും കൃഷിക്കാർ സ്ഥിരം വീടു
കളിലുമാണ് താമസിച്ചിരുന്നത്. മിക്ക വീടുകളും ഒറ്റവാതിലും ഒറ്റമുറി
യുമുള്ള കെട്ടിടങ്ങളാണ്. ചെളിക്കട്ടകൊണ്ട് വൃത്താകൃതിയിൽ കെട്ടിയ
ചുമരും അതിനുചുറ്റിലും വീതികുറഞ്ഞ തിണ്ണയും തടികൊണ്ടുള്ള
മേൽക്കൂരയും വീടുകൾക്കുണ്ടായിരുന്നു. മേൽക്കൂര പുല്ല് മേഞ്ഞതായി
രുന്നു. ഒരു കൂണിന്റെ ആകൃതിയാണ് വീടുകൾക്കുണ്ടായിരുന്നത്. പാചകം
ചെയ്യുന്നതിനും മൃഗങ്ങളെ വളർത്തുന്നതിനും വീടിന്നടുത്ത് പ്രത്യേകം
പ്രത്യേകം കൂടാരങ്ങൾ നിർമ്മിച്ചിരുന്നു. ഒരാഫ്രിക്കക്കാരന്റെ വസ്ത്ര
ത്തിൽനിന്നും അയാളുടെ വർഗ്ഗം, തൊഴിൽ, സാമ്പത്തികനില, സാമൂ
ഹ്യപദവി എന്നിവ അറിയാൻ കഴിയും. കടുംനിറങ്ങളും ധാരാളം ഡിസൈ
നുകളുമുള്ള വസ്ത്രങ്ങളാണ് അവരിഷ്ടപ്പെട്ടിരുന്നത്. തുകൽകൊണ്ടുള്ള
മേൽക്കുപ്പായവും ധാന്യമണികൾകൊണ്ടുള്ള ആഭരണങ്ങളും തടികൊ
ണ്ടും തുകൽകൊണ്ടുമുള്ള ചെരിപ്പുകളും അവരുപയോഗിച്ചിരുന്നു.

സംഗീതത്തിൽ താൽപ്പര്യമുള്ളവരായിരുന്നു ആഫ്രിക്കൻ ജനത.

പരമ്പരാഗത സംഗീതാവിഷ്കാരത്തിലും അവതരണത്തിലും കർക്കശ മായ നിബന്ധനകൾ പാലിച്ചിരുന്നു. പരമ്പരാഗതമായ സംഗീതമെല്ലാം വാമൊഴിയായി പകർന്നുകിട്ടിയതാണ്. ഉത്സവം, മതപരമായ ചടങ്ങുകൾ, വിവാഹം, മരണാനന്തര ചടങ്ങുകൾ എന്നീ അവസരങ്ങളിലാണ് സംഗീതം അവതരിപ്പിക്കാറുള്ളത്. വ്യത്യസ്തതകളുണ്ടെങ്കിലും അവയെ കോർത്തിണക്കുന്ന അനേകം ഘടകങ്ങൾ ആഫ്രിക്കൻ സംഗീതത്തിലു ണ്ട്. പ്രാകൃതമായ സംഗീതോപകരണങ്ങളും വ്യത്യസ്ത ശൈലിയിലുള്ള സംഗീതവും കൂട്ടംചേർന്നുള്ള നൃത്തവും ആഫ്രിക്കൻ ജനതയുടെ പ്രത്യേ കതയാണ്. ആത്മീയവും ആഘോഷപരവും നൃത്തസംബന്ധവുമായ പങ്കി നുപുറമേ ആഫ്രിക്കൻ സംഗീതത്തിന് രാഷ്ട്രീയ ധർമ്മം കൂടിയുണ്ട്. സമൂഹത്തിന്റെ പൊതുവികാരം ഗോത്രനേതാവിനെതിരാവുമ്പോൾ പരി ഹാസഗാനങ്ങളുടെ രൂപത്തിൽ അത് ആവിഷ്കരിക്കപ്പെട്ടിരുന്നു.

വ്യാപാരം

പ്രാചീന ആഫ്രിക്കൻജനത വിവിധരാജ്യങ്ങളുമായി വ്യാപാര ബന്ധം സ്ഥാപിച്ചിരുന്നു. കിഴക്കൻ ആഫ്രിക്കയുടെ തീരപ്രദേശങ്ങളിൽ നിന്നു കണ്ടെടുത്ത റോമൻ, ഈജിപ്ഷ്യൻ നാണയങ്ങൾ ശക്തമായൊരു വ്യാപാരബന്ധത്തിന്റെ സൂചനയാണ്. പ്രാചീന ആഫ്രിക്കൻ രാജ്യങ്ങ ളായ കുഷ്, ന്യൂബിയ, അക്സും എന്നിവ ഇന്ത്യ, ഗ്രീസ് തുടങ്ങിയ രാജ്യ ങ്ങളുമായി വ്യാപാരബന്ധത്തിലേർപ്പെട്ടിരുന്നുവെന്ന് തെളിവുകൾ സൂചി പ്പിക്കുന്നു. ഇന്ത്യൻ നിർമ്മിത വസ്ത്രങ്ങൾ കുഷ് പ്രദേശങ്ങളിൽ നിന്നും കണ്ടെത്തിയിട്ടുണ്ട്. അക്സും രാജ്യത്തിന്റെ പ്രധാന തുറമുഖമായ അഡുന (Aduna) ഇന്ത്യയും ഗ്രീസുമായുള്ള ആഫ്രിക്കൻ വ്യാപാ രത്തിന്റെ കേന്ദ്രമായിരുന്നു. ദന്തം, സ്വർണ്ണം, മൃഗങ്ങളുടെ തോൽ, സുഗന്ധദ്രവ്യങ്ങൾ എന്നിവ വിവിധ രാജ്യങ്ങളിലേക്ക് കയറ്റി അയച്ചിരു ന്നു. സോമാലിതീരവും മറ്റൊരു പ്രധാന വ്യാപാരകേന്ദ്രമായിരുന്നു. ഘാന യുടെ അഭിവൃദ്ധിയുടെ പ്രധാനകാരണം സ്വർണ്ണവ്യാപാരമാണ്. കിഴക്കൻ ആഫ്രിക്കയിലുള്ള വ്യാപാരകേന്ദ്രങ്ങൾ ഇന്ത്യയും ചൈനയുമായും വ്യാപാരബന്ധം സ്ഥാപിച്ചിരുന്നു. ചൈനയിൽനിന്നും ചീനപ്പിഞ്ഞാണ ങ്ങൾ ഇറക്കുമതി ചെയ്തിരുന്നു.

കലയും വാസ്തുവിദ്യയും

പ്രാചീന ആഫ്രിക്കയിലെ വിവിധ ജനവിഭാഗങ്ങൾ തങ്ങളുടേതായ കലാപാരമ്പര്യം വളർത്തിയെടുത്തിരുന്നു. വിവിധജനവിഭാഗങ്ങളുടെ കലാസമ്പ്രദായങ്ങളെ മൊത്തത്തിൽ ആഫ്രിക്കൻ കല എന്ന് വിളി ക്കുന്നു. ഓരോ ജനവിഭാഗത്തിന്റെയും ശൈലികളും പ്രയോഗങ്ങളും മറ്റു ള്ളവയുടേതിൽനിന്ന് വളരെ വ്യത്യസ്തമായിരുന്നു. ആഫ്രിക്കൻ ജനത യുടെ കലാസൃഷ്ടികൾ യൂറോപ്യൻ കലാകാരന്മാരിൽ സ്വാധീനം ചെലു ത്തുകയുണ്ടായി. ദൃശ്യകലയുടെ ഏറ്റവും പുരാതനമായ തെളിവ് ഏക

ഡോഗോൺ നർത്തകർ

ദേശം ബി സി 3000-ൽ പാറകളിൽ വരച്ചിട്ട രൂപങ്ങളാണ്. ഇടയ സംസ്കാ
രകേന്ദ്രങ്ങളിൽ വ്യക്തിപരമായ അലങ്കാരങ്ങൾക്കായിരുന്നു പ്രാധാന്യം.
കാർഷിക സമൂഹങ്ങളിൽ ശിൽപ്പവിദ്യക്കു പ്രാധാന്യം ലഭിച്ചിരുന്നു.
ആഫ്രിക്കൻ ശിൽപ്പവൈദഗ്ധ്യത്തിന് തെളിവായി ആയിരക്കണക്കിന്
കൊത്തുപണികളും പെയിന്റിങ്ങുകളും കണ്ടെത്തിയിട്ടുണ്ട്. ബി സി 1000
വരെ പഴക്കമുള്ള ശിൽപ്പങ്ങൾ ഇവയിൽപ്പെടും. ബി സി 500 മുതലുള്ള
കളിമൺശിൽപ്പങ്ങൾ നൈജീരിയയിൽനിന്ന് കണ്ടെത്തിയിട്ടുണ്ട്. കല്ലിലും
ആനക്കൊമ്പിലുമുള്ള ശിൽപ്പങ്ങളും അവർ നിർമ്മിച്ചിരുന്നു. ശൈലീപ്രാ
ധാന്യമുള്ള ബംബാറാ (Bambara) കലയുടെ കേന്ദ്രം സുഡ്ഡാനാണ്. ഈ
കലാപാരമ്പര്യത്തിൽ ലോഹപ്പണിക്ക് ഏറെ പ്രാധാന്യം നൽകിയിരുന്നു.
ഡോഗോൺ (Dogon) എന്നും സെനുഫോ (Senufo) എന്നും അറിയപ്പെ
ടുന്ന മറ്റ് രണ്ട് കലാവിഭാഗങ്ങളും സുഡ്ഡാനിൽ കാണാം. പ്രതീകാത്മക
തയാണ് ഡോഗോൺ കലയുടെ പ്രത്യേകത. കാർഷിക സമൂഹങ്ങളുടെ
കലാരൂപങ്ങൾ കൂടുതൽ പ്രതീകാത്മകങ്ങളായ രൂപങ്ങളാണ്.
സെനുഫോ കലാകാരൻമാർ ശിൽപ്പകലയ്ക്കു പ്രാധാന്യം നൽകിയിരു
ന്നു. ആഫ്രിക്കയിൽ ഏറ്റവും കൂടുതൽ അനുകരിക്കപ്പെടുന്നത്
സെനുഫോ ശിൽപ്പമാതൃകയാണ്. ആഫ്രിക്കൻ ജനതയുടെ ചിത്രങ്ങള
ധികവും മൃഗങ്ങളെ ചിത്രീകരിക്കുന്നവയാണ്. കല്ലിൽ ചെയ്ത ധാരാളം
ചിത്രപ്പണികൾ ദക്ഷിണാഫ്രിക്കയിൽ നിന്നും കണ്ടെത്തിയിട്ടുണ്ട്.
ചുവപ്പും മഞ്ഞയും മറ്റു നിറങ്ങളും ചാലിച്ച് ഇവർ വരച്ച ചിത്രങ്ങൾ
അതീവ മനോഹരങ്ങളാണ്. കുഷ് രാജഭരണകാലഘട്ടത്തിൽ മെറോ
(Meroe)യിൽ നിർമ്മിച്ച ക്ഷേത്രം വാസ്തുവിദ്യയിൽ ആഫ്രിക്കൻ ജന
തയുടെ സംഭാവനയ്ക്ക് ഉദാഹരണമാണ്. ഈജിപ്ഷ്യൻ സ്മാരകങ്ങളെ
അനുസ്മരിപ്പിക്കുന്ന തരത്തിലുള്ള അതിമനോഹരങ്ങളായ സ്മാരകങ്ങൾ

അക്സും രാജാക്കന്മാർ പണിതിരുന്നു. അവർ പണിത ക്ഷേത്രങ്ങൾ, കോട്ടകൾ, ഉയർന്നുനിൽക്കുന്ന സൂച്യാഗ്രമായ കൽത്തൂണുകൾ, അതി വിശാലമായ കെട്ടിടങ്ങൾ എല്ലാംതന്നെ പ്രാചീനആഫ്രിക്കൻ ജനതയുടെ വാസ്തുവിദ്യയുടെ അടയാളങ്ങളാണ്. ടാൻസാനിയൻ തീരത്തെ ദ്വീപു കളിൽനിന്നും കണ്ടെത്തിയിട്ടുള്ള വാസ്തുശിൽപ്പ അവശിഷ്ടങ്ങളും ഇസ്ലാമിന്റെ വരവിന് മുമ്പുള്ളതായി കണക്കാക്കപ്പെടുന്നു.

മതവിശ്വാസം

പ്രാചീന ആഫ്രിക്കൻ ജനസമൂഹങ്ങളിൽ ഓരോന്നിന്റെയും മത വിശ്വാസവും ആചാരാനുഷ്ഠാനങ്ങളും മറ്റുള്ളവയുടേതിൽനിന്ന് വ്യത്യ സ്തമായിരുന്നു. നിരവധി ഗോത്രവിഭാഗങ്ങളുള്ള ആഫ്രിക്കയിൽ നിര വധി മതവിശ്വാസങ്ങൾ നിലനിന്നിരുന്നു. ബഹുദൈവവിശ്വാസികളാണെ ങ്കിലും പ്രപഞ്ചസൃഷ്ടികർത്താവായ ദൈവം എന്ന പൊതുസങ്കൽപ്പം എല്ല മതവിശ്വാസങ്ങളുടെയും അടിസ്ഥാനഘടകമായിരുന്നു. അവർ ദൈവപ്രീതിക്കായി പ്രാർത്ഥനയും ത്യാഗവും നേർച്ചയും നടത്തിയിരുന്നു. പുരോഹിതർ പ്രവാചകർ എന്നിവരാണ് കർമ്മങ്ങൾക്ക് നേതൃത്വം നൽകി യിരുന്നത്. പൂർവികാരാധന ആഫ്രിക്കൻ മതവിശ്വാസത്തിന്റെ പ്രധാന ഘടകമാണ്. മരിച്ചവരുടെ ആത്മാവ് ജീവിച്ചിരിക്കുന്ന പ്രിയപ്പെട്ടവരെ പിരിഞ്ഞ് പോകില്ലെന്ന് അവർ വിശ്വസിച്ചിരുന്നു. പൂർവ്വികരുടെ അസ്ഥി ദിവ്യമായി സൂക്ഷിക്കുകയും മരിച്ചവരുടെ രൂപങ്ങൾ ക്ഷേത്രങ്ങളിൽ കൊത്തിവയ്ക്കുകയും ചെയ്യുന്ന ചടങ്ങ് മിക്ക വിഭാഗങ്ങളിലും ഉണ്ടായി രുന്നു. മന്ത്രവാദത്തിലും അവർ തൽപ്പരരായിരുന്നു. ഭാവികാര്യങ്ങളെ ക്കുറിച്ച് അറിയാൻ അവർ മന്ത്രവാദികളെ സമീപിച്ചിരുന്നു.

യൂറോപ്യൻ മേധാവിത്വത്തിലേക്ക് വഴുതി വീഴുന്നതിന് എത്രയോ മുമ്പുതന്നെ വികസിതമായൊരു സംസ്കാരം ആഫ്രിക്കൻ ജനതയ്ക്കു ണ്ടായിരുന്നു എന്നത് തർക്കമറ്റ വസ്തുതയായി ഇന്ന് അംഗീകരിക്കപ്പെ ട്ടിരിക്കുന്നു. ചരിത്രകാരന്മാരും മറ്റ് ഗവേഷകരും സമീപകാലത്തായി നട ത്തിയ ഗൗരവപൂർണ്ണമായ ആഫ്രിക്കൻ പഠനം ആഫ്രിക്കൻ സംസ്കാര ത്തെക്കുറിച്ച് കൂടുതൽ അറിയുന്നതിന് സഹായകരമാണ്. ആഫ്രിക്കയുടെ ചുരുക്കം ചില ഭാഗങ്ങളൊഴിച്ച് മറ്റെല്ലാ പ്രദേശങ്ങളും ലോകത്തിന്റെ പല ഭാഗങ്ങളുമായി ബന്ധം പുലർത്തിയിരുന്നു. എന്നാൽ പുറം ലോക വുമായുള്ള ആഫ്രിക്കയുടെ ബന്ധം കുടിയേറ്റക്കാരെ കൂടുതലായി ആകർഷിച്ചു. ആഫ്രിക്കയുടെ സമ്പൽസമൃദ്ധിയും സ്വർണ്ണഖനികളും യൂറോപ്യൻ കുടിയേറ്റത്തിനും കോളനിവൽക്കരണത്തിനും ഇടയാക്കി. യൂറോപ്യൻ കോളനിവൽക്കരണവും അതിനെത്തുടർന്നുണ്ടായ വംശീ യവും രാഷ്ട്രീയവുമായ വേർതിരിവുകളും ആഫ്രിക്കയുടെ മഹത്തായ പാരമ്പര്യത്തെ തകർത്തു.

സഹായ ഗ്രന്ഥങ്ങൾ

1. Alden Mason J,   *Ancient Civilization of Peru*, Harmousworth, 1957
2. Andrews A,   *The Greeks*, Newyork, 1967
3. Austin M and Vidal Naquet P,   *The Economic and Social History of Ancient Greece*, Berkeley, 1977
4. Blunden C and Elvin M,   *Cultural Atlas of China*, Newyork, 1983
5. Bottero, et.al,   *The Near East : The Early civilizations*, Newyork, 1967
6. Bridge and Raymond Allchin,   *The Birth of Indian Civilization*, Pelican, 1968
7. Cyril Aldred,   *The Egyplians*, Newyork, 1963
8. Bury JB,   *History of Greece to the Death of Alexander the Great*, London, 1913
9. Davies JK,   *Democracy and Classical Greece*, Glasgow, 1978
10. De Laet SJ (ed),   *History of Humanity : Pre-history and the Beginning of Civilization*, Vol. I, London, 1994
11. Edward Mac Nall Burns, et.al,   *World Civilizations*, Vol. A, Goyl Saab, 1991
12. Fage JD,   *History of Africa*, Harmousworth, 1957
13. A Frederic Heckal,   *A Tale of Ancient Egypt*, Newyork, 1963
14. Finley MI,   *The Ancient Greeks : An Introduction to Their Life and Thought*, Newyork, 1963
15. Fitzgerald CP,   *China a Short Cultural History*, Newyork, 1961
16. Frankfort H,   *The Birth of Civilizations in the Near East*, Bloomington, 1951
17. Gorden Childe V,   *What Happened in History?*, Newyork, 1943
    Man makes Himself, Newyork, 1964
    New Lights on the most Ancient East, Newyork, 1957
18. Hawkes, et.al,   *History of Mankind : Pre-history and the Beginning of civilizations*, Vo. 1 of the UNESCO, Newyork, 1963
19. Irfan Habib,   *The Indus Civilization*, Thulika, 2002
20. John Whitney Hall (ed),   *History of the World Civilizations*, Greenwich, 1988
21. Keightley DN,   *The Origins of Chinese Civilization*, Berkeley, 1983
22. Kitto HDF,   *The Greeks*, London, 1997
23. Ki-Zerbo J (ed.)   *General History of Africa I : Methodology and African pre history*, London, 1981
24. Leo Oppenheim A,   *Ancient Mesopotamia*, Chicago, 1964
25. Malic Sc,   *Indian Civilization : The Formative period*, Simla, 1968
26. Mark Elvin,   *The Pattern of the Chinese past*, Stanford, 1975
27. Marvin Harris,   *Cannibals and Kings : The origins of cultures*, Newyork, 1977
28. Mortimer Wheeler,   *The Indus civilization*, Cambridge, 1953
29. Poissehl G L (ed),   *Ancient cities of the Indus*, New Delhi, 1979
30. Sankaliya HD,   *The Prehistory and Proto-history of India and Pakistan*, Poona, 1974
31. Stuart Pigget,   *Pre-historic India*, Harmondsworth, 1962
32. Trigger, et. al,   *Ancient Egypt a Social History*, Newyork, 1982
33. Victor Wolgang Von Hagen,   *The Realm of the Incas*, Newyork, 1957
34. ചങ്ങാരപ്പള്ളി നാരായണൻപോറ്റി, പ്രൊഫ. ഏ ജി മേനോൻ, എം ഷൺമുഖദാസ്,   *പ്രാക്‌ചരിത്രവും നാഗരികതയുടെ പ്രാരംഭഘട്ടവും* (വിവർത്തനം), കേരള ഭാഷാ ഇൻസ്റ്റിറ്റ്യൂട്ട്, തിരുവനന്തപുരം, 1999
35. ചെങ്ങന്നൂർ ശങ്കരവാരിയർ,   *ലോകനാഗരികതയുടെ ചരിത്രം* (വിവർത്തനം), കേരള ഭാഷാ ഇൻസ്റ്റിറ്റ്യൂട്ട്, തിരുവനന്തപുരം, 1976

9 788126 206032